Hvernig á að Lækna Sjálfan þig, þegar Enginn Annar Getur.

HVERNIG Á AÐ LÆKNA SJÁLFAN ÞIG, ÞEGAR ENGINN ANNAR GETUR.

First edition. August 20, 2023.

ISBN: 979-8215199862

Written by Edwin Pinto.

Kynning

Hvernig á að ná árangri með þessu ferli.

Ímyndaðu þér að þú sért fallegt og laufgrænt tré. Þú ert með breiðan og sterkan stofn, rætur sem ná niður í jarðardjúp og greinar sem ná til himins. Einn daginn áttarðu þig á því að eitthvað er ekki rétt. Laufin þín eru þurr og full af holum og greinarnar þínar lúta og verða þungar. Þegar þú greinir sjálfan þig finnurðu ekki augljósa ástæðu fyrir þessari breytingu á almennu ástandi þínu. Þú byrjar strax að örvænta og hugsar betur um lauf og greinar. Þú vökvar og læknar meira, en ekkert breytist. Laufin sem þú ert að einbeita þér að eru einfaldlega sjónræn afleiðing af vandamálinu sem hefur áhrif á tréð þitt.

Jarðvegur þessa trés táknar undirstöður þínar. Jörðin er frumefnið sem allt kemur frá. Það er sá sem þú ert í raun innst inni. Það er summan af öllu því sem hefur haft áhrif á þig. Allt grjót og rusl sem hefur verið blandað í það mun hafa áhrif á hvern hluta trésins. Allt á þeirri jörð verður hluti af veru þinni.

Rætur trésins þíns tákna orkukerfið og brautirnar sem það ferðast um. Ef jarðvegurinn þinn er fullur af ójafnvægi - eins og jarðvegur trjáa væri fullur af mengunarefnum - verða ræturnar í ójafnvægi vegna ástands jarðvegsins og það mun hafa áhrif á allt fallega tréð þitt. Það getur tekið nokkurn tíma áður en þessi áhrif ná til blaða og greinar, jafnvel mörg ár. En það mun líða hjá.

Laufin á trénu þínu tákna líffæri þín, kirtla, vöðva, líkamskerfi, efni og hormón. Þegar þú kemur auga á þessar litlu dælur í brothættu laufunum þínum, muntu ekki geta náð heilsunni í trénu aftur ef þú meðhöndlar aðeins laufin. Þú getur bara ekki vökvað það til að laga vandamálið. Sönn lækning kemur ekki frá því að sjá um blöðin þín eftir á. Það mun koma frá því að komast í gegnum jörðina og leiðrétta grunninn sem tréð vex á. Þú verður að snúa aftur til þess sem þú ert í raun og veru með því að losa þig við þessar gömlu orku sem eru að menga grunninn þinn. Þú verður bara að hreinsa landið.

Hvernig mun þessi bók hjálpa þér?

Erfiðasta hindrunin til að yfirstíga þegar við viljum sigra eigin sjálfslækningarmátt er að uppgötva hvað á að vinna að; með öðrum orðum, að vita hvernig á að lækna. Þetta á við hvort sem þú finnur fyrir tilfinningalegu ójafnvægi eða þetta ójafnvægi hefur líka haft áhrif á líkama þinn.

Ferlið sem ég ætla að leiðbeina þér í gegnum í þessari bók mun kenna þér hvernig á að lækna. Þú munt læra hvernig á að hreinsa landið þitt með því að fylgja líkani sem hefur reynst mér og hundruðum annarra vel í gegnum fundi með viðskiptavinum mínum. Þú þarft ekki að vera veikur til að nota þessa bók. Í raun fjallar þessi bók ekki um sjúkdóma; Þetta snýst um tilfinningar og orku. Þetta eru tveir hlutir sem allir geta notið góðs af með því að koma jafnvægi á þá fyrir víðtækari vellíðan. Mundu, að hreinsa landið þitt er markmiðið, eina markmiðið þitt. Og að hreinsa þessi óhreinindi getur breytt lífi þínu.

Þó að það séu til óteljandi orkumeðferðaraðferðir í dag, krefjast margir þess að annar einstaklingur komi fram sem aðstoðarmaður í heilunarferlinu þínu. Í þessari bók munt þú læra nokkrar af þeim sjálfsbeitingaraðferðum sem ég notaði í mínu eigin heilunarferli. Sumar verða þær sem ég lærði á ferðalagi mínu, á meðan aðrar verða þær sem ég skapaði. Allar þessar aðferðir munu gefa þér algjört vald yfir ferð þinni. Þú þarft ekki að treysta á aðra manneskju til að hjálpa þér að framkvæma þær eða koma þeim í framkvæmd. Allt er í þínum höndum!

Þú munt læra nokkrar nauðsynlegar aðferðir til að breyta sambandi þínu við streitu:

- Próf og slá á hóstarkirtli
- Tækni um tilfinningalegt frelsi (TLE) Sópið

- Slökkt á orkustöð
- 3 hjörtu aðferð

FYRIR UTAN GRUNNTÆKNINA muntu líka læra aðra sem munu hjálpa þér að komast í gegnum ferðalagið. Þú finnur heildarlista yfir allar æfingar og tækni í upphafi þessarar bókar. Þegar ég kenni þér tæknina færðu alltaf nákvæmar leiðbeiningar. Það er eina leiðin sem ég mun geta komið hugmyndunum á framfæri við þig. Hins vegar, ef þú tekur leiðbeiningarnar sem einfaldar tillögur, færðu miklu meira út úr þeim. Ef þú finnur fyrir tilhneigingu til að gera eitthvað aðeins öðruvísi, gerðu það. Það gæti virkað betur fyrir þig þannig. Persónulega breytti ég og bætti "Amy touch" við allar aðferðir sem ég lærði. Ef þú vilt gera það líka, hefurðu leyfi frá mér til að gera eitthvað nýtt. Tegund breytinga sem ég gerði á aðferðum í heilunarferlinu mínu innihélt hluti eins og að nota hægri höndina, í stað vinstri, halda stellingu eða tækni í lengri eða skemmri tíma en tilgreint er, gera ekki nokkurn hluta af æfingu og fleira. Allar þessar breytingar eru í lagi. Það er engin ein tækni sem ég nota með skjólstæðingum mínum eða sjálfum mér sem ég beiti nákvæmlega eins og mér var kennt.

Sama hvaða tækni þú notar til að hreinsa orkustíflur, mundu alltaf að það er mikilvægara að finna það sem á að hreinsa en orkutæknin sem notuð er til að hreinsa það. Það mun vera það sem við munum uppgötva saman á ýmsan hátt í þessari bók. Þetta mun vera áhrifaríkasta aðferðin og mun gefa þér frelsi til að hafa ekki áhyggjur af því að gera hverja tækni fullkomlega. Þegar þú veist hvað þú átt að hreinsa, er þér frjálst að samþætta hvaða orkulækningaraðferðir sem þú notar núna í hina ýmsu þætti lækninga.

Hvernig á að nota þessa bók

Þessi bók var annars vegar skrifuð sem skýringarferli; á hinn, sem lærdómsríkt; og restin, í formi sagna, sagna og dæma til að halda sálu þinni fullri á meðan heilun á sér stað. Dæmin sem ég deili með þér koma frá raunverulegum fundum þar sem viðskiptavinir mínir buðu sig fram og/eða gáfu mér leyfi til að segja sögur sínar. Þrátt fyrir það breytti ég nafninu og upplýsingum sem gætu auðkennt hvern viðskiptavin til að vernda friðhelgi einkalífsins að fullu.

Margar af sögunum sem þú munt lesa tengjast tíma mínum á Indlandi, þar sem ég lærði margar lífslexíur, og ég ætla að deila þeim með þér til að geta sótt í þína eigin ferð. Ég benti á marga mismunandi hluti sem þú getur kannað til að hjálpa þér að lifa hamingjusamara, fullnægðara og friðsamlegra lífi í samhæfðum líkama. Þú gætir fundið fyrir því að þú þurfir að vinna að mörgum þáttum og kannski gerir þú það. En þú getur gert það og það eru engin tímatakmörk. Taktu því rólega. Vertu skilningsríkur með þér.

Áhrifaríkasta leiðin til að skilja aðferð mína er að lesa, læra og æfa það sem ég deili með þér í þeirri röð sem ég set það fram, frá upphafi til enda. Það er besta leiðin til að gleypa landslag, hugtök og tækni. Þegar þú hefur lokið við að lesa alla bókina muntu þekkja aðferð mína ítarlega og kannski halda áfram vinnu þinni og fara aftur að hluta bókarinnar í hvaða röð sem þú vilt. Auk þess að lesa og æfa á þínum eigin hraða hvet ég þig til að finna annað fólk sem hefur áhuga á að sinna þessu starfi svo þið getið stutt hvert annað alla leið. Þegar ég var að lækna gerði ég það algjörlega ein og fann mig oft til að óska þess að ég ætti hóp af fólki sem ég gæti deilt með og rætt nýlegar uppgötvanir mínar. Þess vegna, Ég hef sett lista yfir spurningar til að spyrja í leshring aftast í bókinni. Ég býð ykkur að finna hóp, tala um það sem þið eruð að læra, styðja hvert annað og gera lækningu að hópefli. Hvort sem þú gerir þetta einn eða í hóp, taktu þig þá leiðsögn sem hljómar hjá þér og beittu henni á alla þætti lífs þíns. Gerðu það að hluta af því sem þú ert og notaðu það til að auðga það sem þú hefur nú þegar. Þessa bók ætti ekki að taka sem verkefnalista. Láttu heilann aðlagast hugmyndunum og haltu hjarta þínu opnu þegar þú vinnur úr hlutum. Líklega koma upp hlutir sem ekki eru teknir með hér. Þegar svona forvitni vaknar mun það vera vegna þess að innsæi þitt og alheimurinn hvísla að þér: "fylgðu mér". Þú munt vita að þú ert að fara á öruggan stað. tala um það sem þau eru að læra, styðja hvert annað og gera lækningu að hópefli. Hvort sem þú gerir þetta einn eða í hóp, taktu þig þá leiðsögn sem hljómar hjá þér og beittu henni á alla þætti lífs þíns. Gerðu það að hluta af því sem þú ert og notaðu það til að auðga það sem þú hefur nú þegar. Þessa bók ætti ekki að taka sem verkefnalista. Láttu heilann aðlagast hugmyndunum og haltu hjarta þínu opnu þegar þú vinnur úr hlutum. Líklega koma upp hlutir sem ekki eru teknir með hér. Þegar svona forvitni vaknar mun það vera vegna þess að innsæi þitt og alheimurinn hvísla að þér: "fylgðu mér". Þú munt vita að þú ert að fara á öruggan stað. tala um það sem þau eru að læra, styðja hvert annað og gera lækningu að hópefli. Hvort sem þú gerir þetta einn eða í hóp, taktu þig þá leiðsögn sem hljómar hjá þér og beittu henni á alla þætti lífs þíns. Gerðu það að hluta af því sem þú ert og notaðu það til að auðga það sem þú hefur nú þegar. Þessa bók ætti ekki að taka sem verkefnalista. Láttu heilann aðlagast hugmyndunum og haltu hjarta þínu opnu þegar þú vinnur úr hlutum. Líklega koma upp hlutir sem ekki eru teknir með hér. Þegar svona forvitni vaknar mun það vera vegna þess að innsæi þitt og alheimurinn hvísla að þér: "fylgðu mér". Þú munt vita að þú ert að fara á öruggan stað. Gerðu það að hluta af því sem þú ert og notaðu það til að auðga það sem þú hefur nú þegar. Þessa bók ætti ekki að taka sem verkefnalista. Láttu heilann aðlagast hugmyndunum og haltu hjarta þínu opnu þegar þú vinnur úr hlutum. Líklega koma upp hlutir sem ekki eru teknir með hér. Þegar svona forvitni vaknar mun það vera vegna þess að innsæi þitt og alheimurinn hvísla að þér: "fylgðu mér". Þú munt vita að þú ert að fara á öruggan stað. Gerðu það að hluta af því sem þú ert og notaðu það til að auðga það sem þú hefur nú þegar. Þessa bók ætti ekki að taka sem verkefnalista. Láttu heilann aðlagast hugmyndunum og haltu hjarta þínu opnu þegar þú vinnur úr hlutum. Líklega koma upp hlutir sem ekki eru teknir með hér. Þegar svona forvitni vaknar mun það vera vegna þess að innsæi þitt og alheimurinn hvísla að þér: "fylgðu mér". Þú munt vita að þú ert að fara á öruggan stað.

Helstu hugtök bókarinnar skiptast í hluta:

Hluti 1: Gefst upp, sættu þig við það og flæði. Þessi hluti fjallar um mikilvægi þess að læra að vera í lagi þar sem þú ert á ferð þinni. Þú munt læra hvers vegna það er mikilvægt að gefast upp, hvernig á að gera það og hvernig það getur skotið þér í lækningu síðar. Frá uppgjöf hefurðu tækifæri til að opna þig á fallegt sviði lækninga. Þetta mun fela í sér að gera litlar breytingar á hugsunum þínum og orkumynstri sem munu styrkja grunninn þinn til að standast það sem koma skal.

Hluti 2: Þekkja hindranir. Í þessum hluta verður farið yfir nákvæmlega hvernig á að bera kennsl á hindranir með vöðvaprófum og læra líkamstjáninguna. Ég mun leiðbeina þér til að læra sérstaklega hvað þú þarft til að hreinsa og lækna að fullu.

Hluti 3: Breyttu sambandi þínu við streitu. Þessi hluti mun útskýra hvað streita er, hvernig innri viðbrögð þín við streitu geta breyst til að hjálpa þér að lækna. Það býður upp á nákvæmar leiðbeiningar um hvernig á að gera það. Fyrir hverja tækni sem ég kenni þér mun ég gefa þér tillögur til að hjálpa þér að beita þeim við sérstakar aðstæður þínar.

Þegar þú hefur farið yfir hvern og einn kafla í þessari bók muntu framkvæma alla þessa hluti samtímis í gegnum lækningu þína. Þetta er ekki skref-fyrir-skref ferli þar sem þú þarft að fara í stranga röð og uppfylla hverja kröfu áður en þú ferð yfir í þá næstu. Frekar er þetta lækningaferli í ætt við að elda fjögurra rétta kvöldverð. Þú undirbýr ekki endilega einn hluta í einu fyrr en þú klárar og svo þann næsta.

Markmiðið er að hvert skref birtist sem réttur sem þú elskar (þú!), en til að þetta gerist þarftu stöðugt að hræra, snúa við og sjá um marga punkta í einu.

Það er engin flýti eða tímamörk. Gefðu frekar gaum að því að búa til eitthvað fallegt og alheimurinn mun stækka ílátið sem þú þarft að kanna og vaxa í.

Í kafla 11 mun ég kynna þér nákvæma mynd af lækningatrénu: samantekt á öllu ferlinu sem þú lærðir um. Lækningartréið er sýndarkort af þér, fallega trénu sem við ræddum um áðan. Hún er eins og ljósmynd sem dregur saman fjögur meginsvið ójafnvægis sem þú munt læra um í þessari bók, sem og tæknina til að vinna á þeim. Ég setti myndskreytinguna aftast í bókina vegna þess að hún verður besti félagi þinn, en þangað til þú hefur lært öll verkin sem hún samanstendur af. Þá munt þú geta skilið notagildi þess sem þitt persónulega kort.

Hvar á að byrja?

Í upphafi, á minni eigin vegferð, var ég staðráðin í að gefa út öll "málin" mín á kerfisbundinn og raunsæran hátt. Ég reyndi að búa til áreiðanlega formúlu til að skipuleggja hvernig þetta heilunarferli myndi þróast. Góðu fréttirnar eru þær að þetta virkar ekki svona. Bestu fréttirnar eru þær að þú þarft örugglega ekki að ná fullkomnu jafnvægi eða sleppa öllum átökum þínum til að vera í lagi. Þvílíkur léttir! Líkaminn þarf ekki að vera laus við streitu — eða vandamál — til að ná djúpri og algerri vellíðan.

Ef þér líður eins og þú munt aldrei bæta þig nema þú gerir allt og nær fullkomnunarástandi þar sem hvert smáatriði er í lagi, hér er svarið við áhyggjum þínum: ÞÚ ÞARFT EKKI AÐ LEIGA ALLT. ÞÚ ÞARF EKKI AÐ LEIGA ALLT. ÞÚ ÞARF EKKI AÐ LEIGA ALLT. Jafnvel núna er ég með tilfinningaleg niðurbrot, líkami minn er sár tímabundið og ég finn ójafnvægi og stíflur í orkukerfinu mínu... en ég er hress og ánægð. Þú getur læknað án þess að gera allt. Þú getur læknað jafnvel með því að gera smá breytingu. ÞÚ ÞARF EKKI AÐ LEIGA ALLT.

Viðskiptavinir segja mér oft: „Ég á við of mörg vandamál að etja. Hvar á ég að byrja? Og ég svara þeim: "Hafðu engar áhyggjur, þú ert í raun ekki með meira en þrjú til fimm kjarnavandamál og allt annað tengist þeim." Allt er svo innbyrðis tengt að á meðan við einbeitum okkur að einu ójafnvægi gætum við líka verið að leiðrétta hina.

Til dæmis, einu sinni var ég að hjálpa skjólstæðingi sem var með stöðuga meltingarvandamál. Ég var með bakflæði, ógleði og uppþembu af nánast öllu sem ég borðaði. Þó að við einbeitum okkur aðallega að því markmiði að gera við meltingarkerfið hennar kom henni skemmtilega á óvart. Eftir nokkrar lotur tók hún eftir því að auk þess að bæta meltingareinkennin minnkaði líka fælni hennar fyrir að tala í síma (eitthvað sem hún hafði ekki nefnt við mig). Þar sem eitt vandamál getur tengst mörgum öðrum, opnum við oft meira en við höldum.

Sú reynsla er fullkomið dæmi um hvers vegna við ættum ekki að hengja okkur á að gera hlutina of aðferðafræðilega. Við þurfum bara að muna að markmiðið um að verða það sem við erum í raun og veru er lokamarkmiðið. Þetta snýst ekki um að ná fullkomnun, jafnvægi eða jafnvel líkamlegri lækningu. Það snýst um að losa allt sem kemur í veg fyrir að við getum lifað frjálst. Það er sama hvernig þú kemst þangað; það skiptir bara máli að þú gerir það.

Heilun er spurning um æfingu. Á hverjum degi lífs þíns hefurðu tækifæri til að sleppa takinu á því sem hindrar þig í að komast áfram og komast nær sjálfum þér. Þegar það virðist vera að virka skaltu halda áfram að æfa þig. Þegar það virðist ekki virka skaltu halda áfram að æfa.

hverju má búast við

Þegar þú notar tæknina sem er að finna í þessari bók gætir þú fundið fyrir tafarlausum léttir eða það gæti þurft mikla þrautseigju.

Bæði tilvikin eru í lagi. Það hefur ekki áhrif á endanlega lækningu þína.

Þegar orka hreyfist á sér alltaf stað einhver „vinnsla", sem þýðir að líkaminn þinn er að fullu að losa þá orku frá sviðinu þínu, sem nær út fyrir líkama þinn. Í gegnum þetta ferli, sem getur varað frá nokkrum dögum til um það bil viku, gætir þú fundið fyrir meiri óþægindum, þreytu eða smá óþægindum. Nokkrir af viðskiptavinum mínum segja líka að þeir séu léttari og betri eftir nokkrar lotur, svo það er líka mögulegt. Eftir því sem þú hreyfir þig og hreinsar orku stöðugt, muntu verða meira í takt við losunarferli líkamans. Ef þér finnst það vera erfitt að vinna úr því hef ég sett nokkur verkfæri í kafla 12 til að hjálpa þér með það.

Þegar þú notar þessar aðferðir gætirðu fundið fyrir þér annars hugar. Það er eðlilegt og ekkert til að hafa áhyggjur af. Margir sinnum hugsar hugurinn um hluti sem tengjast á einhvern hátt því sem þú ert að hreinsa. Og jafnvel þótt það sé ekki, mun ekkert slæmt gerast. Þegar þú þróar tæknina gætirðu viljað geispa, grenja, fá kuldahroll, nefrennsli, rennandi augu, hósta, finna fyrir eymslum, grenja í maganum, svitna eða fá einhverja aðra skynjun. Öll þessi viðbrögð eru góðar vísbendingar um að líkaminn sé að losna. Þetta þýðir að þú ert að fara út úr streituham og yfir í slökunar- og heilunarham. Nánar tiltekið, geisp gefur til kynna að taugakerfið þitt sé að slaka á. Ég er með nokkra viðskiptavini sem sýna engin merki um orkulosun meðan á ferlinu stendur, en þeir græða samt. Þegar ég hreyfi orku, hvort sem er fyrir sjálfan mig eða með skjólstæðingi, geispa ég mikið. Ef það er eitthvað mjög stórt þá hnerra ég venjulega. Ég grínast alltaf með að eitt hnerra sé tíu geisp virði fyrir mig! Hnerri og geispi eru viðbrögð líkama míns við að hreyfa mikla orku, en hver manneskja er öðruvísi og þú munt uppgötva merki þín sjálfur.

Það er líka mikilvægt að muna að við sleppum öll orku á mismunandi hraða. Ég hef tekið margar lotur þar sem viðskiptavinum líður vel strax eftir að hafa unnið verkið. Ég kalla þá "ein lotu undur". Einkenni þeirra breytast nánast samstundis eða þeir finna fyrir mikilli tilfinningalegri losun. Ef þú finnur ekki fyrir neinu í fyrstu af einhverjum ástæðum er það kannski ekki taktur líkamans eða kannski eru fleiri lög sem þú þarft að vinna í.

Ef þú hefur staðið frammi fyrir áskorun í langan tíma getur það tekið tíma að vinna í gegnum það frá mismunandi sjónarhornum til að finna fyrir breytingu. Áskoranir þínar birtust ekki á einni nóttu, jafnvel þótt þér finnist það. Þau voru að byggjast upp í orkukerfinu þínu löngu áður en þau komu fram sem einkenni, sem þú gafst gaum að. Góðu fréttirnar eru þær að heilun virkar venjulega svona líka. Ekkert gerist, ekkert gerist, ekkert gerist (svo þú heldur)... og allt í einu birtist allt sem var að gerast inni. Þú gætir verið einu skrefi frá lækningu. Að sjá ferðina sem flæðandi samþættan efnivið í lífi þínu er ánægjulegasta og árangursríkasta leiðin til að stjórna því. Ef þú vilt djúpa og varanlega lækningu er engin skyndilausn. Þú verður að gefast upp og láta allt ganga upp. Alheimurinn mun ekki gefa þér "nei", en stundum svarar hann með „ekki ennþá". Haltu bara áfram að reyna og gera það sem þú þarft að gera. Heilun gerist aldrei nógu hratt, en það er ekki þar með sagt að það gerist ekki.

Í eigin lækningu hélt ég ekki nákvæma skrá yfir hvað ég var að vinna að eða hvernig ég var að þróast; Ég passaði mig bara á að halda áfram. Oftast hafði ég ekki hugmynd um hvað ég var að gera, en ég var ákveðinn og notaði stöðugt það sem ég lærði. Þetta var aðferð sem virkaði vel fyrir mig. Ef þú notar tæknina stöðugt, munt þú líka komast á toppinn.

Ég legg til að þú skráir minnispunkta í minnisbók og skrifar af og til það sem þú hugsar í gegnum ferðalagið. Þó að halda skrá yfir fyrri einkenni, kvillar og tilfinningar muni ekki hjálpa þér í þessu tilfelli, getur það hjálpað þér að hafa pláss þar sem þú getur skrifað niður hugsanir þínar, breytingar á einkennum þínum og öðrum athugunum sem þú tekur eftir í tímans rás. . leið.

Hversu miklum tíma ætti ég að eyða í ferlið?

Ímyndaðu þér pott með sjóðandi vatni þakið. Fyrr eða síðar myndar vatnið svo mikla gufu að það ýtir á lokið og vatnið hellist út. Þú hleypur til bjargar, lyftir lokinu og eitthvað af þrýstingnum losnar. En svo fer maður ekki og kemur aftur viku seinna. Þú heldur áfram að sjá um vatnið. Þú hleypir samt smá gufu út á meðan þú gerir aðra hluti í eldhúsinu. Þó að þú getir líka losað "gufu" (orku) úr líkamanum með því að vinna djúpa vinnu, nú og síðar með aðferðum sem þú munt læra í þessari bók, mun það verða miklu áhrifaríkara ef þú losar þrýsting stöðugt og smátt og smátt. Ekki yfirgefa það. Gefðu tíma til þess á hverjum degi. Þeir þurfa ekki að vera klukkustundir. Stundum tekur það lengri tíma að vinna í sumum hlutum. Samt að hætta og gera ekki neitt vegna þess að maður "hefur ekki tíma" eða ert yfirþyrmandi eru kannski verstu mistök sem ég hef tekið eftir.

Stundum segja viðskiptavinir mér í upphafi fundar að þeir hafi átt erfitt með að gera eitthvað sem þeir hafa gert á þeim tíma sem við höfum unnið saman. "Hvaða tækni notaðir þú til að sigrast á því?" spyr ég spennt. Stundum svara þeir: "Ég gerði ekkert." Mig langar að gráta þegar ég heyri það! Að líða illa er frábært tækifæri til að hreinsa eitthvað sem er að birtast og sem biður þig um að losa það.

Ef þú finnur fyrir sterkum tilfinningum jafnvel utan þess tíma sem þú eyðir í lækningu, notaðu þá tækni til að losa þessa "gufu" í augnablikinu, svo það bætist ekki við pönnuna sem þú þarft að hafa tilhneigingu til síðar. Ef þú ert sorgmæddur eða afbrýðisamur eða ert með magakveisu eða hvað sem er, notaðu augnablikið til að finna út hvað er í vændum fyrir þig (ég mun gefa þér fullt af hugmyndum um þetta í kafla 6) og beita tækni sem þú hefur lært.

Fékkstu martröð? Notaðu það sem tækifæri til að finna eitthvað sem þú þarft að hreinsa.

Ertu enn að hugsa um eitthvað sem gerðist í vinnunni fyrir viku? horfast í augu við það. Allt þetta birtist aftur vegna þess að það hefur dýpri rætur sem hægt er að hreinsa upp í rólegheitum.

Fimm mínútur, tíu mínútur eða fjöldi þeirra mínútna sem þú hefur til ráðstöfunar eru þær sem geta breytt lífi þínu. Með þessari bók muntu hafa þau tæki sem þú þarft til að ná því. Tæknin er göfug og áhrifarík. Virka þeir. Eins og alltaf, allt þróast og gerist á guðlegri tímasetningu. Engin þörf á þrýstingi, ekkert áhlaup. Allt er í lagi. Þú ert að lækna.

Mikilvægir kaflar sem þarf að huga að

Þó að hver kafli þessarar bókar sé mikilvægur, þá eru nokkrir sérstaklega sem þú vilt vísa til oft. Mig langar að undirstrika hvað þau eru svo þú getir auðveldlega farið á milli þeirra.

Listi yfir æfingar og tækni eftir vísitöluna.

Hér finnur þú lista yfir allar aðferðir og æfingar sem eru í þessari bók. Þetta gerir þér kleift að leita fljótt að því efni sem þú þarft.

Kafli 6: Lærðu tungumál líkamans. Hægt er að nota þennan kafla sem viðmiðunarleiðbeiningar og mun gefa þér betri skilning á því sem líkaminn er að segja í gegnum einkenni hans. Í hvert skipti sem líkami þinn virðist vera bilaður er tækifæri til að sjá hann í öðru ljósi. Líkaminn þinn mun vera frábær leiðarvísir í lækningu þinni.

Kafli 7: Opnaðu hráa reynslu; og 8. kafli: Losaðu þig við skaðlegar skoðanir. Þessir tveir kaflar kynna fjórar af helstu aðferðum sem þú munt nota. Fyrir hvern og einn munt þú læra hvernig á að nota það, hvernig á að nota það í áskorun þína og þú munt sjá dæmi um hvernig á að gera það. Athugið: Fimmta grunntæknin er kennd í kafla 9. Kafli 11: Búðu til einstakt lækningakort. Þessi kafli veitir yfirlit yfir allt sem þú lærðir í bókinni. Inniheldur mynd af lækningatrénu til að hjálpa þér að sjá ferlið fyrir sér, sem og leiðbeiningar um notkun myndskreytingarinnar til að hagræða lækningu þína.

Ertu tilbúinn að byrja. Skilnaðarorð mín eru fá, en mikilvæg: þrautseigja og þolinmæði eru ekki alltaf eðlilegar dyggðir. Hins vegar, kraftaverkin sem þeir koma með vinna og eru svo sannarlega þess virði. Eins mikið og þú.

Kafli I

Kynning á orkulíkamanum og sjálfsheilun

Kafli 1

árangurssaga mína

Aðeins þegar maðkastiginu lýkur verður maður að fiðrildi...þú getur ekki forðast maðkferlið. Ferðaferlið þróast smátt og smátt án þess að við höfum stjórn á því.

— RAM DASS, VERTU HÉR NÚNA

Þegar ég var 25 ára var ég ekki að gera neitt göfugt eins og að breyta heiminum, en það gladdi mig að fá fólk til að brosa með fylgihlutum mínum af Harley-Davidson búnaði og hugleiða í takt við mótorhjólavélar í hádegismatnum mínum. Ég vissi ekki í júlí 2005 að draumalíf mitt sem markaðsstjóri Harley-Davidson væri að ljúka, þó ég sé núna að ég hunsaði margar viðvaranir um versnandi heilsu sem birtust árum áður. Í fyrstu fór að vera erfitt fyrir mig að klífa ramp sem var á skrifstofunni minni í Harley og leiddi að kaffistofunni á staðnum. Ég fann fyrir sársauka og náladofa í fótunum. Smátt og smátt fór ég að missa virkni handleggjanna. Ég missti hæfileikana, gat ekki lyft þeim yfir höfuðið á mér til að þvo hárið, hrasaði og datt oftar en ég gat talið.

Ég fann fyrir sársauka tuttugu og fjóra tíma á dag og fann aðeins léttir þegar ég svaf vært eftir að hafa tekið svefntöflu. Mikill sársauki réðst inn í alla veru mína. Ekki var bjargað tommu af mér; allt frá fótum mínum upp í höfuðið öskraði af kvöl. Vegna þess að ég fékk ekki góða greiningu og fékk ekki rétta meðferð í langan tíma var skaðinn á líkamanum hræðilegur. Óvarðar taugar í öllum útlimum mínum mynduðu sársauka án nokkurs mynsturs sem gæti varað mig við þegar það versta væri að koma. Háþróuð liðagigt í helstu liðum gerði það að verkum að ég gat ekki lyft fætinum nógu hátt til að komast í baðkar og sturtu. Ég gat oft ekki setið hjálparlaust á klósettinu því mjaðmirnar á mér þola ekki þrýstinginn við að lækka líkamsþyngd mína niður í sætið. Ég gat ekki notað axlirnar til að ýta mér upp úr rúminu þegar ég vildi. Hjartaveggir mínir bólgnuðu út, sem gerði það að verkum að það hraðaði stöðugt eins og ég væri nýbúinn að hlaupa maraþon. Ég var svo þreytt að ég gat stundum ekki hreyft varirnar til að tala, og ég var svo mikið vitræna skert að ég gat ekki einu sinni sett fram orð. Mjög veikt ónæmiskerfi mitt olli því að ég fékk ristil svo alvarlega að ég var með ör og verki í mörg ár. Fjöldi hvítra blóðkorna lækkaði svo lágt að ég gat ekki farið út úr húsi samkvæmt fyrirmælum frá ónæmisfræðingnum. Ekkert líffæri eða kerfi í líkama mínum var hlíft. Líf mitt, eins og ég hafði þekkt það, var horfið og í staðinn kom voðalegur sjúkdómur sem enginn læknir hafði getað skilið. Ég var hræddari við að lifa en deyja.

að reyna að lækna

Nokkrum árum eftir röð rangra greininga og meðferða sem næstum drápu mig, fékk ég réttu. Þetta er tíminn þegar langveikur einstaklingur vinnur í lottóinu. Svo virðist sem ég hafi verið bitinn af pínulitlum mítli, útskýrðu læknarnir - mítill sem ég hafði aldrei heyrt um áður. Mér var flutt baktería sem heitir borrelia burgdorferi, orsakavaldur Lyme-sjúkdómsins. Lyme-sjúkdómur er bakteríusýking sem smitast með mítlabiti og veldur alvarlegum heilsufarsvandamálum ef ekki er meðhöndlað. Svo var það. Lyme-sjúkdómsgreiningin leiddi með sér fjölda síðari, þar á meðal sjálfsofnæmissjúkdóma í skjaldkirtli, truflun á nýrnastarfsemi, bandvefssjúkdómur, vefjagigt, taugakvilli og fleira. Ég fékk aldrei sjáanlegt bit, kláði eða eitthvað álíka. Ég hafði þegar verið prófuð fyrir Lyme-sjúkdómnum, en þessi er svo gölluð að hann kom ekki aftur jákvæður fyrr en mörgum árum síðar, þegar sýni af blóði mínu var sent á sérfræðistofu. Ég tók greininguna á seint stigi Lyme-sjúkdómsins eins og stóran poka af sælgæti; Ég faðmaði hana eins og ég gat og fór að leita að lækningu.

The Centers for Disease Control and Prevention (CDC) áætlar að um það bil 300.000 tilfelli af Lyme-sjúkdómi komi fram í Bandaríkjunum á hverju ári, en aðeins 10 prósent þeirra eru rétt greind.1 Sá útreikningur þýðir að Lyme-sjúkdómur er tvöfalt algengari en brjóstakrabbamein og sex sinnum algengari en HIV/ alnæmi. Sum tilvik eru aldrei tilkynnt. Þetta skilur eftir margar rangar greiningar á vefjagigt, úlfa, langvarandi þreytuheilkenni, MS, liðagigt, mígreni, námsörðugleika, geðhvarfasýki, Parkinsonsveiki, hjartsláttartruflanir og fleira.

Þrátt fyrir mikla sýklalyfjameðferð til að reyna að uppræta Lyme bakteríurnar, auk annarra sýkinga sem mítillinn gaf mér, var ég samt með stöðuga verki. Samhliða mikilli daglegri aðferð minni með fjörutíu og fjórum pillum og sýklalyfjasprautum í vöðva, kláraði ég alla þá fjölbreytni sem fyrir hendi var af valmöguleikum. Þrátt fyrir að þegar ég hitti Dr. Geeta Shroff, stofnanda stofnfrumustofu í Delhi á Indlandi, var ég nógu virk til að þurfa ekki stöðuga umönnun, þá þjáðist ég samt af aðeins vægari útgáfu af öllum einkennum mínum. . Netleit mín að Dr. Shroff leiddi í ljós misjafnar skoðanir um hana. Þeir voru allt frá „hetjuni" til „svindlara". En eftir að hafa talað við hana í síma og lesið sögur annarra stofnfrumusjúklinga í fósturvísum, komst ég að því að þessar frumur hefðu ekki aðeins möguleika á að styrkja ónæmiskerfið mitt heldur einnig endurnýja skemmd líffæri, taugar og frumur í líkama mínum. Mér fannst þetta bara svona skammtur sem ég þurfti til að bjarga lífi mínu.

Þann 9. desember 2007, aðeins níu mánuðum eftir að ég greindist með Lyme-sjúkdóminn, fór ég um borð í flugvél til Nýju Delí, óviss um hvort meðferðin myndi bjarga lífi mínu eða drepa mig. Ég henti mér inn í land sem ég varð strax ástfangin af, á sama tíma og reyndi á geðheilsu mína, og ég vissi að hjarta mitt þarfnast beggja þátta jafnt. Eins tignarlega og ég gat reyndi ég að taka þetta allt inn í mig, þar á meðal þáttinn um að innbyrða mikið magn af karríi, finna óstýriláta apa alls staðar og vera algjörlega yfirbugaður af ótta.

Þrátt fyrir að ósigrandi bjartsýni mín hafi alltaf hjálpað mér, varð fljótlega ljóst að ég myndi ekki uppfylla kröfur menningar sem ýtir undir „hug fram yfir efni", „jákvæða hugsun" og önnur hugtök sem fengu mig til að kenna sjálfum mér um veikindi mín. „Stofnfrumur kunna að gegna hlutverki, en þú hefur kraftinn til að lækna sjálfan þig," endurtók Dr. Shroff við mig næstum á hverjum degi, eins og biluð plata, í örvæntingu að reyna að hætta.

Eftir níu vikur af daglegum stofnfrumusprautum og ævilangt vaxtartækifæri gekk ég á eigin fótum út af heilsugæslustöðinni. Árangurinn kom ekki auðveldlega, en hann gerði það. Eftir baráttu sem aðeins var hægt að líkja við að berja fíl til jarðar var hún læknuð. Eða svo virtist.

Endurkoma einkenna

Nokkrum árum síðar fann ég upphaf jarðskjálfta á jörðu niðri sem mér hafði þótt stöðugur um tíma. Í tveggja mánaða ferð til London fann ég fyrir áhyggjufullum sársauka og náladofa í fótum mínum sem virtist koma upp úr engu. Vikur liðu og óþægindin hverfa ekki. Þegar ég leitaði til læknis var ástandið þegar orðið svo slæmt að ég var lagður inn á spítalann í tvo daga til að taka próf. MRI og aðrar greiningar voru neikvæðar og ég var útskrifuð. En hversu kunnugleg einkennin voru mér hræddi mig: þau voru nákvæmlega þau sömu og ég hafði fengið árið 2005, snemma á ferlinum sem veikur í fullu starfi. Þó að ég hafi prófað jákvætt fyrir Epstein-Barr vírus,

Það virtist sem skyndilega væru einhver fantur öfl innra með mér að berjast, sem náði hámarki í stormi sem boðaði „hér förum við aftur". En eins skyndilega og dularfulla og einkennin komu fram, hurfu þau fljótt, án þess að þörf væri á meðferð. Eilíf barátta mín við legslímubólgu, vefjagigt, sepa og ákafan magakrampa versnaði hins vegar til muna. Í hverjum mánuði eyddi hún dögum saman í hægindastól og tók lyfseðilsskyld róandi lyf til að deyfa sársaukann. Samt sem áður minnkuðu lyfin oft ekki sársaukann aðeins og ég myndi enda á spítalanum. Engin af fjórum aðgerðunum fyrir stofnfrumumeðferðina mína, né sú sem fylgdi, veitti mér léttir í meira en nokkra mánuði.

Ég var í byrði af því að vera í London og reyna að finna lækni sem þekkti Lyme-sjúkdóminn, tíðavandamál og kokteil af öðrum sjúkdómsgreiningum frá fortíðinni minni, og ákvað ég að fara á nýjan leik. Í einni af maraþonleitum mínum á netinu rakst ég á TCM lækni sem, ég las, hafði meðhöndlað Díönu prinsessu. Í fyrsta tímanum mínum hjá þessum ljúfa en ekki mjög málglaða lækni sá ég mynd Lady D í bókahillunni hennar. „Hver sem gat hjálpað prinsessunni getur örugglega hjálpað mér," sagði ég að lokum og fann strax fyrir öryggistilfinningu á eftir.

Hefðbundin kínversk læknisfræði er lækningakerfi sem er þúsundir ára gamalt. Það er byggt á þeim grunni að einkenni koma frá stífluðri orku í fíngerðu orkukerfi líkamans. Þegar þetta ójafnvægi er leiðrétt með mismunandi aðferðum er heilbrigt orkuflæði endurheimt í líkamanum.

Á tveggja vikna fresti fór ég í nálastungumeðferð og kom svo heim til að drekka hræðilega biturt te sem fékk eldhúsið mitt í London til að lykta af rotnum trjám. Með tímanum tók ég eftir mikilli minnkun á sársauka mínum og sérstaklega einkennum PMS, auk þess að bæta orku. Því miður, þegar ég var brjáluð af helgisiðinu mínu að sjóða, þenja og svelta teið mitt, hægði verulega á framförum mínum. Mig grunaði að ég þyrfti meiri tíma til að sjá langtímaávinning, en dýra og líkamlega óþægilega meðferðaráætlunin varð fljótlega of erfið í viðhaldi.

Í lok ársins var ég kominn aftur til Kaliforníu, fannst eins og allir valkostir mínir hefðu horfið hægt og rólega, eins og vatn sem rennur úr sprunginni fötu. Ég byrjaði aftur á því ferli að hafa samband við sérfræðinga og villast í glundroða læknisfræðilegrar ákvarðanatöku. Síðan, frá einhverjum hluta heilans (líklega geymd í skrá sem heitir "Farðu aftur til ákveðins dags"), komu orð Dr. Shroff til meðvitundar: "Þú hefur vald til að lækna sjálfan þig." Og bara svona ákvað ég að prófa.

Hvernig stóð á því að róttæk meðferð eins og fósturstofnfrumumeðferð gæti bjargað lífi mínu, en ekki leginu? Af hverju versnaði tíðahringurinn minn?

Hvers vegna komu tiltekin fæðuofnæmi og önnur sjúkdómar sem ég hafði áður en stofnfrumumeðferð var til baka? Hvað í fjandanum olli þessum einstaka sársauka og náladofa í fótleggjunum sem komu aftur?

Ég var ekki viss um hvers vegna allt þetta var að gerast, en ég vissi að ég væri að nálgast eitthvað, svo ég trúði á þá hugmynd að það sem ég þyrfti væri rétt handan við hornið.

Að uppgötva orkuvinnu

Kannski var ég að fara í rétta átt með því að hugsa um að vinna í orkukerfi líkamans, en ég var samt ekki komin með lausn. Mig langaði að finna ferli sem fól ekki í sér að ég væri háður langtíma stefnumótum eða suðu, þenja, tæma og halda fyrir nefið sem hluti af meðferðaráætluninni. Ég fór að leita að annarri meðferð sem myndi einbeita mér að fíngerðu orkukerfi líkamans.

Þegar ég fann orkulyf laðaðist ég strax að því. Orkulækningar eru ferli til að koma jafnvægi á og styrkja orku líkamans til að ná vellíðan. Ég las allt sem ég gat um það og laðaðist sérstaklega að verkum Donnu Eden, brautryðjanda á þessu sviði. Ég keypti allar bækurnar hans, byrjaði á Orkulækningum, og byrjaði að æfa ýmsar orkulækningar á hverjum degi. Með tímanum fór ég að sjá smá framför. Ég tók eftir því að verkjalyf sem ég hafði tekið í 15 ár í hvert skipti sem ég fékk blæðingar voru loksins að hjálpa. Áður höfðu þeir nánast engin áhrif á mig. Hann skynjaði líka eitthvað óáþreifanlegt. Mér fannst ég sterkari og kannski aðeins hamingjusamari. Mér fannst ég svo sannarlega vera á réttri leið.

Ég hélt að þetta væri lausnin — það sem ég hafði beðið eftir — þar til ég áttaði mig á því að takmarkaða athyglisbrestur mína hjálpaði ekki til við að „kóða" orkuflæðið mitt. Á milli tíðahringanna myndi ég eyða klukkutíma eða meira á dag til að tryggja að orkan mín staðnaði ekki. Þegar ég var á blæðingum þurfti ég alltaf að fylgjast með því, æfa eftir æfingu til að draga úr verkjum. Nýja starfið mitt að fylgjast stöðugt með þessu náttúrulega kvenferli (sem ég hataði svo mikið) var gagnsæ.

Þó að mér fyndist ég ekki hafa skilið það til fulls, hélt ég áfram að beita sumum af orkulækningum Donnu, en tók þá ákvörðun að fara dýpra í lækningaaðferðina mína. Mig langaði að læra hvers vegna eða hvernig orkan mín var að verða stöðnuð.

Af hverju læknast sumir varanlega og fullkomlega á meðan aðrir gera það ekki? Ég hafði kynnst nokkrum einstaklingum á ferðalagi mínu sem hafði læknast af kvillum sínum með því sem mér fannst vera einfaldleiki: B-vítamínsprautur, kínínuppbót, útrýming glúten eða álíka úrræði. Vegna þess að ég geri það ekki?

Ég fékk fljótt skýringarmynd: ef að meðhöndla líkamann leysir ekki vandamálið, þá gæti líkaminn ekki valdið því af sjálfu sér.

Hlutarnir sem vantar jákvæða hugsun

Þó ég hefði alltaf litið á mig sem eilíflega bjartsýnan mann var ég farinn að halda að ég væri misheppnaður í skóla jákvæðrar hugsunar.

Eða kannski var þetta aðeins flóknara og ég var enn ekki komin nógu langt. Hvað ef djúpstæð áhrif hugsana og tilfinninga væru svo mikil að það væri almennur grundvöllur lélegrar heilsu minnar?

Það var þá sem ég fór að greina líf mitt, ekki með reiði eða sektarkennd, heldur í gegnum tómleikatilfinningu í laginu hjarta sem var í mér og sem virtist bíða bara eftir því augnabliki að koma; það var tilfinningin að ég þyrfti að fylla eitthvað í mig. Ég opnaði mig fyrir þeim möguleika að líf mitt og ég hefði stuðlað að því að hún var í þessum aðstæðum, jafnvel þótt það væri ekki eins mikið vit í að svo væri ennþá. Þegar öllu er á botninn hvolft var ég samnefnari í mynstri sem virtist koma fram í mismunandi sjúkdómum á ýmsum stigum lífs míns.

Skýrari en nokkru sinni fyrr skildi ég skort minn á listinni að sleppa takinu, að vera berskjaldaður og treysta á lífið. Ég hafði alltaf reynt að stjórna öllu í lífi mínu, því ég var sannfærð um að heimurinn minn væri öruggari ef ég gæti. Ég hafði alltaf þurft að minna mig á að anda á streitutímum; annars hélt hann í eðli sínu andanum. Ég hélt oft aftur af lönguninni til að gráta, óskaði þess að ég væri sú manneskja sem ekki hefði áhrif á neitt. Mér virtist sem tilfinningar mínar væru öruggari í takmörkum líkamans og ég hugsaði aldrei um kostnaðinn sem þetta myndi kosta.

Hugur minn er rökréttur, rólegur og stjórnsamur, svo oft kom ég fram við hjartað mitt eins og það gæti gert slíkt hið sama. Ég hef alltaf verið „kletturinn" eins og margir vinir mínir segja mér. Mér fannst ósjálfrátt að það væri hlutverk mitt í lífinu að taka ábyrgð á vandamálum annarra og tók því verkefni án umhugsunar.

Ég hélt að innsæið mitt virkaði ekki rétt, en ég fór að átta mig á því að ég var að hunsa það þegar það hvíslaði að mér. Mér fannst óþægilegt að taka ákvarðanir byggðar á einhverju öðru en réttlætanlegum upplýsingum - ég er meyja út í gegn. Ég þurfti rökfræði og lögmætar ástæður til að komast út úr samböndum sem voru ekki rétt fyrir mig, starfsferil sem voru ekki rétt fyrir mig og fleira. Og óttinn ríkti yfir mér; ekki óttinn sem fylgir fælni heldur einhvers konar hræðslu sem olli því að ég var óörugg á hverjum degi, á allan hátt.

Lestu. Ég rannsakaði. Ég endurspeglaði. Ég dró í mig allt verk Dr. Bernie Siegel, Luise

Hay, frá Dr. Bruce Lipton, Caroline Myss, Wayne Dyer, Gary E. Schwartz, Candace Pert, Masaru Emoto og öðrum sérfræðingum. Ég varð meðvituð um hugsanlegar afleiðingar þess sem ég var að uppgötva: þessi óunnin tilfinningaorka, óuppgerð reynsla, takmarkandi trú á hvernig heimurinn ætti að virka, ótta, neikvæðni og almennt að hverfa frá því sem passar við hjarta þitt... það gæti gert þig óhamingjusamur og gerir þig líka veikan. Það var bitinn sem vantaði í jákvæða hugsunarpúsluspilið mitt. Þó að "hugsaðu jákvætt!" það hafði leyft mér að ná ákveðnum stað, með því gat ég ekki breytt lífshlaupi mínu til að lækna sjálfa mig algjörlega.

Allir þessir nýuppgötvuðu hlutir áttu þátt í streitu sem ég tel nú vega of þungt á mér, jafnvel fyrir líkama sem hafði endurfæðst eftir stofnfrumumeðferð. Þegar ég hugsa um það, þá er ég alveg viss um að óttinn við bakslag í Lyme-sjúkdómnum hafi verið svo til staðar að hann hafi sjálfur stuðlað að hrörnun heilsu minnar. Ég held að sú staðreynd að ég var sleppt af læknum mínum í London hafi verið nóg til að vekja líkama minn af innri lætiham sem hann var í og setja hann aftur í heilunarham. En hann vissi að það væri ekki nóg að vera meðvitaður um þennan ótta. Ég þurfti að finna leið til að umbreyta mynstrinu, ef ég vildi fá og vera heilbrigð.

Þú hefur kraftinn til að lækna sjálfan þig

Ég held að það hafi verið læknir Shroff ljóst að ég hefði ekki getað trúað því sem hún var að segja á þeim tíma, en hún vissi að ég var nálægt því.

Ég hætti að lokum. Ég hætti bara. Ég hætti að benda á einkenni mín og heilkenni, sem og meintar ytri orsakir þeirra. Ég leit inn.

Það er orðatiltæki sem segir að þegar nemandi er tilbúinn þá birtist kennarinn. Það er mjög satt. Upplýsingarnar sem ég uppgötvaði voru ekki nýjar, rétt eins og margt sem við „gerum okkur grein fyrir" eða höfum „skýring" um kemur venjulega ekki frá upplýsingum sem við höfum aldrei rekist á eða er ekki þegar innra með okkur.. Lykillinn er að vera tilbúinn. Þú getur séð eða heyrt það sama hundrað sinnum, en þangað til þú ert tilbúinn mun vera þín ekki taka við því. Ég þurfti að komast á það stig að ég væri svo leið á sjúkdómnum, byrðinni og baráttunni að ég einfaldlega neitaði að taka þátt í honum lengur; ekki í þeim skilningi að berjast við hana eða vera reiður út í hana, heldur að andinn minn væri virkilega leiður.

Ég gat skyndilega áttað mig á þeim skiptum sem ég hafði látið mér nægja að vera veikur, og hélt kannski ómeðvitað að þetta væri mín leið til að bera þunga annarra. Að gefa sjálfum mér leyfi til að sjá um sjálfan mig fyrst á undan öðrum var eitthvað óþekkt fyrir mig, en það var kunnátta sem auðvelt var að tileinka sér með sjúkdómnum. Kannski trúði ég jafnvel að einhverju leyti að það að vera veikur veitti mér öryggisstig sem ég gat ekki hugsað mér öðruvísi. Það verndaði mig frá heimi þar sem það var of erfitt fyrir mig að líða vel. Með þessu öllu varð ég aðskilinn frá mínu innra sjálfi og missti sjálfan mig, ég komst svo langt í burtu að líkaminn minn talaði til mín á þann eina hátt sem hann vissi hvernig: í gegnum einkenni.

Ferlið sjálfsuppgötvunar og losunar frá öllu passaði ekki lengur við lífið sem ég þráði ólmur, það var ekki eins dramatískt eða stórmerkilegt, en þetta var spurning um líf og dauða. Með þriggja hluta aðferðinni sem ég mun deila með ykkur í þessari bók, gerði ég það sem læknar gátu ekki gert fyrir mig, það sem stofnfrumur gátu ekki gert fyrir mig og það sem margir sögðu að þeir gætu ekki: Ég læknaði algjörlega og varanlega. varanlegt. Það er eitthvað sem ég var alveg viss um í gegnum ferlið. Bakterían ein og sér hafði ekki valdið Lyme-sjúkdómnum mínum og hormónaójafnvægið sem olli tíðavandamálum mínum virkaði ekki af sjálfu sér. Ég trúi því að stofnfrumumeðferð hafi verið upphafið að líkamlegri viðgerð á líkama mínum. Það var án efa hjálpað af persónulegum vexti mínum á meðan ég var á Indlandi. En að lokum, áfallið við að fara aftur í daglegt líf mitt olli lúmskri veðrun á heilsu minni enn og aftur. Ég breytti líkama mínum en ég breytti ekki lífi mínu og sambandi mínu við hann. Ég veit ekki aðeins að tilfinningalegt ójafnvægi mitt hafði veruleg áhrif á ónæmiskerfið, heldur trúi ég því að líkami minn hafi í örvæntingu verið að reyna að ná athygli minni. Hann var að reyna að segja mér að það hvernig ég lifði lífi mínu væri ekki í samræmi við mig sem mér var ætlað að vera. Ég lærði um möguleikann á að sýna sjúkdóm aftur ef maður ræðst ekki á uppruna hans. Ég held að líkami minn hafi í örvæntingu verið að reyna að ná athygli minni. Hann var að reyna að segja mér að það hvernig ég lifði lífi mínu væri ekki í samræmi við mig sem mér var ætlað að vera. Ég lærði um möguleikann á að sýna sjúkdóm aftur ef maður ræðst ekki á uppruna hans. Ég held að líkami minn hafi í örvæntingu verið að reyna að ná athygli minni. Hann var að reyna að segja mér að það hvernig ég lifði lífi mínu væri ekki í samræmi við mig sem mér var ætlað að vera. Ég lærði um möguleikann á að sýna sjúkdóm aftur ef maður ræðst ekki á uppruna hans.

Leikskáldið Katori Hall lýsti því best þegar hún sagði: „Það var eins og guð héldi á poka af blessunum og ég hélt á poka af skít, og þegar ég missti töskuna mína sagði guð „hér þú."

Ég var tilbúinn og rétti tíminn. Mér var alveg sama um afsakanir eða smáatriði hvernig hann komst að þessu marki. Ég var ekki bundin við sögu mína eða kenndi bakteríunum, vírusunum eða hormónunum um sem réðust á mig. Ég var bara til í að sjá að ef ég væri hluti af áskoruninni væri ég líka hluti af lausninni.

Hingað til hefur fólk enn spurt mig: "Hvernig vissir þú hvernig á að lækna?" Og sannleikurinn er sá að ég vissi það ekki. En ég var tilbúinn að leggja mitt af mörkum og reyna. Það var ekki mér að kenna að vera veikur, en ef ég ætlaði að ná bata þá varð það að vera á mína ábyrgð.

Ég lokaði augunum þétt og lét hlutina gerast í stað þess að neyða mig til að lifa eftir þeim. Ég þurfti að vera einstaklega hugrakkur til að snúa mér í þá átt, en það er mögulegt fyrir hvern sem er að gera það. Ég ákvað að ég ætti ekki annarra kosta völ en að treysta innilega á þá braut sem ég var að fara og ef mér mistókst gæti ég að minnsta kosti verið stolt af sjálfri mér. Ég faðmaði krossinn, á meðan ég sleppti henni; jafnvægi sem er kannski mesta afrek mitt. Ég tók þátt í lífsins vegi mínum en lét hana líka þróast á sinn hátt og á sínum tíma. Þegar ég tók þessa andlegu breytingu varð allt auðveldara. Smátt og smátt opnaðist ég fyrir nákvæmlega því sem ég þurfti að gera, á réttum tíma þegar ég þurfti að gera það. Ég leyfði einhverju að komast í gegnum mig og treysti ferli sem var stærra en ég sjálfur.

Leið þín mun einnig þróast með fullkominni tímasetningu og sýna púsluspilsbitana þegar þeir eru tilbúnir til lækninga. Það verður ekki alltaf á þeim tíma sem þú vilt hafa það, en það verður. Áskorunin er að vinna verkið, vitandi að það sem þú vilt er þegar á leiðinni.

Alltaf þegar ótti og efi yfirgnæfðu mig, einbeitti ég mér að þessum einföldu orðum Ram Dass: Vertu hér núna. Og þegar hann komst yfir augnablikið myndi hann reyna aftur. Stundum hrasaði ég í ferlinu, en ég hélt áfram að læra nýjar leiðir til að komast inn í orkukerfið mitt, og ef einhver virtist vera samfelld þá beitti ég því.

Það sem mér fannst ekki samræmt lagði ég til hliðar. Ég fór lengra en að hugsa jákvætt og fann eitthvað æðri: að líða jákvætt. Ég gerði það með því að komast inn í dýpt veru minnar og afhjúpa hluti sem virkuðu ekki lengur fyrir mig: trú, orku, tilfinningar og mynstur. Og eftir margs konar tilraunir og villur, tár og sigra, var ég læknaður inn í kjarna eingöngu með hjálp innri leiðsagnar minnar. Ég var auðvitað ekki fullkomin, en ég gerði það sem ég gat, eins oft og ég gat. Og þar með var nóg komið. Smátt og smátt sleppti ég skítapokanum mínum og um leið og ég gerði það komu blessanir. Ofnæmið hvarf,

Epstein-Barr vírusinn hjaðnaði og ónæmiskerfið mitt styrktist aftur, eins og ríkulegur kraftur sem ekki verður auðveldlega brotinn.

Að verða hinn raunverulegi þú

Allt um vellíðan hvílir á þessari einföldu reglu sem ég hef lært: Þú verður að verða sá sem þú ert í raun og veru. Þú hlýtur að vera hið raunverulega þú. Það þýðir að þú ættir að elska sjálfan þig, sætta þig við sjálfan þig og vera þú, sama hvað. Þú getur ekki tileinkað þér orku frá öðrum, né ótta, né neitt annað. Það má ekki lifa á miðri leið eða sækjast eftir litlu. Þessi heilunarferð snýst um að vera þú. Reyndar er sönn lækning ekki mæld með því að komast á stað þar sem þú ert laus við neikvæðar tilfinningar eða að vera líkamlega læknaður. Ég trúi því sannarlega að það að fjarlægjast eða skilja sjálfan þig frá innra sjálfinu þínu, eða frá því sem þú ert í raun og veru, sé rót óánægju í huga og líkama. Þú ert ekki bilaður og þú þarft ekki að laga. Þú hefur ekki rangt fyrir þér og þú þarft ekki að leiðrétta þig. Þú þarft ekki sjálfshjálp; þú þarft sjálfur ást. Þú þarft bara að finna sjálfan þig

Það eru margar leiðir til að draga úr okkar sanna sjálfi. Það er auðvelt fyrir mig að segja „vertu raunverulegur þú“ eða „verðtu sá sem þú ert í raun og veru“, en það getur verið erfitt að átta sig á því hvernig við erum ekki að gera það eða vera það. Þegar við verðum fullorðin getum við orðið svo aðskilin frá okkar sanna eðli að við missum viðmiðið okkar: hver er manneskjan innra með okkur. Til að reyna að koma þessari hugmynd á framfæri þannig að þú skiljir hana betur set ég fram persónulegan lista minn sem dæmi. Þetta eru þau atriði sem ég sé núna sem olli því að ég bældi mitt sannasta og dýpsta ljós og ýtti þannig undir veikindi mín. Ég legg til að þú gerir svipaðan lista yfir leiðir sem þú heldur að þú sért að gera það sama. Kannski ertu jafn hræddur við að gera listann þinn og ég er hræddur við að deila mínum,

Ótti.Ég kallaði það „kvíða“ og mér fannst það aldrei vera það sama og að vera „hrædd“ en innst inni var ég hrædd. Þetta eru nokkrir hlutir sem hræddu mig: Ótti við að deila og tjá tilfinningar, ótti við að mistakast eitthvað, ótti við að fólk reiðist mér, ótti við að treysta sjálfum mér, ótti við að foreldrar mínir deyja, ótti við að lenda í slysi eða meiðast , ótti við að slasa sig í íþróttum, ótti við að gera mistök, ótti við að ferðast og litla staði, ótti við mannfjöldann, ótti við sýkla, ótti við að hafa ekki stjórn á öllu, ótti við að eiga ekki peninga, ótti við að vera ekki hrifinn af fólk, og listinn heldur áfram. Okkur er svo sannarlega ekki gert að lifa undir stjórn ótta. Sambönd. Ég komst að því að ég var í samböndum sem ég vissi að væru ekki góð fyrir mig. Samböndin sjálf sköpuðu aðstæður þar sem ég forðaðist að segja það sem ég hugsaði og lifði með áhyggjur af því að gera maka minn reiðan, að honum fyndist ég ekki nógu áhugaverð eða skemmtileg og mér fannst ég bera ábyrgð á því að leysa óöryggi mitt. Það sem særði mig kannski mest var að hún var ekki heiðarleg við mig um þessi sambönd. Hann sannfærði mig um að hlusta ekki á það sem innsæi mitt sagði: að þetta samband væri ekki heilbrigt fyrir mig. Að sannfæra okkur um eitthvað sem okkur finnst ekki víst veldur átökum innra með okkur og er skaðlegt veru okkar. Allar þessar stillingar og síur sem hann gerði af mér komu í veg fyrir að þetta væri ég. Það sem særði mig kannski mest var að hún var ekki heiðarleg við mig um þessi sambönd. Hann sannfærði mig um að hlusta ekki á það sem innsæi mitt sagði: að þetta samband væri ekki heilbrigt fyrir mig. Að sannfæra okkur um eitthvað sem okkur finnst ekki víst veldur átökum innra með okkur og er skaðlegt veru okkar. Allar þessar stillingar og síur sem hann gerði af mér komu í veg fyrir að þetta væri ég. Það sem særði mig kannski mest var að hún var ekki heiðarleg við mig um þessi sambönd. Hann sannfærði mig um að hlusta ekki á það sem innsæi mitt sagði: að þetta samband væri ekki heilbrigt fyrir mig. Að sannfæra okkur um eitthvað sem okkur finnst ekki víst veldur átökum innra með okkur og er skaðlegt veru okkar. Allar þessar stillingar og síur sem hann gerði af mér komu í veg fyrir að þetta væri ég.

skora á migÞó að ég hafi að sumu leyti gert mig of ábyrgan fyrir hlutunum, þá fór ég að hætta á öðrum. Síðan ég byrjaði að vinna hef ég sjaldan verið í vinnu sem mér leið vel. Mér líkaði aldrei í skóla, né fannst mér ég vera góður nemandi, svo ég lokaði mig fyrir að hafa menntun sem hefði gert mér kleift að finna eitthvað sem ég hafði gaman af. Mér fannst ég svo óörugg í skólanum að ég reyndi ekki einu sinni að fara í fjögurra ára háskóla þar sem ég var dauðhrædd við að taka inntökuprófin. Í stuttu máli, ég takmarkaði möguleikana sem ég hafði fyrir líf mitt vegna þess að ég var hræddur við að taka próf. Það er svona heimskulegt sem við gerum. Á engan hátt trúi ég því að einstaklingur þurfi að hafa háskólamenntun til að ná árangri (ég er ekki með gráðu ennþá, en ég er alveg rólegur yfir því), en ég tel að við ættum að höfða til mikilleika okkar. Við þurfum að bera ábyrgð á okkur til að ná erfiðum markmiðum. Við getum ekki kúgað þegar eitthvað hræðir okkur ef það getur hjálpað okkur áfram.

sjálfsgagnrýni. Ég var hræðilega harður við sjálfan mig. Reyndar, ef það hefði verið einhver annar, hefði meðferð mín verið talin misnotkun. Hann skammaði mig fyrir hverja smá mistök og ófullkomleika og bjóst alltaf við meiru af mér en mannlega var hægt. Ég átti erfitt með að sleppa takinu og skemmta mér án þess að fylgjast stöðugt með hegðun minni. Gleðin er hluti af okkar sanna eðli og að bæla hana niður er ákaflega gagnkvæmt fyrir vellíðan okkar. Að læra að vera minna harður við sjálfan mig var ekki aðeins gagnlegt heldur líka nauðsynlegt.

sjálfsfórn. Ég var ákaflega ónæm fyrir að særa tilfinningar fólks, jafnvel þótt ég gerði það óviljandi. Vegna þessa forðaðist hún hann hvað sem það kostaði og greiddi það, tilfinningalega og líkamlega. Ég gerði hluti sem ég vildi ekki, ég setti sjálfan mig í síðasta sinn, ég sagði aldrei nei við aðra og já við sjálfan mig, ég passaði upp á að þjást fyrir einhvern ef það myndi bjarga viðkomandi frá þjáningum, og ég var of samúðarfullur við fólk sem særðu mig.. Sjálfsfórn birtist í mörgum myndum og er alltaf skaðleg.

Ég vona að þessi listi gefi þér skýr dæmi um hvernig við hindrum okkar sanna sjálf frá því að koma út. Þegar ég deili þessu með viðskiptavinum mínum segja þeir oft hluti eins og: "Vá, ég get ekki ímyndað mér hvernig þú gætir haft svona rangt fyrir þér!" Ég hlæ af því að ég veit að það vantar enn hluti á þennan lista. En ég er svo sannarlega sönnun þess að maður getur komið út úr allri þessari tilfinningu hamingjusamari og heilbrigðari.

Mikilvægast er að komast í gegnum þetta allt og finna leið til að vera þú án þess að biðjast afsökunar á því. Því meira sem þú getur gert það, því betra mun líf þitt líða. Það er kallað "að vera í takt" (við manneskjuna sem þú ert, ekki við aðra), og það er ótrúlegra en þú getur ímyndað þér. Orkan þín mun flæða, líkaminn þinn mun vera í algjörri lækningaham og þú verður á réttri leið til að upplifa kraftaverk. Sem bónus verður lífið líka ofboðslega skemmtilegt og milljón sinnum auðveldara en það er núna.

Mesta verkið í lífi okkar er að losa allt sem ekki er innifalið í þeirri hugmyndafræði. Það gerist ekki alltaf á einni nóttu, en svo lengi sem þú ert tilbúinn að vera "hér og nú" aftur og aftur, þá get ég með sanni sagt að þetta muni virka fyrir þig.

Reyndar lifi ég lífi mínu sem dæmi um hvað heilun er: sambland af því að lifa andlegu lífi í líkama sem líður vel á meðan ég borða líka mikið af pizzu, missa algjörlega Zen sjónarhornið og æfa mig að vera falleg mannleg hörmung. Þessi ferð til sannrar og varanlegrar lækninga er ekki sú ferð sem sker þig frá heiminum og frá raunveruleikanum. Það er einn sem samþættir það besta af þér í allt í kringum þig. "Stóra spurningin", eins og Joseph Campbell segir í The Power of Myth: "Er hvort þú ætlar að geta sagt einlægt já við ævintýrinu þínu".

Nú ertu tilbúinn að sleppa skítapokanum þínum og fara í bestu ferð lífs þíns?

Þáttur 2

Mín aðferð til að lækna huga, líkama og anda

Það er erfitt að vera þú. Það er erfitt að lifa með þeirri eftirsjá að hafa lifað lífi sínu í samræmi við væntingar annarra. Veldu þitt erfiða.

— JORDAN BACH

Þegar ég greindist með langt genginn Lyme-sjúkdóm árið 2007 fór ég inn í annan heim. Svo virtist sem almenn niðurstaða sjúklinganna væri sú að jafnvel læknar gætu ekki læknað þetta. Sem barn hugsaði ég bara um lækna sem hetjur og mitt persónulega öryggisnet. Þegar við vorum veik heimsóttum við þá og þeir læknaðu okkur. Svo í þetta skiptið var ég viss um að þeir gætu leyst vandamálið mitt. En eftir margra ára læknismeðferð stóð ég loksins frammi fyrir sannleikanum: stundum lætur jafnvel hetja þig niður.

Það var þá, og aðeins þá, sem ég sá fyrir mér þann möguleika að það gæti verið önnur leið fyrir allt þetta til að virka umfram einfalt líkamlegt illt jafngildir líkamlegri lausnarjöfnu. Það kemur í ljós að það er miklu meira en það.

Í þessum kafla munt þú uppgötva grunnatriði orkulíkamans, hvernig ákveðnar tegundir streitu hafa áhrif á orkulíkamann, mikilvægi sjálfsheilunar og þriggja hluta nálgun mína við lækningu. Þetta mun gefa þér traustan grunn til að skilja hvað þú munt upplifa með þessari bók.

Orkukerfi líkamans

LÍKAMI OKKAR ER LANGT umfram það sem við sjáum. Í raun er allt miklu meira en það sem við sjáum. Allt er í raun orka.

Við skulum taka ferð niður minnisbrautina og hugsa til baka til þess tíma sem við lærðum náttúrufræði í grunnskóla, þegar við lærðum – og gleymdum – að allt í alheiminum titrar. Hvert atóm hefur ákveðna titringshreyfingu. Hver hreyfing hefur tíðni (fjöldi sveiflna á sekúndu) sem hægt er að mæla í hertz. Tíðnin, útskýrð á einfaldan hátt, er flæðishraði raforku sem helst stöðugt á milli tveggja punkta.

Rétt eins og alheimurinn starfar á orku, þá vinnum við sem manneskjur líka á flóknu orkukerfi, sem hefur áhrif á öll líffæri okkar, vöðva, kirtla og fleira. Það nærist á rafboðum sem fara í gegnum okkur.

Þetta orkukerfi er kjarninn í því hvernig heilinn okkar virkar, hvernig vöðvar okkar og taugar taka við skilaboðum frá heilanum og hvernig skap okkar og hugsanir hafa áhrif á líf okkar. Þú gætir kannast við hugmyndina um orku í líkamanum með því að nota heilarita til að mæla heilabylgjur, EKG til að mæla rafvirkni hjartans og önnur lækningatæki til greiningar. Auðvelt er að mæla mikið af orku líkamans með verkfærum sem þessum, á meðan suma orku, venjulega skilgreind sem „fín", er ekki enn hægt að greina með þessum verkfærum. Sumar gerðir af fíngerðri orku eru rafsegulorka, segulmagnaðir titringur og lífsegulsvið.

Mörg forn lækningakerfi, þar á meðal hefðbundin kínversk læknisfræði og Ayurveda, eru byggð á orkukerfi líkamans. Innan orkukerfis líkamans eru ýmiss konar orkumynstur eins og orkustöðvarnar, lengdarbaunir, aura, lög og fleira. Mynstrin tvö sem við munum vinna með beint með tækninni sem er að finna í þessari bók eru lengdarbaugarnir og orkustöðvarnar. Meridians eru orkuleiðir í líkamanum. Hver lengdarbaugur rennur í gegnum líkamann og flytur orku til líffæra og vefja á ákveðinni leið. Þú munt læra meira um lengdarbauga í kafla 7 þegar þú lærir Emotional Freedom Technique (EFT). Orkustöðvarnar eru að snúast orkustöðvar í líkamanum sem geyma gamlar sögur. Hver orkustöð stjórnar ákveðnum hluta líkamans og hefur áhrif á líffæri og vefi á því svæði.

Þegar orkusvið okkar raskast, flæða óreglulega eða verða hægt og stíflað getum við farið að fá einkenni. Orkuáhrif má finna í líkamanum. Þeim getur liðið eins og þegar við erum með hnút í maga okkar þegar við finnum fyrir ótta, sviða í brjósti okkar þegar við erum tilfinningalega særð eða verkir í baki eða hálsi þegar við erum í innri átökum. Þú upplifir það þegar orkan þín flæðir ekki rétt til líffæra, kirtla og vöðva með þeirri orku sem þeir þurfa til að hafa það gott.

Orka streymir um mismunandi svæði líkamans. Ef það er stífla í einum hluta orkukerfisins mun það líklega hafa áhrif á önnur líffæri, vöðva og kirtla sem tengjast sama orkuflæði. Til dæmis liggur lengdarbaugur maga (orkubrautin sem tengist orkusviði magans) meðfram framhlið líkamans og umlykur augun. Ef það er ójafnvægi á þessari „leið" eða braut getur einstaklingur fengið einkenni í maganum, en einnig í sinushnútnum, því bæði svæðin deila sama orkuflæði. Annað dæmi er gallblöðrulengdarbaugur, sem liggur í gegnum hnén. Það er ekki óalgengt að vera með verki í hné ef það er orkustífla í gallblöðru.

Veikindi geta komið fram sem efnafræðilegt eða líkamlegt ójafnvægi, en það á upptök sín sem „blokk" í orkukerfinu. Reyndar er hægt að greina ójafnvægi á fíngerða orkusviðinu áður en einkenni koma fram í líkamanum. Öll líffæri, frumur og vefir líkamans hafa orkuríka tíðni. Hugsanir okkar hafa tíðni. Orkukerfi líkamans virkar í mynstrum sem hægt er að vinna með og breyta. Þetta þýðir að með því að skilja og æfa nokkrar meginreglur muntu sjá hvernig þú getur fengið aðgang að, aukið og fínstillt þessa orku til lækninga.

Þó að sýnt hafi verið fram á að ýmsir þættir eins og mataræði og mengun hafi áhrif á tíðni titrings í líkamanum leiddu mínar eigin rannsóknir mig að vinnu Dr. Bruce Lipton. Hann er frumulíffræðingur og höfundur metsölubókar New York Times, The Biology of Belief: Unleashing the Power of Consciousness, Matter, and Miracles. Hann er leiðandi á sviði erfðafræði, rannsóknum á því hvernig líffræði okkar, þar á meðal erfðafræðilegir þættir, aðlagast umhverfinu. Verk hans byggjast að miklu leyti á áhrifum streitu á mannslíkamann og tengslum hans við sjúkdóma. Dr. Lipton deilir gagnrýnum skilaboðum í gegnum vinnu sína: Lífeðlisfræði líkamans hefur getu til að bregðast við og laga sig að hugsunum og tilfinningum. Þér er ekki stjórnað af erfðafræðilegri samsetningu þinni. Frekar,

Þetta gefur okkur öllum mikla von, þar sem það þýðir að við höfum meiri kraft en við höfum nokkurn tíma ímyndað okkur til að hafa áhrif á líf okkar. Það er nú augljóst að við erum ekki gíslar gena okkar, óheppni okkar, slæmrar reynslu eða örlaga okkar. Líðan okkar er tengd viðhorfum okkar og skynjun.

Þessar uppgötvanir leiddu mig að þeirri niðurstöðu að streita gæti verið áhrifamesti þátturinn í mörgum sjúkdómsferlum og sálfræðilegum áskorunum sem við stöndum frammi fyrir. Ég ætlaði að lækna algjörlega, ég hafði prófað alls kyns afeitrun, mataræði og læknismeðferð, en áttaði mig fyrr eða síðar að það var ekkert eftir að laga nema ég. Þar sem að ráðast á bakteríur, vírusa, sveppi, sníkjudýr og fantur frumur var ekki árangursríkt fyrir mig, samþætti ég það sem ég lærði af Dr. Lipton og einbeitti mér að orkumikilli og tilfinningalegri heilsu minni. Ég vissi að margir sem höfðu verið bitnir af mítla eða orðið fyrir svipuðum hlutum voru ekki með sama alvarleika sjúkdómsins. Ég vissi innst inni að umfram alla þætti, ef ég gæti ákveðið mig,

Stress vandamálið

Streita er eitthvað sem ég taldi algengt þegar ég klára verkefnin, vinna mikið og takast á við góða og slæma hluti í lífinu. En ég lærði að þetta sjónarhorn er rangt. Þær tegundir streitu sem hafa mest áhrif á líkama okkar koma ekki frá því að flýta sér í vinnuna, hafa mikið af þvotti að gera eða annað. Þeir koma frá lífeðlisfræðilegri streitu.

Lífeðlisfræðileg streita myndast þegar líkaminn er í auknu læti eða ótta, oft kallað bardaga, flug eða frostmynstur.

Stundum koma nýir skjólstæðingar mínir til mín og segja mér að þeir séu með kvíðaköst, veikindi eða önnur vandamál sem stafa af því að „gera of mikið", vinna of mikið og eyða löngum tíma í að ýta sér án þess að hafa bensín til þess. Og þó að þetta mynstur að ýta okkur út fyrir okkar takmörk tæmi orku okkar, þá er það ekki það sem við „gerum" sem er vandamálið. Ástæðan fyrir því að við gerum það er vandamálið. Að neyða okkur til að bera takt sem stangast á við anda okkar, eða við það sem við erum í raun og veru, er hið raunverulega vandamál. Ástæðurnar fyrir því að við búum svona eru þær sem við verðum að vinna í.

Ég mun nota sjálfan mig sem dæmi til að sýna fram á þetta atriði. Ég elska að gera hluti stanslaust. Hluti af því er vegna persónuleika minnar, og það er allt í lagi. Ég elska að hafa nokkur verkefni í gangi, lesa tvær bækur á sama tíma og stundum missa ég mig algjörlega að gera eitthvað. En þessi þáttur í persónuleika mínum er ekki það sem skapaði óþægindi og sjúkdóma í líkama mínum. Ástæðurnar fyrir því að hann neyddi mig til að gera svona mikið voru orsökin. Áður þvingaði ég sjálfan mig vegna þess að ég vildi ná árangri, fullkomin og hafa stjórn á öllu í lífi mínu. Ástæðurnar eru þær sem olli því að ég fékk átök, flótta eða frystingu. Þær ástæður ollu sjúkdómnum.

Menn eru nokkuð seigir. Við getum gert margt áður en við brotnum. En við getum ekki rekast á anda okkar eða gegn hinu sanna eðli þess sem við erum. Við bara þoli það ekki lengi.

Streita, eða bardaga, flug eða frostviðbragð, stjórnast af sérstökum orkukrafti í líkamanum sem kallast þrefaldur hlýrri lengdarbaugur. Mér finnst gaman að hugsa um þrefaldan hlýrra lengdarbaug sem innri verndara. Þegar við geymum óuppgerða tilfinningalega upplifun í líkama okkar, getum við verið stöðvuð í rými þar sem þrefaldur hlýrri lengdarbaugur er í læti eða ofnotkun. Það er ekki streitan sjálf sem endilega táknar hættu, heldur viðbrögðin sem líkami okkar hefur við þeirri streitu. Í þessu bardaga-, flug- eða frostástandi gerir þrefaldi hlýrri lengdarbaugurinn allt sem hann getur til að vernda okkur (eins og björn gerir fyrir ungan sinn), en það tæmir alla orku úr viðhenginu, sem viðheldur ónæmiskerfinu. Þrífaldur hlýrri lengdarbaugur stjórnar líka venjum okkar. Þegar þrefaldur hlýrri lengdarbaugur er á varðbergi er hann á móti breytingum, til að reyna að halda okkur öruggum. Þetta er ein af ástæðunum fyrir því að þegar við erum undir álagi getur verið mjög erfitt að breyta venjum okkar. Mörg sinnum streymum við gegn því að þiggja hjálp, við gerum uppreisn gegn hlutum sem við vitum að væri gott fyrir okkur og hættum að sjá um okkur sjálf. Þetta er vegna þess að viðnám þrefalda hlýrra lengdarbaugsins gegn breytingum er að gera sjálfsskemmdarverk og líta á allt nýtt eða öðruvísi sem meiri streitu. Þetta er ein af ástæðunum fyrir því að þegar við erum undir álagi getur verið mjög erfitt að breyta venjum okkar. Mörg sinnum streymum við gegn því að þiggja hjálp, við gerum uppreisn gegn hlutum sem við vitum að væri gott fyrir okkur og hættum að sjá um okkur sjálf. Þetta er vegna þess að viðnám þrefalda hlýrra lengdarbaugsins gegn breytingum er að gera sjálfsskemmdarverk og líta á allt nýtt eða öðruvísi sem meiri streitu. Þetta er ein af ástæðunum fyrir því að þegar við erum undir álagi getur verið mjög erfitt að breyta venjum okkar. Mörg sinnum streymum við gegn því að þiggja hjálp, við gerum uppreisn gegn hlutum sem við vitum að væri gott fyrir okkur og hættum að sjá um okkur sjálf. Þetta er vegna þess að viðnám þrefalda hlýrra lengdarbaugsins gegn breytingum er að gera sjálfsskemmdarverk og líta á allt nýtt eða öðruvísi sem meiri streitu.

Þegar þessi orkubreytileiki á sér stað eiga þessi viðbrögð einnig sér stað.

Lífeðlisfræðileg til streitu:

-BLÓÐ HÆTTIR AÐ STREYMA til meltingarvegar, botnlanga og annarra líffæra sem ekki eru lífsnauðsynleg.

-Líkaminn framleiðir umfram glúkósa.

-Ónæmiskerfið er bælt, að hluta til með framleiðslu á miklu magni kortisóls sem stafar af losun adrenalíns.

-Þau svæði heilans sem tengjast skammtíma- og langtímaminni eru einnig fyrir áhrifum.

Hjartsláttur og blóðþrýstingur hækkar.

Komið hefur í ljós að streituhormón eykur framleiðslu á bólgueyðandi cýtókínum. Cýtókín eru sértæk prótein sem bera ábyrgð á því að senda boð milli frumna til að koma bólguferlinu af stað til að bregðast við hættu og hægja á ferlinu þegar streita er liðin hjá.

Þó streita sé oft álitin neikvæð, þá er mikilvægt að hafa í huga að það getur verið gagnlegt ef við þurfum að fá efnin sem hjálpa okkur að berjast (verjast), flýja (flótta úr aðstæðum) eða frjósa (önd eða fela) streyma til forðast aðstæður. hættu. Gott dæmi um hvernig streituviðbrögðin verða að virka er það sem gerist í dýralífi. Dýr sýna þessa hegðun (tígrisdýr „berjast“, kanínur „frjósa“ og antilópur „flýja“), en síðan skjálfa þær eða einhvern veginn sleppa því ástandi til að halda áfram í umhverfi sínu. Þetta mynstur hjálpar þeim oft að halda lífi. Hins vegar festast mörg okkar í þessu eilífa ástandi, losum það aldrei úr kerfinu okkar, né snúum aftur í hlutlaust ástand.

Stór áskorun er að kerfi okkar geta ekki greint muninn á streitu sem stafar af raunverulegri ógn og þeirra sem stafa af óleystum tilfinningalegum átökum, óunnnum áföllum (reynslu) eða óheilbrigðu tilfinningamynstri, eins og þegar við segjum neikvæða hluti við okkur sjálfum.

Þrefaldur hlýrri lengdarbaugur

Ef við leysum ekki þessar tegundir af tilfinningamynstri getur líkami okkar brugðist við á skaðlegan hátt. Mín reynsla er að lífeðlisfræðileg streita getur stafað af öllu sem kemur í veg fyrir að við getum slakað á eða fundið fyrir öryggi í þessum heimi, tilfinningalega eða líkamlega. Þetta felur umfram allt í sér að vera ekki viss um að vera það sem við erum í raun og veru. Þetta eru hlutir sem við tökum kannski ekki eftir að hafa áhrif á okkur, og líklegast tökum ekki eftir að hafa áhrif á okkur að því marki sem þeir hafa. Reyndar er alveg hægt að vera stressaður á djúpu stigi án þess að vera stressaður því maður endar með því að samsama sig því.

Það eru til óteljandi rannsóknir sem nefna streitu sem ríkjandi þátt í mörgum sálrænum kvillum og sjúkdómum. Hins vegar er streita sjálft ekki vandamálið. Það er hvernig við bregðumst við þessum streituvaldandi áhrifum sem veldur innri streitu, sem lokar leið okkar að ástandi vellíðan. Með öðrum orðum, vandamálið er samband okkar við streitu.

Spurningin: "af hverju ég?"

Þegar ég uppgötvaði allar þessar upplýsingar sem þú ert að læra, kenndi ég sjálfum mér um. Ég velti því fyrir mér hvernig það væri mögulegt að sumt fólk, sem hafði orðið fyrir óhugsandi áföllum eins og stríði, gæti lifað hamingjusömu og heilbrigðu lífi á níræðisaldri. Og hvernig einhver eins og ég, sem ólst upp við mikla ást og lifði aldrei í gegnum neitt sem gæti talist jafn áverka og stríð, gæti endað þar sem hann var. Með tímanum áttaði ég mig á því að þessi vandamál voru ekki vegna galla eða galla af hálfu þess sem hafði alið mig upp, eða eitthvað sem var í eðli sínu að mér.

Það var bara. Kannski hafði hann einfaldlega fæðst með viðkvæma sál. Kannski átti þetta bara að vera mín leið í einhvern tíma. Án þess að vita smáatriðin, né svörin, hætti ég að spyrja sjálfan mig. Það var kominn tími til að halda áfram.

Nú spyrja viðskiptavinir mínir mig oft "af hverju ég?" Af hverju get ég ekki tekist á við hlutina þegar ég veit að annað fólk hefur gengið í gegnum verra? Af hverju kemst ég ekki yfir það? Hvað er að mér? Ég vil útskýra þetta aðeins nánar vegna þess að það er mjög mikilvægt.

Í fyrsta lagi eru tilfinningaleg öfl - trú, fyrri reynsla, skynjun, óánægja með hver við erum og fleira - í okkur öllum. Þessar skoðanir bregðast við orkukerfi okkar og það ákvarðar hvernig við bregðumst við utanaðkomandi áhrifum. Flest höfum við reynt að breyta ytra lífi okkar en það kemur í ljós að við erum enn í ójafnvægi, óhamingjusöm og veik. Og þó að það sé nauðsynlegt að hlusta á hjartað þitt þegar kemur að því að yfirgefa eitruð sambönd og gera aðrar breytingar sem eru góðar fyrir sálina, þá er kannski ekki góð áætlun að treysta algjörlega á það. Þegar þú horfir á fyrirhöfnina og orkuna sem þarf til að reyna stöðugt að stjórna eða aðlagast aðstæðum í kringum þig – hvort sem það er frá því að ráðast á vírus eða breyta streituvaldandi aðstæðum í lífi þínu – muntu uppgötva að þetta í sjálfu sér er streituvaldandi.

Í öðru lagi eru tvær tegundir af orku sem þú gætir hafa fæðst með. Þeir eru fyrri líf og kynslóðaorka. Leyfðu mér að útskýra það.

fyrri lífsorka

HUGMYNDIN UM FYRRI líf byggist á þeirri hugmynd eða þeirri trú að áður en þú komst hingað á jörðina hafir þú lifað mörg fyrri líf. Þú hafðir reynslu, tengsl og sambönd sem þú berð enn með þér frá fyrri lífum sem geta haft neikvæð áhrif á upplifun þína í þessu lífi. Til dæmis, kannski í fyrra lífi varstu móðir sem missti son sinn í bílslysi. Hugsanlegt er að í þessu lífi hafir þú enn eitthvað af óttanum eða minningunum á orkusviðinu þínu og að þær hafi áhrif á upplifun þína núna. Þetta var ekki eitthvað sem ég kannaði í heilunarferlinu mínu, heldur eitthvað sem ég hef séð sem gagnlegt í að vinna með skjólstæðingum mínum. Þó að það séu margir sérfræðingar sem sérhæfa sig í afturhvarfi fyrri lífs (ferli sem tekur þig aftur til fyrra lífs til að lækna þar),

kynslóðaorku

Kynslóðaorka er sú sem þú erft frá forfeðrum þínum. Þú gætir hafa heyrt ýmis nöfn sem tengjast þessum orkum, þar á meðal erfðaorku eða forfeðraorku. Á sama hátt og við getum erft gen eða persónueinkenni frá foreldrum okkar og forfeðrum, erfum við stundum líka orku þeirra. Þessi orka getur komið í formi óuppgerðra tilfinninga frá reynslu í lífi þínu, trú eða ótta. Mörgum sem bera þunga kynslóðaorku kann að líða eins og þeir hafi alltaf haft ský yfir höfðinu. Þeir gætu átt erfitt með að ákveða hvenær það byrjaði eða hvaðan það kom. Þeir geta lýst því þannig að þeir finni eitthvað sem er ekki þeirra eigin, og það er rétt vegna þess að líkami þeirra finnur ekki upprunastað fyrir það. Ég sé það venjulega í fjölskyldum með mikla orku ætterni, eins og þeir sem lifðu helförina af. Ef þig grunar að þetta eigi við þig (og jafnvel þó það sé það ekki), þá er gott að kanna það.

Þegar þú vinnur með kynslóðaorku er mikilvægt að vita að allir hafa hana. Það er engin ástæða til að vera reiður út í foreldra þína eða forfeður. Við getum miðlað miklu til barna okkar og enginn er ónæmur. Það er hluti af lífinu að komast að því. Þó að þessi orka sé kannski ekki „okkar“, þá er það á okkar ábyrgð að hreinsa þær sjálfar. Ég held að þessar orkur haldi áfram að berast þangað til þær ná kannski til einstaklings sem hefur þróast og er nógu meðvituð til að hreinsa þær. Það er frábært tækifæri til að brjóta kunnuglegt mynstur sem hefur verið í gangi í langan tíma.

Þó að kynslóðaorka eða fyrri lífsorka geti verið mikilvæg, þá er nauðsynlegt að við komumst ekki að því marki að einblína fyrst og fremst á þá. Ég hef aldrei séð þessar orkur vera jafn mikilvægar í heilunarferlinu og eigin reynsla, trú og önnur mynstur. Þeir eru örugglega þess virði að skoða, en ekki leyfa þér að nota þá sem truflun frá þínu eigin "viðskiptum."

Kannski er það þín eigin lífsreynsla sem kom þér á þennan stað, eða kannski hefur þú einhverja orku "sem þú fæddist með" sem hefur áhrif á þig. Líklegast er þetta blanda af hvoru tveggja. Ef þú læknar ekki eða finnur ekki hamingjuna eins og þú hélst að hún myndi gera, eða eins og þú hélst að hún ætti að gera, þýðir það ekki að þú sért niðurbrotinn. Í raun þýðir það að þú ert einstakur. Þú ert að slá í gegn, losa þig og opna þig á þann hátt sem gæti aðeins gerst með því að ögra þolinmæði þinni og þrautseigju. Hvorki B-vítamín, né afeitrun, né sterkasta meðferð á jörðinni gæti gert fyrir þig það sem þetta ferli er að gera.

En hið raunverulega svar við "af hverju ég?" er að svarið skiptir ekki máli. Þú ert þar sem þú ert af ástæðu sem þú skilur kannski ekki alveg. En um þetta er ég viss: alheimurinn og líkami þinn mun ekki leyfa þér að halda áfram að gera það sem þú hefur verið að gera: að lifa skert eða hvað það er sem þú hefur gert. Þetta er byrðin og um leið mannlega gjöfin. Þessi leið er ætlað að vera þín. En ekki að eilífu. Héðan er komið að þér að halda áfram.

Breyttu sambandi þínu með streitu

Líkaminn hefur mikla getu til að verja og verja sig (með baráttu, flugi eða frostviðbrögðum) og til að lækna og gera við sjálfan sig. Eina skilyrðið er að þessi ferli geti ekki átt sér stað samtímis. Líkaminn getur aðeins farið í heilunarham þegar þú færð hann úr kreppuham eða ástandi stöðugrar streitu. Þetta þýðir ekki að þú þurfir að vera stresslaus til að lækna. Það þýðir einfaldlega að ábyrgð þín er að gera allt sem þú getur til að láta líkama þinn finna fyrir sjálfstraust til að gera það.

Besta leiðin til að slaka á í líkamanum til að lækna er að slökkva á bardaga, flugi eða frostmynstri. Með öðrum orðum, við þurfum að sannfæra þrefalda hlýrra lengdarbauginn um að það sé í lagi að hann fari úr verndarham sínum. Ein sannreynd aðferð til að gera þetta er með því að virkja slökunarsvörun, hugtak sem Dr. Herbert Benson, dósent við Harvard Medical School, fann til. eins og jóga, orkuheilun, nálastungur, bæn, hugleiðslu, qi gong og margar aðrar aðferðir; allt sem skapar öfug áhrif bardaga, flugs eða frystingarviðbragða. Reyndar, slökunarviðbragðið er svo öflugt að þú getur séð möguleika þess í algengum fyrirbærum þar sem fólk er með fæðuofnæmi og það minnkar verulega eða hverfur þegar það er í fríi. Þetta er vegna þess að líkaminn þinn er ekki að búa til streituviðbrögð eins og hann gerir venjulega þegar þú ert heima. Kannski ertu minna hræddur við að vera eins og þú ert á stað þar sem enginn þekkir þig, eða yfirmaður þinn er ekki að valda tilfinningunni um að vera „ekki nógu góður“ sem veldur meðal annars streitu.

Mitt eigið ferli, sem þú munt æfa í þessari bók, er áhrifaríkt vegna þess að við erum alltaf að vinna beint að því að losa um rót tilfinningalegs ójafnvægis og tengsl þess við streitu í orkukerfinu. Að nota aðferðina sem kallast orkusálfræði, sem er undirstaða þessarar bókar, hjálpar til við að ná þessu. Orkusálfræði vísar einfaldlega til tækni sem vinnur sérstaklega að tengslum orkukerfis okkar og tilfinninga okkar, hugsana og hegðunar. Að fá aðgang að og vinna með orkukerfið okkar á þennan hátt gefur okkur tækifæri til að breyta sambandi okkar við streitu, sem hjálpar okkur að verða samþættasta og hamingjusamasta útgáfan af okkur sjálfum.

Orkuvinna gefur okkur tæki til að koma þrefaldri hlýrri lengdarbaugnum okkar (verndarlengdarbaugnum) af barmi og á stöðugri jörð. Aðeins þá er líkaminn fær um að færast úr ástandi varnar og verndar yfir í það að hvetja til öflugrar sjálfslækningargetu sinnar.

Til þess að læknast að fullu þurfum við að breyta lífeðlisfræðilegum viðbrögðum okkar við streitu. Með því að gera það verður þú ekki fangi áhyggjum, óttast að streita muni sigra þig. Ég man að læknar sögðu mér, jafnvel þegar ég væri að lækna, að ég ætti alltaf á hættu að fá bakslag ef ég yrði stressuð. Þeir sögðu að ef ég fengi kvef eða flensu, ef ég gerði of mikið eða borðaði sykur myndi ég enda aftur veik. Þessi reynsla er mörgum sameiginleg og var mér tilkynnt af góðum hug; þetta varð samt ekki bara trú fyrir mig, þetta varð líka stress í sjálfu sér því ég endaði með að ég var stjórnlaus og máttlaus. Ég get ekki tekist á við stress. Ég verð aftur veik ef mér verður kalt. Bakslag er óumflýjanlegt.

Það píndi mig, en ég þurfti þess ekki, því ég lærði loksins að þegar þú vinnur innra verkið og styrkir þig innan frá, sem felur í sér að breyta sambandi þínu með streitu, þá ertu ekki lengur sú viðkvæma manneskja sem þú varst. Það er nauðsynlegt að uppfæra hugsunarhátt þinn um það. Þú getur orðið sterkari. Þú getur létt á þér og verið heilbrigð, jafnvel þótt þú hafir mikið að gera, borðar sykur eða kvefist.

Til að styrkja sjálfan þig í alvöru (og ná árangri!) er miklu gáfulegra að breyta samböndum og viðbrögðum við utanaðkomandi áhrifum svo að við getum haldið okkur stöðugum, jafnvel þó að jörðin sé hvik.

Ávinningurinn af því að lækna sjálfan þig

EKKI VERA HRÆDDUR EF þú ert furðu lostinn og veltir því fyrir þér hvernig þú kemst þaðan sem þú ert núna og kemst á stað þar sem þú getur tjáð þig og lifað af þínu sanna sjálfi og finnst þú vera rólegur og yfirvegaður.

Það mun líklega gerast í litlum skrefum eða í stórum stökkum. Eins og þú munt sjá síðar er það að líða stjórnlaus ein helsta ástæðan fyrir því að okkur finnst óöruggt í heiminum. Sjálfslækningin virkar strax með því að vinna gegn þeirri rótgrónu tilfinningu í hverri æfingu. Í meginatriðum snýr það getuleysi við. Með því að tileinka þér sjálfsheilun muntu læra að líða öruggur í þínum eigin höndum, staðfesta skilaboðin um að "ég get verið í lagi" sama hvað og "ég get hjálpað mér!" Með öðrum orðum, einfaldlega að taka lækningu þína í hendurnar sendir sterk skilaboð um öryggi og kraft til líkamans, sem snýr við bardaga, flugi eða frystingu. Sjálfslækningaraðferðin virkar sem eigin lækningaaðferð. Þú munt fljótlega átta þig á því að þú ert lykillinn að ferli sem þér fannst þú vera stjórnlaus.

Eina skilyrðið til að ná árangri er að við þurfum að vinna okkar eigin vinnu. Jafnvel þó við notum stuðning lyfja eða annarra valkosta getum við ekki afsakað okkur frá mikilvægasta hluta ferlisins. Fólk finnur oft fyrir þrýstingi að velja eina eða aðra leið: Vestræna eða hefðbundna læknisfræði. En sannleikurinn er sá að það er engin rétt eða röng leið. Við verðum einfaldlega að mæta völdum straumi á miðjum veginum. Jafnvel þau okkar sem kjósa að nota náttúrulyf ættu læknisfræðileg inngrip ekki að vera mistök. Meðferð gefur okkur stundum tíma til að lækna alvöru sár. Sérhver lækningaraðferð getur verið okkur til góðs ef við finnum leið til að líða vel með hana. Niðurstaðan er sú að við þurfum að verða miðill þar sem heilun á sér stað. Við þurfum að hreinsa landið okkar. Og besta leiðin til að gera það er með því að vinna alla veru okkar: huga (andlegt mynstur), líkama (líkamlega hluti, þar á meðal orkumynstur í líkamanum) og anda (orka þess sem þú raunverulega ert innst inni).

Kynning á þriggja hluta heilunaraðferðinni minni

Þú manst kannski trélíkinguna sem ég kynnti áðan. Djúp og varanleg lækning kemur frá því að hreinsa jarðveg lífs þíns svo þú getir verið sá sem þú ert í raun og veru. Allt sem mun hjálpa þér að lækna er dregið saman í þessari einu nálgun og það er það sem vinnan mín byggir á. Hér mun ég kynna í stuttu máli lækningaaðferðina mína sem við munum rannsaka saman í kafla tvö.

Hluti 1: Gefa upp, samþykkja og flæða

Áður en þú byrjar að lækna, verður þú að gefast upp þar sem þú ert og sjá það sem upphafspunkt þinn. Þú verður að líta á þig sem tré með dauðum laufum og óhreinindum sem þarf að sinna og sætta þig við hvar þú ert núna. Að vera í þeirri stöðu og vera sátt við hana er forsenda lækningaferlisins. Í raun er það ómissandi hluti af lífinu. Ég veit að það er ekki fallegt og þú ert í örvæntingu að reyna að verða betri, en að læra að sætta þig við nákvæmlega hvar þú ert núna, slæmur eins og það er, er mjög mikilvægt. Að læra að fyrirgefa sjálfum sér, hlæja að sjálfum sér og hætta að kveljast yfir hverju smáatriði er kaldhæðnislega hluti af ástæðunni fyrir því að þú ert hér. Þú verður að læra að vera minna harður við sjálfan þig. Þú þarft að hætta að eyða orkunni í að berjast svona mikið. Kannski er markmið þitt að laga hlutina,

Það er nauðsynlegt að læra listina að gefast upp, því á þeim tímapunkti er frábært tækifæri til að skapa grunn fyrir lækningu. Þetta felur í sér að byrja að vinna með orku og hugsunarmynstur. Í gegnum það geturðu æft þig í að vera góður við sjálfan þig. Þú munt þurfa á þessum hæfileika að halda, því að vera sem skammað er læknast ekki auðveldlega.

Veistu hvernig þér líður þegar annað fólk gerir þér þetta? Öll þessi ár af því að reyna að komast að skilaboðunum sem þú fékkst frá foreldrum þínum, kennurum þínum og öðru fólki? "Þú ættir að gera meira." "Þú ættir að vera meira." „Flýttu þér og náðu árangri." Þú þarft að byrja að gera hið gagnstæða. Þú þarft að læra að vera minna harður við sjálfan þig. Það er krafa um vellíðan. Í staðinn skaltu segja hluti eins og: "Allt í lagi, ég hef tíma." "Ég get slakað á." "Mér gengur vel." Ég fullvissa þig um að það mun breyta miklu í lífi þínu.

2. hluti: Greinir stíflur

Það eru nokkrir hlutir sem hindra heilunarferlið þitt. Til þess að læknast verður hver hluti af veru okkar að vera í takt við það að vera vel. Þó það virðist augljóst, hafa flestir skjólstæðingar mínir mikla mótstöðu við að hafa það gott. Með öðrum orðum, oft á undirmeðvitundarstigi sem þeir eru ekki meðvitaðir um, eru þeir ekki að fullu í takt við eigin lækningu. Að vera í takt þýðir að vilja lækna, finnast þú eiga skilið lækningu, vita að þú getur læknað, vera tilbúinn til að lækna og fleira. Ef hluti af þér á einhverju af þessum stigum, meðvitað eða ómeðvitað, streist gegn því að standast áskorun þína, verður það eins og að klifra Everest á móti vindi. Kannski hefur þetta þegar verið svo erfitt og núna veistu hvers vegna.

Leyfðu mér að sýna þér þetta hugtak í verki. Segjum að þú hafir byrjað að fá kvíðaköst rétt fyrir stafsetningu í menntaskóla, æfingu sem þú varst sannfærður um að þú myndir mistakast í. Og vegna þess kvíðakasts sagði kennarinn þinn þér að taka ekki þátt og horfa bara á bekkjarfélaga þína. Geturðu séð núna, mörgum árum síðar, að hluti af þér vill kannski ekki komast yfir þessi kvíðaköst vegna þess að þú lærðir að þau vernda þig? Kannski finnst hluti af þér, jafnvel ómeðvitað, enn að þú þurfir kvíðaköst til að losna við hluti sem hræða þig: eins og að vera niðurlægður eða skammaður af jafnöldrum þínum. Þessi tegund af atburðarás getur komið í veg fyrir að þú sért í takt við lækningu þína. Að samræma markmið okkar er eitthvað sem við verðum að fylgjast vel með.

Líkamstjáning er líka frábær vísbending um fyrri tilfinningaorku eða núverandi mynstur sem þarf að vinna í gegnum og hreinsa til að fá fulla og algera lækningu. Einkenni líkamans eru full af vísbendingum, skilaboðum og myndlíkingum sem geta hjálpað okkur að bera kennsl á nákvæmlega hvað við þurfum til að lækna innra með okkur. Stór lykill að lækningu er, eins og þú munt læra, að komast að því hvað er að verða á vegi þínum. Þegar þú hefur gert það geturðu haldið áfram.

Part 3: Breyttu sambandi þínu með streitu

Streita er orð sem við heyrum oft. En mundu að streita sjálft er ekki risastór vandamál sem við höldum að það sé. Samband þitt við streitu er vandamálið. Það er mikilvægt að greina og umbreyta sambandi þínu við streitu, frekar en að reyna að útrýma því. Ef þú ert með líkamleg einkenni getum við örugglega gert ráð fyrir að ónæmiskerfið þitt sé bælt og tengsl þín við streitu er aðalástæðan fyrir því. Og ef þú ert að upplifa tilfinningalega áskoranir, ja, það gerir það enn augljósara að það er streita sem þú þarft að vinna í.

Streituvaldandi viðbrögð í líkamanum koma frá hlutum eins og þessum:

-Óunnar upplifanir
-Skaðleg viðhorf
-Tilfinningamynstur sem eru ekki holl
-Ótti

Allir þessir þættir hafa áhrif á það hvernig þú tengist og bregst við í lífi þínu. Að breyta sambandi þínu við streitu með því að vinna á þessum helstu sviðum mun hafa mikil áhrif á líf þitt. Gífurlegt.

Nú þegar við höfum útlistað ferlið á almennan hátt er kominn tími til að halda áfram og koma því í framkvæmd. Síðan í kafla tvö, það er það sem við munum gera.

Kafli II

Reynt og prófað lækningaferli

Fyrsti hluti

Gefa upp, samþykkja og flæða

Ímyndaðu þér að þú sért að synda í sjónum, þrjá kílómetra frá ströndinni. Himinninn er blár og heimurinn virðist fallegur. En mínútu síðar breytist allt. "Hvaðan komu þessi ský?" hugsarðu. "Af hverju er vatnið svona gróft?" Þú byrjar að óttast um öryggi þitt og að berjast. Þú sparkar og strýkur og notar hverja únsu af orku sem þú hefur til að halda þér á floti. Eftir fyrstu fimm mínúturnar ertu örmagna og nær varla hausnum upp úr vatninu.

Hvað myndi gerast ef þú breyttir nálgun þinni? Hvað myndi gerast ef þú gafst upp og sættir þig við núverandi veruleika þinn? „Ég er í hræðilegu hafi. Öldurnar eru stórar. Ég get ekki synt á móti þeim í bili. Ég geri mitt besta. Mig langar að laga það, en núna get ég það ekki." Hvað ef þú rúllaðir á bakið, horfðir upp á stóran, reiðan himininn og slepptir þér bara?

Veistu hvað myndi gerast?

ég geri það. þú myndir fljóta Og þá myndirðu flæða auðveldara í hvora áttina.

Það er eitthvað sem gerist alltaf þegar þú gefst upp og samþykkir nákvæmlega hvar þú ert: þú finnur leið til að sætta þig við það (og sætta þig við sjálfan þig) og hætta að berjast. Þú losar þig við að minnsta kosti helminginn af áreynslunni sem þú hafðir verið að leggja á þig. Þú hefur orku til að vera með sjálfum þér í gegnum ferlið. Þú færð tækifæri til að létta þig og slaka á. Þú hættir að „berjast“ og þökk sé þessu byrjarðu að losa þig með mun minni fyrirhöfn en áður.

Í fyrsta hluta munum við kanna mikilvægi þess að gefast upp þar sem þú ert, jafnvel þó þú viljir ekki vera þar. Þú munt læra hvers vegna það er nauðsynlegt að gera það, sem og tækni sem getur virkilega hjálpað þér að gera það. Þú munt geta notað þetta rými sem þú býrð til til að vinna rólega í sjálfum þér og byggja upp traustan grunn fyrir lækningu. Þú getur ekki hatað sjálfan þig á leiðinni að einhverju, sérstaklega lækningu. Þú getur það bara ekki. Þegar þú hættir að eyða orku þinni í að berjast, muntu hafa nýjan, traustari upphafspunkt til að byrja á. Þú munt líka uppgötva hvernig þú getur tekið lítil skref til að hugsa um hvar þú ert, sem mun hjálpa þér að láta allt líða þægilegra þar til þú kemst á þann stað sem þú vilt vera.

kafli

Það er kominn tími til að hætta að berjast

Það er hollt að kasta inn handklæðinu þegar þú ert við það að tapa.

— JONATHAN FRANZEN, hvernig á að vera einn

Að gefast upp er eitthvað sem við túlkum sem að gefast upp. En að gefast upp þar sem þú ert er allt öðruvísi en að gefast upp. Það er hið gagnstæða. Það er að viðurkenna „hér" sem upphafspunkt. Í þessum kafla munt þú skilja hvað uppgjöf þýðir, lesa dæmi um hvað það þýðir og læra mikilvægar aðferðir til að hjálpa þér að gefast upp. Með því að nota söngtæknina og tignarlega betla (mín útgáfa af bæn), muntu vera á leiðinni til að skilja ekki bara hvernig það er að gefast upp, heldur að ná því.

Þó að finna strax leið til að flýja áskoranir eða sigrast á þeim fljótt séu mjög mannleg viðbrögð þegar maður stendur frammi fyrir þeim, þá er mjög mikilvægt að vera á þeim stað sem þú vilt hlaupa frá. Að gefast upp þýðir ekki að gefast upp; það er einfaldlega að losa um orku baráttunnar og ákveða að lækna, í stað þess að berjast. Að vera þar sem þú ert er ótrúlega mikilvægt vegna þess að það er hluti af lækningu. Þú ert ekki hér, á þessum stað, til að finna hinn fullkomna lækni sem mun endurbyggja líkama þinn og fjarlægja allar slæmu tilfinningarnar sem þú hefur. Þú ert hér til að tala við sál þína. Þú ert þarna til að æfa þig í að vera góður við sjálfan þig, sama hvar þú ert. Þú ert hér til að umbreyta lífi þínu í þá ánægjulegu upplifun sem það átti að vera.

Að gefast upp er sú athöfn að láta það sem er, vera í bili. Að komast á þann stað að líða ekki illa yfir því að líða illa er frábært fyrsta skref. Þegar við gefumst einfaldlega upp við „veruna" förum við strax í ró. Þegar við erum róleg erum við í heilunarham. Við getum festst við þá hugmynd að heilun sé að „gera", þegar oft er um að ræða „vera". Stöðugar aðgerðir eru ekki alltaf nauðsynlegar, né gagnlegar. Heilun er hægt að gera að hluta af upplifun þinni í gegnum eitthvað sem hvetur þig til lesturs, meðvitundarvakningu, samúð með sjálfum þér eða stundar þögn sem opnar þig fyrir nýja hugsun eða leiðsögn. Þessar tegundir lækningaupplifunar eru ómögulegar ef hugur okkar eða líkami keyrir á hámarkshraða.

Með því að gefast upp fyrir vanlíðaninni sem lífið gefur okkur getum við líka heiðrað hið ótrúlega tækifæri sem ég kalla „kirsuberið á köku þjáningarinnar". Við getum losað allt sem þjónar okkur ekki lengur og orðið allt sem okkur er ætlað að vera. Okkur tókst að koma sterkari og betri fram á þann hátt sem við hefðum aldrei getað ímyndað okkur. Jenny Rush hjá Lyme Thriving vefsíðunni sagði eitthvað sem ég gæti ekki sagt betur: „Veikindi og þjáning virðast haldast í hendur. Hins vegar, ef við snúum augum okkar að hugsunum okkar um þjáningu, kafum við ofan í þær þar til við náum upprunanum, þær hverfa þegar við komumst að opnu sviði þar sem kjarni okkar býr. Hægt er að nota veikindi og baráttuna gegn þeim til að komast inn og út. Sjúkdómurinn er þegar til staðar svo það er betra að nota það en að vera notað af því. Þú átt skilið að vita hversu yndisleg þú ert."

En til að nota þessa ferð verður þú að gefast upp fyrir henni algjörlega, bara í bili.

Dæmi um uppgjafarupplifanir

ÉG HEF FUNDIÐ Í MINNI eigin ferð að orka uppgjafar er einstaklega græðandi. Þegar ég greindist með Lyme-sjúkdóminn reyndu læknarnir mínir mjög mikið að „berjast og drepa" bakteríurnar. Frá þeim degi sem niðurstöðurnar komu til baka snerist allt um að uppræta „innrásarmanninn". Ég er ekki viss um hvort það hafi verið af því að fylgja fordæmi hans eða að eigin frumkvæði, en ég var fljótlega í „morðingja“ ham. Við læknarnir vorum að tala um að „sópa“ sjúkdóminn, „sigra“ hann og „lemja“ hann með öllu. Ég var að leita að sterkustu lyfjunum og kröftugustu meðferðunum og ég faðmaði mig í öfgafulla baráttu hverrar siðareglur vegna þess að mér fannst dónaskapur þeirra vera það sem fékk mig til að „vinna“. Ég var að læra allt sem er til að drepa hinar ýmsu veirur og bakteríur í líkamanum og ég notaði líf mitt sem stjórnstöð til að gera það. Ég átti töflur og tók bætiefni og lyf og stjórnaði hverri hreyfingu sem ég gerði til að nota vopnin mín í stríðinu gegn Lyme. Að hluta til er þetta vestrænt læknisfræðilegt hugarfar, en ég tileinkaði mér það líka vegna þess að ég vissi ekki hvernig ætti að gera hlutina öðruvísi.

Á Indlandi varð ég fyrir reynslu sem lagði grunn að sambandi mínu við uppgjöf. Ég myndi ekki skilja eða tileinka mér það fyrr en seinna, en núna sé ég að fræin voru ræktuð á þeim tíma.

Á hverjum degi sem hann eyddi á sjúkrahúsinu var hann örvæntingarfullur meðan á að meðferð stóð. Samskiptareglur og venjur voru mjög mismunandi miðað við hefðbundnar venjur í Bandaríkjunum. Ótti minn varð enn verri vegna þess að ég var svo vön að skilgreina hvern einasta hluta læknishjálpar minnar heima, allt frá því að sprauta mig með sýklalyfjum til að benda á hvers konar blóðprufur læknarnir ættu að gera. Í hvert sinn sem tími kom til meðferðar í þessu nýja landi, dofnaði líkami minn og ég varð heltekinn af því að fylgjast með hverri hreyfingu hjúkrunarfræðinganna, bera saman hlutina við hvernig þeir voru gerðir heima og búa til margar atburðarásir í huga mínum af hlutum sem gætu fara úrskeiðis á leiðinni.

Svo einn daginn, á augnabliki algjörrar uppgjafar, ákvað ég að gefast upp. Ég leit undan og ... sleppti mér. Ég ákvað að ef ég ætlaði að deyja vegna þess að einhver var að gefa mér æð á þann hátt sem var ekki „mín leið“, þá væri það svo! Ég bara gat ekki haldið þessu áfram; baráttan gegn "það sem var" var að tæma síðustu únsuna af orku.

Reyndar var þetta mynstur sem líkami minn hafði verið að reyna að vara mig við í langan tíma. En það var ekki fyrr en þá sem skyndilega, og að því er virtist af engu, skildi ég í raun hvað barátta mín var að gera mér. Það var að gera líf mitt erfitt og það gerði mér erfiðara fyrir að lækna.

Upp frá því æfði ég mig í að gefast upp í hvert skipti sem ég fékk æð. Dragðu djúpt andann, snúðu í hina áttina. Þessi helgisiði hélt áfram í margar vikur áður en það byrjaði að líða eins og rútína og sætti mig hægt og rólega við þá staðreynd að ég ætlaði líklega ekki að deyja, hvorki úr æð eða frá því að sleppa takinu. Það var líklega fyrsta litla skrefið mitt í átt að frelsi. Ég vissi á þeirri stundu að ég hafði getu til að skapa léttir fyrir sjálfan mig einfaldlega með því að ákveða að slaka á. Á seinni tímum hef ég hugsað um þetta dæmi aftur sem áminningu um orkuna sem ég get sparað með því einfaldlega að gefast upp aftur og aftur, jafnvel og sérstaklega þegar það er ekki auðvelt.

Ég geri mér núna grein fyrir því að öll árin sem ég ýtti undir „stríðið gegn Lyme“ – skráningu einkenna, að reyna að stjórna hverju augnabliki og „berjast“ við sjúkdóminn af reiði – var ég virkilega að eyða orku í að berjast við líkama minn. Ég var fastur í því ferli að berjast við allt, þar á meðal mig. Það er engin leið, þegar þú heldur orku árásarinnar og baráttunnar, að þú gleypir hana ekki í frumurnar þínar, þær sem eru veikar og einnig þær sem eru heilbrigðar.

Athöfnin að gefast upp felur í sér mikið hugrekki. Þú verður að gera eitthvað mjög erfitt, sem er að sleppa takinu á því hvernig þú hélt að hlutirnir ættu að vera - bara í bili. Það verður heldur ekki auðvelt. En til að ræsa vélina þarftu að spyrja sjálfan þig aðeins einnar spurningar, eins oft og nauðsynlegt er: Vil ég berjast til að lækna eða vil ég flæða til að lækna? Það er allt í orku þinni. Veldu skynsamlega.

Mig langar að deila með þér einu af uppáhalds uppgjöfardæmunum mínum frá einum af viðskiptavinum mínum til innblásturs.

Þegar ég byrjaði að vinna með Susan var ég svekktari en nokkur viðskiptavinur sem ég hafði nokkurn tíma haft. Hún hafði margra blaðsíðna lista yfir alla lækni, einkenni, sjúkdóma, lyf, meðferð og nálgun sem fyllt hafði síðustu tíu ár ævi hennar. Hann skildi ekki hvers vegna hann var ekki betri; né skildi neinn sem hann hafði beðið um hjálp. Þessi kona barðist harðlega og af góðri ástæðu. En vandamálið var að hún var svo veik af því að vera veik, að hún var að þreyta sig af því að reyna að vera ekki veik. Hún hataði sjálfa sig á hverjum degi fyrir að lækna sig ekki, sem setti hana í slagsmál, flótta eða frost, og það gerði henni erfiðara fyrir að lækna. Við eyddum nokkrum lotum í að vinna að tækni (sem þú munt læra á skömmum tíma) til að hjálpa henni að komast á það stig að henni leið vel þar sem hún var og var góð við sjálfa sig, jafnvel þegar henni leið ekki vel. Þó hún hafi ekki verið viss um það fyrst vaknaði hún einn daginn og sagði að sér liði bara öðruvísi. Þegar ég bað hana um að útskýra það sagði hún mér að hún væri róleg í fyrsta skipti í tíu ár. Það var eins og hann hefði verið leystur undan því mikla starfi að „flýta sér að komast eitthvað annað eða vera einhver annar".

Þetta var upphafið á ferð Susan til að líða betur, ekki bara tilfinningalega heldur líka líkamlega. Það var örugglega engin tilviljun að þegar hún fór að sætta sig við sjálfa sig og upphafsstað sinn, losaði hún orku til að lækna.

Stundum þegar okkur líkar ekki hvernig líf okkar er, ákveðum við að sætta okkur við hlutina eins og þeir eru. Og oft er það einmitt það sem við þurfum.

Að vita að uppgjöf gagnast okkur og að vita hvernig á að gefast upp eru tveir mjög ólíkir hlutir, svo ég leyfi mér að gefa þér nokkrar hugmyndir um hvernig á að gera það. Markmiðið er að líða nógu vel með hvar þú ert að líkaminn geti slakað á. Það er allt og sumt. Einfalt!

Söngur

Fyrsta kynning mín á söng var í Delhi, þar sem þú getur heyrt það enduróma um borgina. Krjúpandi fyrir framan eitthvað svipað og altari, með mágkonu minni Tatiönu, sem kom í heimsókn til mín frá Bandaríkjunum, litum við á þetta sem eitthvað nýtt. Við höfðum ekkert tækifæri til að spyrja spurninga eða tjá tilfinningar okkar áður en söngathöfnin hófst.

Orkan í kringum mig breyttist og við fórum að elta hópinn, hægt fyrst og svo miklu hraðar. Nam myoho renge kyo. Ég komst að því að þetta var iðkun daimoku: að syngja með sérstökum orðum sem sýna ástand Búdda innra með sér.

Samstilltu söngarnir okkar bjuggu til stöðugt suð í herberginu. Tilvist eitthvað umbreytandi var áþreifanleg. Þegar ég loksins opnaði augun eftir að hafa algjörlega misst meðvitund um tímann fann ég til sáttar við hvar ég var á ferð minni.

Þeir sögðu okkur að halda æfingunni áfram og fylgjast með kraftaverkum. Við pökkuðum saman til að fara, enn full af orku. Þó við vorum ekki viss um hvað reynslan hefði þýtt, á leiðinni heim vorum við Tatiana sammála um að þetta hefði allavega verið ótrúlegt. Þegar ég kom aftur á sjúkrahúsherbergið mitt leitaði ég á netinu að „daimoku“ og komst að því að við höfðum sunget orð úr trúarbrögðum Tinu Turner. Ég sá myndband af henni á Larry King sýningunni og söngur hennar varð nýr innblástur minn.

Ég söng þegar ég var hræddur eða reiður eða bara glataður. Þegar ég var með sársauka komu sönglarnir innan frá mér. Söngurinn hjálpaði mér að gefast upp vegna þess að hann dró athygli mína frá baráttunni og hélt mér viðstöddum og gerði augnablikin bærilegri.

Í þúsundir ára hefur söngur verið andleg iðkun í mörgum menningarheimum og trúarbrögðum. Með hverju orði skapar söngurinn sérstök titrandi hljóð sem hafa kraft til að opna orku. Endurtekning tekur hugann úr venjulegu brjálæði sínu og yfir í hærri titring. Sá titringur hljómar um allan líkamann og hreinsar hindranir. Það er mikilvægt vegna þess að það getur stafað af orkuójafnvægi að berjast á móti og standa gegn því að vera þar sem þú ert, en það getur líka valdið slíku.

Vegna þess að sérhver sameind, fruma, vefur, kirtill, bein og önnur líffæri í líkama okkar hefur sinn eigin titring, getur hvaða hljóð eða titringur sem hefur samskipti við þau haft mikil áhrif á okkur. Þar sem okkur finnst oft óþægilegt ef við getum ekki „gert" eitthvað til að breyta aðstæðum okkar strax, þá er aukinn ávinningur af söng að það gefur okkur eitthvað að „gera" sem er hollt. Það býður okkur upp á virka æfingu til að hjálpa okkur að hætta að hugsa um að reyna svo mikið að laga hlutina núna.

Endurtekning orðasambandsins er kölluð mantra. Í mörgum aðferðum er þula valin út frá nafni guðs, en þú getur notað hvaða jákvæða setningu sem er, allt frá trúarlegum eða andlegum orðum til fullyrðinga sem þú ert sammála. Orð eru orka eins og allt annað. Vegna þessa hafa þeir bein áhrif á líkama okkar. Með því að vita þetta væri það gagnlegt fyrir þig að velja setningu fyrir sönginn þinn sem lætur þér líða vel eða þýðir eitthvað fyrir þig sem hjálpar þér að líða vel.

Þar sem það eru endalausir möguleikar fyrir möntrur er listinn minn ófullnægjandi en hann er mjög góður upphafspunktur. Þú munt finna sönginnblástur þinn á skömmum tíma.

ÓJÁ. Það er orð sem kemur úr sanskrít tungumálinu og er oft lýst sem hljóði alheimsins eða hljóði sköpunar. Þú getur hugsað um það sem táknrænt „fræ" sem allt getur vaxið úr. Þó að rætur þess liggi í hindúisma og búddisma, þá er það orð sem hægt er að syngja, sama hvaða trú þú hefur.

Om Mani Padme Hum. Það er tíbetsk þula sem þýðir í grófum dráttum "lofaðu gimsteininn í lótusinum". Gimsteinninn í þessu tilfelli er Búdda samúðarinnar og sjálfstýrð samúð er alltaf gagnleg fyrir lækningu.

Ho'oponopono. Þessi Hawaiian mantra þýðir "ég elska þig, fyrirgefðu, vinsamlegast fyrirgefðu mér, takk." Þetta eru falleg orð til að segja við sjálfan þig!

Nam myoho renge kyo. Þrátt fyrir að þessi þula þýðist sem „Ég gefst upp fyrir Lotus sútrunni", ýtti skapari hennar Nichiren undir söng Nam Myoho Renge Kyo sem æfingu þar sem söngvarar gætu kveikt í eðli sínu búddaeðli og styrkt hæfileika sína til visku, hugrekkis, öryggis, lífskrafts og samúð. Þetta er það fyrsta sem ég lærði og ég elska tilfinninguna sem það gefur.

Om Gum Ganapataye Namaha. Það er kveðja hindúaguðinn Ganesha (fílaguðinn), sem er sagður vera „ryðjandi hindrunum". Merkingin á bak við þessa þulu gefur hugarró. Hver vill ekki að hindranir þeirra hverfi?

Ég er. Þrátt fyrir að þessi setning sé kraftmikil í sjálfu sér, þar sem ég túlka hana sem „ég er nóg", geturðu bætt hvaða staðfestingu sem er við hana, þannig að ég er sterkari, ég er friður, ég er sá sem læknar o.s.frv.

Ég get. Það er mantra með mikil áhrif þar sem það gerir okkur kleift að minna okkur á óendanlega kraft okkar og getu. Sumar af uppáhalds viðbótunum mínum við þessa möntru eru að ég get séð um þetta og ég get læknað.

Allt er í lagi. Það er eitt af mínum uppáhalds og ég lærði það með því að kynna mér verk Louise.

Það er. Jafnvel þegar hún trúði því ekki fannst henni það vera satt.

Að vera hér og nú. Það heldur okkur í núinu, þar sem það er ómögulegt að sjá eftir, gremjast eða hafa áhyggjur, eins og oft gerist þegar við einblínum á fortíðina eða framtíðina.

ÞETTA MUN EINNIG LÍÐA hjá. Þessi mantra er ein af mínum uppáhalds. Ég man oft eftir því að allt er að gerast, frá þessari stundu í lífi mínu til þessarar tilfinningar og margt fleira. Allt flýgur eins og vindurinn og hreyfist, ef ég leyfi það.

Ég er í lagi, ég er heill. Þessi staðfesting sem ég tók úr bókinni Scientific Healing Affirmations eftir Paramahansa Yogananda, höfund hinnar frægu sjálfsævisögu jóga, er orðin ein af mínum uppáhalds. Þegar við göngum í gegnum veikindi eða stöndum frammi fyrir áskorun lítum við oft á okkur sem brotin. Þessi fullyrðing snýr þeirri hugsun við.

Þakka þér fyrir. Þakklæti er einn sterkasti titringurinn til að lækna. Kannski hefurðu heyrt sögur þar sem þakklæti sjálft hefur hjálpað fólki að læknast af óvæntum áskorunum. Mörg okkar eiga erfitt með að þakka fyrir þegar við erum í bardaga. Hins vegar er kraftmikið í sjálfu sér að segja þetta orð aftur og aftur.

Fugl fyrir fugl. Rithöfundurinn Anne Lamott segir sterka sögu í bók sinni Bird By Bird: Some Instructions on Writing and Life. Bróðir hans, sem var tíu ára, átti í vandræðum með að klára skýrslu um fugla fyrir verkefni sem hann fékk í skólanum. Faðir hans settist hjá honum, lagði hönd sína á öxl drengsins og sagði: „fugl fyrir fugl, sonur. Gerðu það bara fugl fyrir fugl." Hugmyndin fugl fyrir fugl er mjög hugguleg. Þú getur sungið það til að losa þá yfirþyrmandi tilfinningu að vilja leysa allt, sérstaklega á sama tíma.

Áður en þú byrjar að syngja til að líða betur um hvar þú ert núna, legg ég til að þú setjir þér ásetning. Þetta er litla ætlunarbænin mín fyrir söng uppgjafar:

ALHEIMURINN OG INNRA sjálfið, vinsamlegast leyfðu þessum titringi að fara í gegnum mig, hreinsa mótstöðuna við að vera þar sem ég er núna.

Hjálpaðu mér að finna frið. Svo það sé.

Þú munt byrja að syngja og halda því áfram (endurtaka setninguna í taktinum sem þér finnst gott) eins lengi og þú getur. Þegar þú lærir lag sem er ekki á þínu tungumáli hjálpar það stundum að fletta því upp á netinu og hlusta á myndband eða hljóð til að heyra hvernig það er sungið. Þú getur líka sungið það eins og þú vilt. Það er allt í lagi að byrja hægt. Þegar ég byrjaði söng ég í stuttan tíma. Ég myndi bara gera það í eina eða tvær mínútur áður en ég leiðist eða truflaði mig. En mér batnaði. Nú stilli ég tímamælirinn á símanum mínum og stilli hann á nokkrar mínútur, en svo blunda ég tímann aftur og aftur.

Lögin byrja yfirleitt hægt og mjúkt en verða síðan hraðari og háværari. Hins vegar, syngdu á þann hátt að titringurinn líði vel í líkamanum því það mun lækna þig mest. Syngdu hljóðlega þegar þú liggur eða ert með litla orku. Ef þú átt erfitt með að setjast niður til að syngja geturðu líka gert það á meðan þú gengur.

Það er svo auðvelt að syngja að það virðist vera of auðvelt. Hvaða nálgun sem þú ákveður að prófa, mundu að finna taktinn þinn og fara á þínum eigin hraða.

ábendingar: Ég elska að nota sönginn til að gefast upp. Hins vegar er líka frábært að syngja á meðan einbeitir sér að því að hreyfa orkustíflur í ákveðnum hlutum líkamans. Manstu eftir því að titringur söngsins færist í gegnum frumurnar þínar? Þú getur raunverulega notað það til þín með því að beina einbeitingu þinni að þeim hluta líkamans eða huga sem krefst þess mest. Einfaldlega stilltu ásetninginn þinn og segðu stutta bæn þar sem þú nefnir hvað þú vilt að titringur söngsins hreinsar. Veldu möntru sem þér líður vel með og söng!

Ég bið glæsilega

Þó ég hafi ekki beðið sem barn og jafnvel gert uppreisn gegn því, stundum, á mínum dimmustu og verstu dögum, bað ég bara. Ég bað í myrkri, án þess að beina bæn minni til einhvers sérstaks, sem gæti fengið hjálp. Aftur og aftur þegar hún náði að örvænta, bað hún. Ég gerði það ekki af þokkabót (á þeim tíma) heldur í örvæntingu, með blöndu af tárum og snóti rennandi niður andlitið á mér. Alltaf þegar ég féll á þann stað að ég hélt að ég gæti ekki staðið upp gerði ég þetta og gaf mér að minnsta kosti tímabundna uppörvun sem ég þurfti svo sárlega á.

Sú einfalda staðreynd að vita að ég gæti þetta, án reglna og með lífrænu og skapandi frelsi, hjálpaði mér að styrkja ást mína til að gera það. Með tímanum varð þetta æfing þar sem ég fann orkuna breytast áður en ég byrjaði. Ég fór að velta fyrir mér hvers vegna. Af hverju var þetta að hjálpa mér?

Þetta snýst allt um að gefast upp. Það er að sleppa takinu og sleppa takinu í hjarta þínu og sál og bara fara út fyrir þyngd "ég verð að finna út úr þessu núna." Það er orkan sem felst í því að gefa hana upp fyrir krafti sem er meiri en þú.

Í iðkun uppgjafar laumum við að okkur slökunarviðbrögð sem er mjög mikilvægt. Uppgjöf er mesti punktur slökunar, þar sem ekkert er eftir að gera umfram það að vera einfaldlega. Reyndar tel ég að jákvæður ávinningur tengdur bænum, sem nú er rannsakaður meira en nokkru sinni fyrr, byggist að miklu leyti á slökunarviðbrögðum sem myndast.

Upprunalega iðkun mín á að hrópa og gráta hefur þróast yfir í þokkafulla bænatækni, sem líkist bæn, en er laus við neikvæð trúartengsl. Reyndar uppgötvaði ég á einum tímapunkti að orðið bæn kemur frá latínu precarius, sem þýðir "fengið úr bæn." Það gerir það að verkum að allir geta notað þessa æfingu. Það virkar best fyrir mig þegar ég er á þeim stað þar sem ég get alveg sleppt takinu, sem gerist venjulega þar til ég hef klárað alla möguleika mína í að reyna að stjórna núverandi aðstæðum.

Þó markmið þessarar iðkunar sé að biðja eða biðja, er það ekki endilega til að framkalla lækningu, sem virðist vera algeng aukaafurð.

Gerontological Society of America birti rannsókn um hlutverk bænarinnar í sálrænum bata eftir aðgerð. Áhrif einkabæna komu fram í hópi 151 aldraðs sjúklings eftir að hafa gengist undir hjartaaðgerð.1 Niðurstöðurnar sýndu að meirihluti sjúklinga biður fyrir vandamálum sínum eftir aðgerð og bæn virðist draga verulega úr þunglyndi og kvíða.

Rannsókn sem styrkt var af National Institute of Health sýndi að fólk sem bað að minnsta kosti einu sinni á dag voru 40 prósent ólíklegri til að fá háan blóðþrýsting en þeir sem báðu ekki oft.2

Rannsókn undir forystu vísindamanna við háskólann í Cincinnati leiddi í ljós það

Borgarbörn sem voru með astma en báðu og hugleiddu höfðu færri einkenni en þau sem ekki gerðu það.3

Þegar ég læknaði breytti ég mörgum beiðnum mínum í markvissari, orðaðar beiðnir sem ég setti og sleppti síðan. Hér kynni ég þér nokkrar athugasemdir mínar sem innihalda fleiri aðferð en upprunalega brjálæði mitt.

Láttu þessa æfingu vera leið fyrir þig til að biðja eitthvað um hjálp fyrir eitthvað sem þú hefur ekki stjórn á eins og er, til að gefast upp og hjálpa þér að líða betur með hvar þú ert. Þetta mun auðvelda þér að flæða eða fljóta í næsta hluta þar sem þú ættir að vera.

Mundu bara að vera góður við sjálfan þig í þessu ferli. Þú ert skilyrt af samfélaginu, fjölmiðlum og kannski læknasamfélaginu til að „berjast". Það er „stríðið" gegn krabbameini, leiðin til að „sigra" hjartasjúkdóma og mörg önnur átök. Ómeðvitað erum við þjálfuð í að berjast til enda, gegn eigin dauða, ef þörf krefur. Breyting er spurning um hugrekki. En við fæðumst öll hugrökk. það verður allt í lagi með þig.

Það sem meira er, ekki hika við að biðja upphátt án vandræða og endurtaka þau orð sem líður best í sálinni þinni. Settu hendurnar yfir hjartað, stöðu sem róar mest, andaðu síðan djúpt og segðu eina eða allar eftirfarandi tillögur. Dragðu djúpt andann á milli hverrar umferðar og endurtaktu þar til þú finnur fyrir léttir.

Beint til alheimsins:

Kæri alheimur, vinsamlegast hjálpaðu mér að gefast upp þar sem ég er núna. Vinsamlegast hjálpaðu mér að gefast upp á þessu ferli. Vinsamlegast hjálpaðu mér að treysta því að ég sé nákvæmlega þar sem ég þarf að vera og þegar ég þarf að vera einhvers staðar annars staðar, leiðbeindu mér að komast þangað. Ég skil allt eftir hjá þér. Þakka þér og svo verði!

Beint að innri veru þinni eða að æðri krafti:

Kæra innri, vinsamlegast hjálpaðu mér að tryggja að ég sé nákvæmlega þar sem ég er núna. Vinsamlegast hjálpaðu mér að losa þessa yfirþyrmdu orku. Ég þarf ekkert að gera umfram það að leyfa "það sem ætti að vera" að koma fram fyrir mér. Þakka þér og svo verði!

„Glæsileg bón“ með engan sérstakan viðtakanda í huga:

Á þessari stundu bið ég um að losa alla mótstöðu við að vera þar sem ég er. Ég bið um að losa alla baráttuorku til að nota fyrir lækningu mína. Ég bið um að finna að mér líði vel þar sem ég er núna, og ég treysti því að skýrleiki, ró og gnægð séu á leiðinni. Þakka þér og svo verði!

Nú þegar þú skilur hvernig það lítur út skaltu ekki hika við að búa til þínar eigin útgáfur af bænum með glæsileika. Að öðrum kosti, ef upphaflegi hrífandi stíllinn minn virðist vera betri leið til að losa orku, þá biðja, gráta og öskra. Ég fullvissa þig af reynslu að það virkar örugglega. Þegar þú þarft á því að halda, gerðu það!

Þú hefur nú tvö tæki til að hefja uppgjafarferlið þitt: söng og tignarlega betl. Í þriðja hluta lærir þú Emotional Freedom Technique (ELT), sem gildir umfram allt til að breyta sambandi þínu við streitu.

Hins vegar, ef þú átt enn erfitt með að gefast upp, getur blokkun TLE einnig verið gagnleg tækni til að gera það. Þú gætir jafnvel fundið það gagnlegt að muna söguna um IV reynslu mína, því þegar allt annað bregst, getur þú einfaldlega valið að sleppa takinu.

Nú þegar þú skilur hversu góður stór skammtur af uppgjöf getur verið, leyfðu mér að fullvissa þig um eitthvað. Frá þeim stað þar sem þér líður best með hvar þú ert í núinu muntu eiga auðveldara með að flæða náttúrulega inn í betra ástand. Í næsta kafla lærir þú hvernig þú getur byggt upp traustan grunn fyrir lækningu úr þessu slakara ástandi.

4. kafli

Búðu til traustan grunn fyrir lækningu

Að mínu mati þurfum við aðeins að vita tvennt:

Alheimurinn verndar okkur. Allt mun koma vel út.

—PAM GROUT, E-SQUARED

Svo lengi sem þú ert á þessari námssíðu til að hafa það gott þar sem þú ert, þá verður pláss fyrir eitthvað dásamlegt að gerast. Í fjarveru stöðugrar baráttuorku muntu geta skapað traustan grunn til að vinna að lækningu þinni. Í þessum kafla munum við undirbúa stig breytinga sem koma skal. Ekkert af þessu krefst mikils stökks í tíma eða orku. Ef þú ert til í að hreyfa þig smátt og smátt og gera það jafnt og þétt, muntu vinna.

Í þessum kafla lærir þú verkfæri til að gera eftirfarandi:

1. LEIÐRÉTTU PÓLUN líkamans
2. Stuðla að þvers og kruss orkumynsturs
3. Komdu jafnvægi á hóstarkirtlinum
4. Færðu þig nær betri hugsunum og tilfinningum

Að vinna með þessa þætti er eins og að búa til sementsgrunn áður en hús er byggt. Því stöðugri sem grunnurinn er, því auðveldara verður húsið að standa upprétt, ekki satt?

Leyfðu mér að sýna þér hvernig það virkar.

1. Leiðréttu pólun líkamans

Rétt eins og seglar hafa líkamar okkar norður- og suðurpól. Suður er á iljum og norður er efst á höfði. Reyndar eru hvert líffæri og fruma í líkamanum skautuð. Ímyndaðu þér að hver fruma sé lítil rafhlaða. Almennt séð ættu efri yfirborð líkamans (maginn, fótaboltarnir, handarbakið) að hafa jákvæða pólun en neðri yfirborð líkamans (bakið, iljarnar, lófana) .) verður að hafa neikvæða pólun. Hins vegar er þeim oft snúið við eða breytt. Í einföldu máli er það eins og að setja rafhlöðurnar inn og út. Þegar þetta gerist, virkum við ekki vel og gætum staðist að bregðast við orkuvinnu.

Jarðtenging (stundum þekkt sem jarðtenging) er einfaldlega sú venja að tengja við norður- og suðurpól jarðar. Að tengjast jörðinni hjálpar náttúrulegum græðandi eiginleikum og takti jarðar við að leiðrétta skautun líkamans.

Áður fyrr gengu menn berfættir og sváfu á jörðinni. Þetta ferli hjálpaði líkamanum að stilla sig í takt við rafhrynjandi jarðar og koma á stöðugleika í rafstraumi líffæra, vefja og frumna. Með öðrum orðum, rafhlöðurnar okkar virkuðu rétt. En nútíma lífsstíll – sem felur í sér að vera í gúmmískóm og plastsóla, auk þess að vera nánast alltaf tengdur við rafeindatæki eins og farsíma og tölvur – hefur aftengt okkur orku jarðar. Nýjar rannsóknir sýna að það er ávinningur af því að tengjast aftur við hinn mikla rafeindalaug á yfirborði jarðar. Rannsókn sem birt var í Journal of Environmental and Public Health komst að þeirri niðurstöðu að endurtenging við rafeindir jarðar gæti hugsanlega hrundið af stað jákvæðum streitutengdum lífeðlisfræðilegum breytingum.1 Rannsakendur komust að því að tenging mannslíkamans við jörðina getur „megin áhrif á mælingu lífrafmagns, líforku , og lífefnafræðilegir ferlar sem virðast hafa veruleg mótandi áhrif á langvinna sjúkdóma. Í rannsókninni benda breytingarnar sem viðfangsefnin sýndu eftir jarðtengingu til lækkunar á streitustigi, sem og jafnvægi á ósjálfráða taugakerfinu (þetta kerfi er mikilvægasti vélbúnaðurinn til að stjórna bardaga-flugviðbrögðum) eða frjósa). 1 Vísindamenn komust að því að jarðtenging mannslíkamans getur „mjög haft mikil áhrif á lífrafmagns-, líforku- og lífefnafræðilega ferla sem virðast hafa umtalsverð mótandi áhrif á langvinna sjúkdóma“. Í rannsókninni benda breytingarnar sem viðfangsefnin sýndu eftir jarðtengingu til lækkunar á streitustigi, sem og jafnvægi á ósjálfráða taugakerfinu (þetta kerfi er mikilvægasti vélbúnaðurinn til að stjórna bardaga-flugviðbrögðum) eða frjósa). 1 Vísindamenn komust að því að jarðtenging mannslíkamans getur „mjög haft mikil áhrif á lífrafmagns-, líforku- og lífefnafræðilega ferla sem virðast hafa umtalsverð mótandi áhrif á langvinna sjúkdóma“. Í rannsókninni benda breytingarnar sem viðfangsefnin sýndu eftir jarðtengingu til lækkunar á streitustigi, sem og jafnvægi á ósjálfráða taugakerfinu (þetta kerfi er mikilvægasti vélbúnaðurinn til að stjórna bardaga-flugviðbrögðum) eða frjósa).

Leyfðu mér að útskýra hvers vegna þessi uppgötvun er svo mikilvæg fyrir grunninn að lækningu þinni. Þegar pólunum er snúið við, eins og þegar þú setur rafhlöðurnar aftur á bak, er erfitt að koma hlutunum í lag. Þetta felur í sér að breyta trúarkerfi þínu, endurþjálfa hugsunarmynstrið þitt og gera allar aðrar jákvæðar breytingar sem þú vilt. Sem bónus, manstu eftir hinum mikilvæga þrefalda hlýrra lengdarbaugi? Jarðtengingarferlið hefur einnig áhrif á þessa orkuvirkni. Tengingin við jörðina er mjög fíngerð og náttúruleg aðferð til að láta þrefalda hlýrri lengdarbauginn slaka á. Líkamar okkar vita nú þegar hvernig á að nota jarðneska uppsprettu rafeinda til að halda jafnvægi. Þegar þrefaldur hlýrri lengdarbaugur slakar á, gerir þú það líka. Þá verður miklu auðveldara að breyta venjum,

Tenging við norður- og suðurpól orkusviðsins lýkur mikilvægri rafrás í líkamanum sem hjálpar honum að virka. Ég mun deila með þér tvær leiðir til að gera það: úti og inni.

Jarðtenging utandyra

Til að tengja norður- og suðurpól líkamans við norður- og suðurpól jarðar geturðu notað þá einföldu tækni að sitja hallandi upp að tré. Finndu einn, taktu hrygginn þinn við skottið og plantaðu berum fótum þínum á jörðina — hvort sem það er óhreinindi eða sandur (já, ég sagði þér bara að fara á ströndina!) eða gras. Slappaðu bara af. Það er allt og sumt. Rætur trésins draga orkuna frá líkamanum inn í jörðina og aftur inn í líkamann. Þetta er mjög áhrifaríkt við að klára orkuhringrásina í líkamanum. Helst skaltu gera það fimmtán til þrjátíu mínútur á dag. Oft samt, ef ég hef aðeins tvær eða fimm mínútur til að gera það, þá lætur mér jafnvel líða betur.

Ef það er ekki tré til að styðjast við er önnur öflug jarðtengingartækni að ganga á grasið (ef það er blautt, því betra).

ábendingar: Ef þú finnur ekki náttúrulegt rými er steinsteypa líka góð uppspretta tengingar. Þar sem steyptar laugar eru undir jarðhæð eru þær líka góður kostur.

Jarðtenging innanhúss

Til að gera þessa æfingu þarftu skeið úr ryðfríu stáli. Ef þú ert ekki viss um að það sé ryðfríu stáli, athugaðu hvort stafirnir "ss" séu áletraðir einhvers staðar á því.

Hlutarnir á milli sinanna í vristinum eru staðir þar sem mikil orka festist. Vegna þessa geta fæturnir gert þér erfitt fyrir að "finna" grunn sem nauðsynlegur er fyrir heilbrigða pólun. Með hjálp ryðfríu stáli skeið er hægt að gera þessa breytingu. Ryðfrítt stál inniheldur steinefni sem hjálpar til við að leysa upp þrengda orku. Notaðu ávala brún skeiðarinnar á efri hlutanum og teiknaðu varlega þvers og kruss mynstur. Þetta mun hjálpa til við að aðskilja orkuna frá vöðvunum. Nuddaðu síðan botninn á fótunum með bogadregnum hluta skeiðarinnar (í hvaða mynstri sem þú vilt). Þetta hjálpar til við að virkja litlar orkustöðvar á iljum fótanna.

Reyndu að gera þetta í nokkrar mínútur, að minnsta kosti einu sinni eða tvisvar á dag. Það er gott að æfa þetta alltaf, hvort sem þú ert að reyna að lækna þig frá meiriháttar áskorun eða einfaldlega að reyna að viðhalda heilbrigðu orkuflæði.

2. Stuðlar að krossmynstri orku

Til þess að hugur og líkami virki sem best þarf orkan að flæða í þvers og kruss um allan líkamann. Þetta er náttúruleg lögun líkamans. Hugsaðu um hversu margar krosslagðar hreyfingar eru eðlilegar fyrir líkamann: heilinn notar hægra og vinstra heilahvel saman, handleggirnir okkar sveiflast þversum fram fyrir líkamann þegar við göngum, við krossskriðum sem börn og fleira. Jafnvel DNA okkar hefur krosslagað mynstur. Ef orkukerfið þitt er ruglað hættir það að fara frá einni hlið til hinnar og byrjar að flæða upp og niður líkama þinn. Í bók sinni kallar Donna Eden, þegar ég las um þetta fyrst, það „síhliða“ orkuflæði. Þegar orka þín hreyfist í samhliða mynstri ertu ekki að fullu fær um að lækna. Sem betur fer er leiðin til að leiðrétta það einföld, svo lengi sem þú ert viðvarandi. Það getur verið eins einfalt að endurþjálfa orku líkamans til að flæða í krossmynstri og að minna hann á að gera það, mjög stöðugt. Jafnvel þegar þú hefur náð lækningamarkmiðum þínum er þetta eitthvað sem þú getur haldið áfram að gera daglega. Það er nauðsynlegt til að öðlast og viðhalda vellíðan þinni að halda krossorkumynstrinu sterku í líkamanum.

Rekjaðu útlínur augna þinna

Að rekja útlínur augnanna í krossmynstri er frábært orkuendurþjálfunartæki sem tekur mjög litla fyrirhöfn. Mér hefur fundist þessi tækni vera mjög gagnleg. Donna Eden er líka með æfingar sem hún hefur búið til fyrir þetta sem þú gætir viljað skoða.

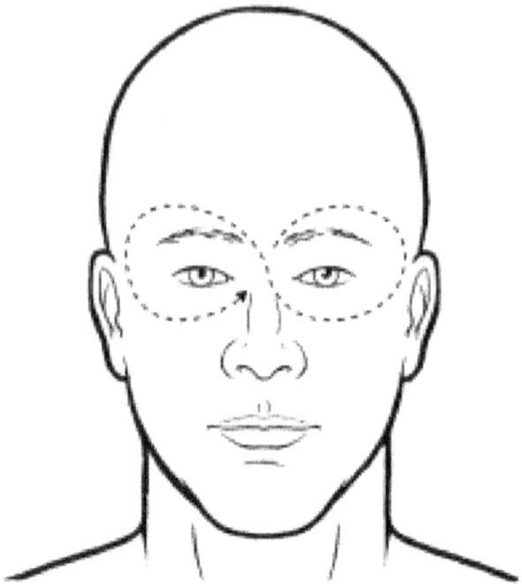

Augnlína

Settu fyrst langfingur annarrar handar á nefbrúnina, á milli augnanna. Rekjaðu síðan töluna átta í kringum augun þín, þrýstu þétt. Byrjaðu á því að draga fingurinn upp tommu fyrir ofan enni þína, draga hringinn á enninu í átt að ytri augnkróknum, síðan niður kinnbeinið og aftur upp að upphafspunktinum. Haltu áfram mynstrinu með því að draga fingurinn á sama hátt yfir hina hlið augans. Endurtaktu þetta högg um það bil 10 sinnum. Gerðu það þrisvar á dag eða eins oft og þú heldur að hægt sé að gera.

3. Komdu jafnvægi á hóstarkirtlinum

Hóstarkirtillinn er mikilvægasti kirtill ónæmiskerfis líkamans og er staðsettur í efri hluta brjóstsins, fyrir aftan brjóstbeinið. Það er nákvæmlega fyrir ofan hjartað. Vegna staðsetningar sinnar segir Dr. John Diamond, brautryðjandi á sviði heildrænnar lækninga, að hóstarkirtli þjóni sem tengingu á milli huga og líkama.2 Það er staðsett í

Svæði hjartastöðvarinnar, sem þú munt læra meira um í kafla 6.

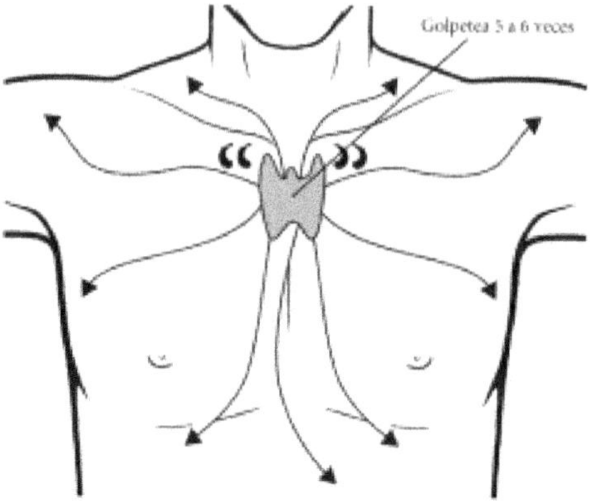
Golpetea 5 a 6 veces

hóstarkirtill

Hóstarkirtli er ábyrgur fyrir því að búa til T-frumur, sem eru nauðsynlegar fyrir eðlilega starfsemi ónæmiskerfisins, þar á meðal vörn gegn ofnæmi, sjálfsofnæmissjúkdómum og ónæmisbrest. Ég tel að þetta geri heilsu kirtilsins nauðsynleg fyrir fulla og varanlega lækningu. Hóstarkirtillinn er svo öflugur og svo tengdur öðrum líkamanum að nánast hvaða stíflu eða ójafnvægi sem er í líkamanum, sama hvar hann er staðsettur, er hægt að losa við stífluna með því að koma jafnvægi á þennan kirtil. Í 7. kafla lærir þú hvernig á að losa fastar tilfinningar í líkamanum með því að nota hóstarkirtillinn.

Dúnn í hóstarkirtli

Að slá á hóstarkirtilinn með fingurgómunum virkar sem örvandi, styrkjandi og jafnvægisæfing. Það er hratt og hefur mikla ávinning fyrir allt kerfið þitt. Bankaðu einfaldlega í 15-30 sekúndur á meðan þú andar djúpt. Þú ættir að gera það að minnsta kosti þrisvar á dag. Til að auðvelda þér að samþætta hana geturðu sameinað þessa æfingu við aðrar daglegar athafnir, eins og að fara á klósettið eða fá þér vatn. Gerðu það að vana í hvert skipti sem þú gerir aðra starfsemi.

Hóstarkirtillinn þinn gæti verið næmari þegar þú bankar á hann. Ekki hætta fyrir það. Sú næmi er yfirleitt merki um að það sé orka föst þar, sem þýðir að þú þarft virkilega að gera þessa æfingu. Með tímanum, þegar þú jafnvægir, verður þú minna sár.

4. Leitaðu að betri hugsunum og tilfinningum

Ef þú hefur haft áhuga á andlegu tilliti um stund, eru líkurnar á því að þú þekkir lögmálið um aðdráttarafl. Hún er venjulega kölluð

„Leyndarmálið“ þar sem hún var vinsæl af kvikmynd með þeim titli. Lögmálið um aðdráttarafl er byggt á þeirri hugmynd að „eins og dregur að sér eins“. Þetta þýðir að við tökum að okkur eða togum að okkur sömu orku og við erum að framleiða. Þó að hugmyndalögmálið um aðdráttarafl sé dásamlegt, höfum við tilhneigingu til að kenna okkur sjálfum um þegar hlutirnir ganga ekki upp. Einnig gerir fólk oft þau mistök að reyna að knýja fram róttækar breytingar þegar það er á stórum áskorunum. Þetta er sjaldan árangursríkt og getur jafnvel haft þveröfug áhrif, skapað aðstæður þar sem þú endar með meiri svekkju og berst enn harðar við vandamálið. Ég er staðráðinn í að hjálpa þér að þróa nýja og jákvæða reynslu af þessu ferli. Ég veit hversu öflugt það getur verið! Í stað þess að gera mjög stórar tilraunir munum við læra hversu áhrifarík lítil skref geta verið.

Grunnhugtakið: það sem þú leggur áherslu á vex

Við vitum að líkami okkar, eins og alheimurinn, er fullur af titringstíðni. Lögmálið um aðdráttarafl, sem byggir á orku og titringi, staðfestir „að það sem er líkt sjálfu sér dregur að sér“. Það þýðir að við erum að senda út merki eins og loftnet, grípa og laða að okkur nákvæmlega það sem við erum stillt á. Svipaðar titringstíðnir laða að hverja aðra. Nokkur dæmi eru: ástartíðnir laða að meiri ást; óttatíðni laðar að sér hræddari reynslu; Fjarvistartíðnir (hvort sem þær tengjast peningum, ást eða heilsu) laða að meiri fjarveru.

Með öðrum orðum, hvaða titringur eða orka sem þú gefur gaum í lífi þínu mun vera sú sem þú dregur úr þessum alhliða brunni, eða það sem Pam Grout, höfundur E-Squared og E-Cubed, kallar "orkusviðið." möguleika“. Sama hvað þú kallar orkukraftinn, það sem ég á við er að það sem þú einbeitir orku þinni að vex. Svo ef þér líður mjög vel og fullur af jákvæðum tilfinningum, þá ertu að senda þessi merki til alheimsins og laða að þér "tilviljanir" eins og heilsu, gnægð og ást. Ef þér líður illa og ert uppfullur af neikvæðum tilfinningum sendir þú þessi merki og laðar að þér fleiri samsvörun, svo sem skortur, fátækt, sjúkdóma og neikvæðni. Eins og við lærðum í kaflanum um uppgjöf er mikilvægt að vera í lagi þar sem þú ert. Það ótrúlega er þetta: það er miklu auðveldara að vera í lagi þar sem þú ert ef þú breytir því hvernig þú hugsar um hvar þú ert á jákvæðari stað. Og ef þú færir hugsun þína um hvar þú ert á jákvæðari stað, þá muntu laða að þér meira af þessari jákvæðu stemningu sem mun hjálpa þér að halda áfram.

Þegar ég lærði fyrst um lögmálið um aðdráttarafl, hræddi það mig og ég hataði hugmyndina. Ég ákvað að láta eins og það væri aldrei til og þá væri ég í lagi. En á endanum fékk ég fyrsta lögmálið mitt um aðdráttarafl í andlitið þegar ég fór á heilunarráðstefnu. Einhver var að nefna dæmi um að læknast af krabbameini og bara svona bað hann fólk í áhorfendum með krabbamein að rétta upp hönd. Þegar þetta fólk rétti upp hendur var augljóst af rúmlega 500 þátttakendum að 95 prósent krabbameinssjúkra sátu saman í langri stólaröð. Það kom á óvart að eftir stuttar umræður viðurkenndi fólkið að nánast ekkert þeirra þekktist, né vissi það að fólkið í kringum það væri með krabbamein. Þeir höfðu bara laðast að. Hvað finnst þér um lögmálið um aðdráttarafl?

Þá áttaði ég mig á því að að hata lögmálið um aðdráttarafl og hunsa það er eins og að spila leik án þess að lesa reglurnar. Svo ég ákvað að prófa það aftur, á annan hátt, og finna leið til að láta það virka fyrir mig. Þegar hún gerði það gat ég fundið fyrir minni skelfingu og meiri krafti frá henni. Ég held virkilega að það hafi hjálpað mér að líða betur í daglegri baráttu minni til að vera í lagi með það sem ég var að ganga í gegnum. Og ekki nóg með það, heldur held ég að það hafi hjálpað mér að lækna. Þess vegna vil ég virkilega hjálpa þér að skilja og nota það, án þess að þú hafir þær neikvæðu tilfinningar eða ótta sem ég gerði.

Leyfðu mér að fullvissa þig um að öll vinnan sem þú munt gera í þessari bók mun hækka titringinn þinn, jákvæða orku þína, og mun hjálpa þér að breyta hugsunum þínum og vinna því sjálfkrafa þér til hagsbóta varðandi lögmálið um aðdráttarafl. Því minni neikvæðri orka sem þú geymir í líkamanum, því ákafari verður heildar titringur þinn og orkufókus, án þess að þú reynir jafnvel meðvitað að gera það. Þú ert nú þegar að fara í rétta átt með því að vera hér. Til hamingju! Nú, að breyta meðvituðu hugsunarmynstri þínu er eitthvað sem þú getur gert núna og alltaf. Þess vegna er ég að deila þessu ferli með ykkur.

Sjónarhorn mitt á lögmálið um aðdráttarafl

Vegna hugmyndarinnar um að „eins og laðar að eins", bendir lögmálið til þess að með því einfaldlega að breyta hugsunum þínum geturðu breytt því hvernig þér líður, sem aftur hefur áhrif á orkutitring þinn og veruleika þinn. Flestir Law of Attraction sérfræðingar kenna að hugsanir þínar búi til veruleika þinn. Blettur.

Ég er aðeins frjálslyndari með lögmálið um aðdráttarafl. Ég trúi því að hugsanir okkar og titringurinn á bak við þessar hugsanir hafi mikil áhrif á veruleika okkar. En mikið. Við erum meðhöfundar lífs okkar. Það gerist alls ekkert hjá okkur. Hins vegar held ég að aðrir þættir spili inn. Ég trúi því að við séum öflugar verur, en líka að stundum gerist bara slæmir hlutir fyrir okkur og við getum ekki klikkað á því að reyna að rekja hvernig við „dregið" þær að okkur.

Hvað varðar að færa orku þína í átt að jákvæðu, hér er það sem þú þarft að vita. Þegar löngun þín eða titringur er að fullu í takt við þitt hæsta góða, þá er það öflugasti aðdráttarstaður þinn. Það sem þetta þýðir er að þú sért í forsvari fyrir að reyna að senda bestu mögulegu merki (hér fer!), en alheimurinn er líka að leggja saman samsæri þér til heilla. Seinkun á birtingu hefur alltaf verið gagnleg fyrir mig, svo ekki draga þá ályktun að það sé vegna þess að þú gerðir eða fannst eitthvað rangt. Birtingarferli þitt hefur sinn eigin alhliða takt sem er að taka þig í rétta átt. Með öðrum orðum, þú ert frábær og öflugur, en það er ekki 100 prósent undir þér komið, allt í lagi?

Ég veit að það getur verið erfitt að sætta sig við þá hugmynd að vera í svo öflugri samsköpunarstöðu af veruleikanum okkar, því við höfum lært að allt í lífinu kemur fyrir okkur. Og það kann að virðast vera mikil ábyrgð að vita að við getum breytt hlutum að svo miklu leyti. Í bók sinni A Return to Love segir Marianne Williamson, rithöfundur og andlegur leiðtogi: „Stærsti ótti okkar er að vera ekki ófullnægjandi. Stærsti ótti okkar er að vera kraftmikill umfram trú. Það er ljós okkar, ekki myrkur okkar, sem hræðir okkur mest." Það er satt.

Auk þess að láta okkur óttast mátt okkar virkjar lögmálið um aðdráttarafl oft „ásakandi heilann" okkar. Það er mér að kenna að hugsa neikvæða hluti. Áður en þú byrjar að fríka út er mikilvægt að muna nokkur mikilvæg atriði.

Í fyrsta lagi birtast hlutirnir ekki samstundis. Ó! Titringurinn verður að hafa einhverja tregðu eða kraft á bak við sig. Það þýðir að þú verður að hafa mikinn tíma til að æfa þig til að borga eftirtekt til þess sem þú vilt laða að þér meira og skilja þig frá því sem þú vilt ekki laða að. Treystu mér, ég hef margar, margar „ófullkomnar" hugsanir og slæmir hlutir gerast ekki strax á eftir. Það er vegna þess að hver hugsun mín hefur ekki nægan kraft til að kosmískt afl geti brugðist strax.

Sem betur fer.

Eitt til viðbótar sem þarf að hafa í huga er að ásetningur skiptir miklu. Að hafa sterkan ásetning um að vilja líða betur eða losna við núverandi aðstæður er mjög ákafur titringur. Svo þegar okkur líður virkilega illa, höfum við mesta tækifærið til að nota það til að senda merki um að mér vilji líða vel. Við getum einbeitt okkur að jákvæðu tilfinningu eða löngun til þess góða. Sterk löngun okkar til að líða vel skiptir svo miklu að jafnvel þessir „slæmu tímar" eru ekki eitthvað sem við ættum að slá okkur upp um. Góðar fréttir, ekki satt? Þessi tilvitnun í Abraham-Hicks útskýrir það vel: „Það mun koma tími, sem er ekki langt undan, þegar þú lítur til baka á þennan áfanga lífs þíns og í stað þess að fordæma eða niðurlægja sjálfan þig fyrir það ... í stað þess að kenna sjálfum þér um eða kenna sjálfum þér um. , þú munt meta það,

Hugsaðu um lögmálið um aðdráttarafl sem alhliða hjónabandsþjónustu. Það er ekki til þess að særa eða refsa fólki. Reyndu bara að finna orkusamsvörun fyrir þig. Enginn lendir í vandræðum fyrir að hafa „slæmar" eða „neikvæðar" hugsanir eða skoðanir. Þetta er bara orkudans á milli okkar og alheimsins. Okkar starf er að læra að vera okkar besta titringur og bara láta alheiminn finna okkur mjög fallega samsvörun við það sem er ætlað að vera okkar.

Finndu nálgun til að líða betur

Að líða betur veltur í grundvallaratriðum á því að breyta fókusnum aðeins og í stað þess að horfa á það sem er rangt, einblína á það sem er rétt, jafnvel þótt ekki virðist mikið virka rétt. Ég er ekki að biðja þig um að hunsa hið neikvæða (treystu mér, ég reyndi það og það virkar örugglega ekki). Málið er að viðurkenna og finna fyrir því og velja svo að hugsa og líða aðeins betur, sem er góð lækningaaðferð. Þetta mun hjálpa þér á þeim augnablikum uppgjafar þar sem þú þarft að vinna með það sem þú hefur í augnablikinu. Til að gera þetta er best að hreyfa sig smátt og smátt. Þú getur komist tommu fyrir tommu nær því að líða betur þar sem þú ert, og það verður miklu auðveldara en að reyna að taka stór skref. Ef þú getur fundið leið til að snúa þér að jákvæðu að minnsta kosti einu sinni í viku, muntu fara í rétta átt.

Einbeittu þér að lausn

ÞÓ AÐ EINBEITA SÉR að einkennum þínum og óánægju fari í ranga átt, getur einbeiting að lausn töfrað fram eitthvað jákvætt. Sama hvað það er. Svo lengi sem þú finnur leið til að líða vel með það, þá verður það frábært. Mörg okkar sem trúum á náttúruheilunarhugmyndina geta orðið örvæntingarfullir eða þunglyndir ef við snúum okkur að einhverju öðru en náttúrulegri lækningaaðferð. Okkur líður eins og mistök. Í alvöru, hvaða orka sem þú getur komið með til lækninga þinnar getur verið gagnleg, svo lengi sem þú finnur leið til að líða vel með það. Ég skal gefa þér þetta dæmi svo þú getir séð hvernig það virkar, jafnvel með eitthvað sem þér gæti liðið illa með. Í stað þess að segja eða hugsa: "Ég er að taka lyf vegna þess að þessi vírus eyðileggur líkama minn og ég get ekki læknað nógu hratt," breytist í „Ég tek þetta lyf til að hjálpa líkamanum að lækna á meðan ég vinn innri vinnu. Þetta gefur mér tækifæri til að slaka á og fá stuðning til að lækna líkama minn, sem mun hjálpa mér að líða betur, jafnvel fyrr."

Sérðu hvernig það virkar? Sérðu hvernig það getur hjálpað þér að slaka á þar sem þú ert? Það getur verið lúmskt að breyta hugsunum þínum og einbeitingu, en engu að síður kröftugt. Næstu hugsanir þínar gætu verið eitthvað eins og: "Ég mun ekki þurfa þennan stuðning að eilífu." „Ég þakka að hafa þennan möguleika til að slaka á því það læknar mig. „Það er gott að hugsa til þess að núna er þetta ekki allt undir mér komið."

Þessi tegund af hugsunarmynstri umbreytingu hjálpar þér að finna léttir þar sem þú ert og hækka þar með titringinn þinn. Manstu eftir uppgjöfinni sem við ræddum um áðan? Jæja, fíngerð breyting á stefnu hugsana þinna passar alveg við það. Fljótlegasta leiðin til að vera í betri aðstæðum og þar sem þér líður betur er að gera frið við núverandi aðstæður þínar. Ef þú berst stöðugt gegn óréttlætinu í aðstæðum þínum, verður þú samsvörun fyrir þá orku og þá verður mjög erfitt að fara yfir í eitthvað betra.

Tilgreindu hvað þú vilt

Hættu þegar þú tekur eftir því að þú ert að tala eða hugsa um það sem þú vilt ekki og byrjaðu strax að endurtaka fyrir sjálfan þig það sem þú vilt. Í stað þess að: „Ég þoli ekki þennan sársauka lengur. Ég get ekki lifað svona því þetta er bara hræðilegt,“ reyndu að segja, „mér langar að líða vel. Ég vil geta lifað frjálst." Ekki nota neikvæð orð þegar þú breytir ræðu þinni því það sem þú leggur áherslu á er það sem vex. Þú ert að reyna að vaxa í því jákvæða, sem er það sem þú vilt. Ef þú einbeitir þér að, "ég vil ekki líða svona," ertu að forgangsraða þeim tilfinningum sem þú vilt ekki og senda merki um það.

halda dagbók

Ég held ekki dagbók í hefðbundnum skilningi. Hins vegar held ég "birtingardagbók" sem ég nota af og til. Þar skrifa ég ekki hvernig mér líður heldur hvernig mér langar að líða eða hvað ég vil að gerist. Það er frábær leið til að hækka titringinn og byrja að líða vel með hlutina, jafnvel þótt þú sért ekki á þeim tímapunkti í raunveruleikanum ennþá. Ákallaðu tilfinningar eða tilfinningar sem þú vilt. Til dæmis, þegar bókmenntaumboðsmaðurinn minn ætlaði að kaupa verk mitt, var ég að ganga í gegnum hringrás efasemda, sem allir rithöfundar gera. En í dagbókinni minni var ég að skrifa hversu gott það var að vita að ég væri að vinna með rétta ritstjóranum og hversu vel allt var að koma út. Ég ímyndaði mér að fá símtalið frá umboðsmanni mínum og lýsa því í dagbókinni minni eins og það hefði þegar gerst. Þegar bætt er við upplýsingum um símtalið, tilboðið og hvernig mér fannst það kveikja á jákvæðum titringi löngunar minnar í viðleitni til að hjálpa henni að koma fram í raunveruleikanum. Og við vitum nú þegar hversu mikilvægt það er að líða vel, ekki satt? Til að gera þessa æfingu skaltu einfaldlega skrifa í dagbókina þína eins og þú myndir gera í venjulegri dagbók, en bæta það upp! Skrifaðu eins og heitustu óskir þínar hefðu ræst þann dag. Þessi tækni er sannarlega áhrifarík og skemmtileg.

Finndu "af hverju"

Með því að spyrja sjálfan þig hvers vegna þú vilt eitthvað geturðu framkallað jákvæðar tilfinningar sem munu hjálpa þér að laða að þér meira af því. Mundu að hugsanir einar og sér eru ekki nóg, við þurfum hugsun til að styðja þær.

Spyrðu sjálfan þig til dæmis: "Af hverju vil ég hafa heilbrigðan líkama?" Svaraðu með eitthvað á þessa leið: "Að ferðast aftur." "Að vinna í fullu starfi við eitthvað sem mér líkar." "Til að vera meiri hluti af fjölskyldunni minni." Að sjá þessa hluti fyrir sér mun skapa jákvæða tilfinningu sem mun færa titringinn þinn á jákvæðan punkt. Gefðu gaum að því hvernig þér líður þegar þú gerir þessa breytingu og þessa sjónmynd. Ef þér líður ekki vel að sjá eitthvað fyrir þér (jafnvel þótt það virðist vera jákvætt), finndu eitthvað annað sem þú getur einbeitt þér að sem vekur jákvæðar tilfinningar frá þér. Innri ótti okkar og tilgangur getur stundum kallað fram neikvæðar tilfinningar, svo gaum að þessu.

Nú hefurðu þrjár nokkuð traustar leiðir til að færa athygli þína á jákvæðan stað. En áður en því er lokið er ein síðasta áminning sem er mjög mikilvæg. Þú getur ekki notað þessa þekkingu sem vopn til að kenna um. Ég held í raun að það sé okkar hlutverk að gera það sem við getum til að viðhalda jákvæðri stemningu, en tímasetningin þegar hlutirnir gerast er guðdómlegir og stundum gerast þeir bara af ástæðu sem við sjáum ekki. Það er mikilvægt að kenna okkur ekki um þegar hlutirnir fara ekki eins og við viljum, heldur verðum við að halda áfram að gera það sem við getum. Þú verður að halda áfram að hreyfa þig smátt og smátt. Þú ert að gera það mjög vel.

Nú þekkir þú nokkrar kröftugar leiðir til að byggja upp sterkan lækningagrundvöll: leiðrétta pólun með jarðtengingu, skipuleggja orkuna þína með því að stuðla að krossmynstri, koma jafnvægi á hóstarkirtlinum og fara í átt að jákvæðari hugsunum og tilfinningum. Gakktu úr skugga um að þú vinnur þau öll af ást og stöðugt. Þetta er þar sem þetta byrjar allt!

Í næsta kafla munt þú læra hvernig á að bera kennsl á stíflur til að byrja í raun að koma jafnvægi á orkukerfið og lækna djúpt.

Partur tvö

Greinir stíflur

Ég fæ tölvupósta og spurningar um ýmsar orkumeðferðaraðferðir um allan heim sem tengjast nokkurn veginn sama hlutnum: „Er þessi tækni áhrifarík?" Þessir tölvupóstar innihalda oft tengla og samantektir og útskýringar á því hvernig hver tækni virkar. Ég þekki suma, en aðra ekki. Það skiptir þó engu máli af þessari ástæðu: Það eru til margar dásamlegar og árangursríkar aðferðir, og þó að ég sé með uppáhalds (sem þú munt læra um í hluta 3), þá eru sérstakar aðferðir sem þú notar ekki eins mikilvægar og þú gæti hugsað.

Mikilvægasta innihaldsefnið til að hreinsa sjálfan þig er að ganga úr skugga um að þú vinnur að því sem hindrar þig. Tækni hefur aðeins hámarksafl ef þú beitir henni á eitthvað sem á við áskorun þína. Þess vegna muntu eyða miklum tíma í að læra hvernig á að finna út nákvæmlega hvað tengist áskorunum þínum. Til þess að samræmast lækningu þinni mun ég hjálpa þér að bera kennsl á blokkirnar sem koma í veg fyrir að þú gróir. Þegar búið er að bera kennsl á þá getum við unnið að því að losa þá.

Tvær bestu leiðirnar sem ég veit um til að bera kennsl á stíflur eru að nota tækni sem kallast vöðvapróf til að fá svör frá undirmeðvitundinni og læra að túlka tungumál líkama okkar. Báðar aðferðirnar gera þér kleift að sjá núverandi áskoranir þínar í nýju ljósi.

Í fyrsta lagi muntu læra að spyrja undirmeðvitund þinn, sem er eins og sýndarupptökutæki, spurninga til að skilja nákvæmlega hvað þú þarft að vinna að. Þá munt þú læra að túlka tungumál líkamans, sem getur veitt fleiri lykla að lækningu.

Síðar, þegar þú beitir aðferðunum sem er að finna í þessari bók, og kannski öðrum sem þú þekkir nú þegar, muntu beina þeim að uppruna ójafnvægisins. Það er lykillinn að því að gera þau áhrifarík. Það er þegar galdurinn gerist.

5. kafli

Fáðu svör frá undirmeðvitundinni

Við getum ekki leyst vandamál með sams konar hugsun og við notuðum þegar við sköpuðum þau.

— EÐLAGT ALBERT EINSTEIN

Hvað kemur í veg fyrir að ég finni ró? Af hverju er ég ekki betri? Hvernig stendur á því að þessi manneskja gerir mig reiðan við hvert orð sem hann segir? Af hverju er ég að skemma tilraunir mínar til að hjálpa mér? Hvað er það sem fer svona mikið yfir mig? Hvað stuðlar að þessum sjúkdómi eða áskorun?

Ef þú kannast við einhverja af þessum spurningum hefurðu nú þegar svörin; en þú hefur ekki getað fundið aðgang að þeim svörum. Það er algjörlega aðskilinn hluti af veru þinni sem hefur stjórn á lífi þínu: það er undirmeðvitund þín. Undirmeðvitundin er eins og mannleg tölva sem skráir allt sem hefur gerst í lífi okkar. Það felur í sér forritunina sem við fengum sem börn, í gegnum minningar, skilaboð, skynjun og reynslu. Undirmeðvitund okkar gerir síðan „reglurnar“ sem við munum lifa eftir, byggt á þeim upplýsingum eða forritun. Undirmeðvitundin er í grundvallaratriðum, í orðræðu, yfirmaðurinn!

Í þessum kafla lærir þú um forritun undirmeðvitundarinnar, mikilvægi þess að komast inn í þá forritun til að lækna, og nákvæmlega hvernig á að gera það með því að nota tækni sem kallast vöðvapróf (stundum kölluð orkugreining eða hagnýt hreyfifræði).

Í gegnum megnið af heilunarferð minni notaði ég meðvitaðan huga minn til að reyna að leysa úr áskorunum mínum, en ég komst ekki langt. Þegar ég lærði að fá aðgang að undirmeðvitundinni í gegnum einfalt ferli vöðvaprófa, margfaldaðist lækning mín veldishraða.

Upplýsingarnar sem ég fann í undirmeðvitundinni voru alveg ótrúlegar, mjög gagnlegar og líka svolítið skrítnar. Sumt af því var ekki rökrétt og ég var mjög hissa. En ég lærði fljótlega að tilfinningar eru ekki rökréttar. Ég hefði aldrei tengt mikið af áskorunum mínum við það sem þær tengdust, sérstaklega í upphafi. En það voru góðu fréttirnar. Allt í einu fékk ég aðgang að upplýsingum sem ég vissi ekki um, ég vann að málum sem ég hafði aldrei verið meðvituð um og þar af leiðandi náði ég árangri sem ég hafði aldrei áður. Nú þegar ég hef verið að gera það í nokkuð langan tíma, hugsa ég um vöðvapróf sem æfingahjólin sem notuð eru þegar ég lærði að hjóla. Nú eru hlutir sem koma mér eðlilega, en vöðvapróf var fyrsta leiðin sem ég lærði til að fá aðgang að óendanlega visku líkamans. Þegar ég lærði vöðvapróf fannst mér eins og ég væri nýkominn á ferning sem jafngildir endalausum stiga í borðspili. Ég ætla að deila því með þér.

Undirmeðvitundin mun gera allt sem þarf til að vernda okkur eða hann gerir það sem hann heldur að sé gott fyrir okkur, byggt á reglum hans eða forritun. Hvað varðar taugafræðilega úrvinnslu er undirmeðvitundin yfir milljón sinnum öflugri en meðvitundin. Reyndar er alveg ótrúlegt hvernig þetta virkar þar sem mikið af því sem við gerum í lífinu er gert á sjálfstýringu. Við þurfum ekki að hugsa um hvernig á að framkvæma hversdagslegar aðgerðir eða líkamsstarfsemi. En það er ekki svo ótrúlegt ef við höldum að það séu reglur í undirmeðvitundinni sem eru mjög andstæðar öllu sem meðvitaður hugur okkar um jákvæða hugsun er að reyna að ná, eins og vellíðan þinni. Verum hreinskilin. Þú ert að berjast við eitthvað sem er milljón sinnum öflugra en þú, Hver á þá bestu möguleika á að vinna? Til þess að breyta forritun eða reglum sem við lifum og bregðumst við þurfum við fyrst að bera kennsl á reglurnar.

Undirmeðvitundin er forrituð

VÍSINDAMENN HAFA UPPGÖTVAÐ að undirmeðvitundin stjórnar allt að 95 prósentum af lífi okkar. Aðeins fimm prósent af minningum okkar og öðrum upplýsingum eru í meðvitundinni, sem eftir eru 95 prósent til að keyra þáttinn. Sérðu vandamálið? Líf okkar er í grundvallaratriðum til umráða undirmeðvitundarinnar, sem vinnur með því að nota sett af reglum sem búið var til í æsku. Þegar þú kemst að því nákvæmlega hverjar þessar undirmeðvitundarreglur eru, muntu sjá hvers vegna þú hefur verið fastur svo lengi.

Að fá svör frá undirmeðvitundinni er nauðsynlegt í lækningu þinni vegna þess að þú getur ekki breytt því sem þú ert ekki meðvitaður um. Og ef þú ert í einhverjum skilningi eins og ég var, eða eins og margir skjólstæðingar mínir eru, þá ertu ekki meðvitaður um flest það sem þú þarft sárlega að breyta til að lækna.

Þú gætir til dæmis fundið fyrir því að reiði valdi þér miklu álagi og þú gætir kennt reiðivandræðum þínum um til dæmis móður þinni. Við elskum að kenna mæðrum okkar um, ekki satt? Hins vegar er það rökrétti hugurinn og rökhugsun hans sem veldur þér þessu. Vandamálin með móður þína eru kannski ekki vandamál með móður þína, en með því sem þú veist núna gætirðu eytt árum í að vinna úr þeim frá því sjónarhorni. Í rauninni værirðu að elta ranga lest án þess að vita af því. Ég sé oft skjólstæðinga sem hafa farið í meðferð í tuttugu ár vinna að einhverju eins og reiði í garð móður sinnar, bara til að komast að því síðar, með því að smella inn í undirmeðvitund þeirra, að vandamál þeirra tengjast einhverju allt öðru, eins og bekkjarfélagi úr bekk. skóla sem gaf þeim gælunöfn. Það kemur oft á óvart, en satt.

Þó að þú gætir tengt áskoranir þínar við ákveðna reynslu eða aldur, þá er oft engin rökrétt ástæða til að finna út hvað er raunverulega tengt. Mörgum sinnum kemst ég að því að einhver reynsla stafar af vöðvaprófum án þess að skjólstæðingur minn hafi haft meðvitaða tengingu við það. Ég sé oft mynstur á ákveðnum aldri og upplifun koma fram sem mikilvæg augnablik í lífi fólks, til dæmis þegar það byrjaði í nýjum skóla eða þegar systkini fæddist. Reynslan sjálf kann að virðast ómerkileg, en mikið af því hvernig reynsla hefur áhrif á okkur tengist getu okkar til að takast á við og vinna úr henni á tilteknum aldri sem hún gerðist.

Ég skal sýna þér hvað ég á við með þessu dæmi. Þegar Emily kom til mín til að losa um orkuna sem olli kvíðaköstum hennar sagði hún mér að hún tengdi þau alltaf við skilnað foreldra sinna þegar hún var tíu ára. Hins vegar, þegar við unnum í gegnum vöðvaprófanir, eins og þú munt læra að gera á stuttum tíma, komumst við að því að þetta mál tengdist því þegar hann var þriggja ára. Það eina sem hann mundi eftir að hefði gerst var að frændi hans hafði flutt úr húsinu hinum megin við götuna í hverfi fimmtán mínútur frá húsinu sínu. Nú, í heila okkar fullorðnu, virðist það ekki vera mikið mál, ekki satt? Emily hélt líka áfram að hitta frænda sinn oft. En þegar þú ert þriggja ára er óhugsandi að besti vinur þinn og uppspretta öryggis sé ekki lengur til staðar. Kannski var það hin raunverulega uppspretta skelfingar sem síðar kom aftur upp þegar pabbi hennar flutti í burtu eftir að hafa skilið við móður sína. Upprunalega upplifunin eða atburðurinn gæti virst eins og eitthvað virðist ómerkilegt í víðara sjónarhorni lífs hennar, en aldur eða tímasetning átti þátt í því að ákvarða hversu mikil áhrif það hafði á hana.

Komdu í gegnum undirmeðvitund þína með vöðvaprófum

Við skulum tala um hvernig þetta próf virkar, og það sem meira er, hvernig það getur tekið þig á næsta stig lækninga.

Það er grunnhugtak sem þú þarft að skilja áður en ég kenni þér hvernig á að fá svör frá undirmeðvitundinni. Eins og þú veist hefur líkaminn innra með sér og í kringum sig rafnet sem er hrein orka. Þetta fylgir orkusamspili milli líkama okkar og undirmeðvitundar okkar. Taugakerfið okkar er eins og stórt loftnet sem tekur upp orku tíðni sem hefur bein áhrif á líkama okkar, orku sem er of fíngerð til að hægt sé að mæla hana með vísindatækjum. Það rafkerfi sem er tengt undirmeðvitund þinni bregst við jákvæðum og neikvæðum áhrifum eða orku. Ef eitthvað slær rafkerfið þitt og viðheldur ekki eða styrkir jafnvægi líkamans (með öðrum orðum, það líður ekki vel í líkamanum), þá „skammrásir" orkuflæði líkamans. hafa áhrif á orkuna sem rennur í gegnum vöðvana. Hlutir sem geta haft áhrif á rafkerfið þitt eru hugsanir, tilfinningar, matur og önnur efni.

Til þess að komast að því hvað undirmeðvitund þín og líkami eru í samræmi við, eða "sammála" með, geturðu spurt þá beinna spurninga. Þannig muntu ráða svörin, allt eftir svörun sem vöðvar líkama þíns gefa við þessum spurningum (þar af leiðandi hugtakið vöðvapróf).

Ef þú segir eitthvað sem líkami þinn og undirmeðvitund endurómar mun rafkerfið þitt halda áfram að flæða og hringrásirnar haldast sterkar, sem gerir vöðvunum kleift að halda styrk. Ef þú segir eitthvað sem undirmeðvitund þín telur rangt mun orkukerfið þitt skammhlaupa tímabundið og líkaminn (vöðvarnir) bregðast hratt við með því að vakna eða dragast saman.

Hver af þessum viðbrögðum mun gefa okkur leið til að lesa hvað líkami þinn er að segja. Það er sannarlega ótrúleg leið þar sem við getum spurt líkama okkar spurninga og fengið skýr svör í staðinn; það er eins og sími sem hægt er að hringja í undirmeðvitundina með.

Tvær leiðir til að prófa vöðva

Standandi próf (vöðvapróf)

Ein leið til að prófa vöðva sem er frekar auðveld fyrir byrjendur er standandi prófið. Það virkar á eftirfarandi hátt. Hugsanir þínar og tilfinningar framleiða ákveðin viðbrögð í taugakerfinu þínu, sem er tengt heilanum þínum, sem hefur áhrif á hreyfisvörun þína (hreyfingu líkamans). Hinn meðvitundarlausi hluti af þér sem treystir ekki á rökfræði og skynsamlega hugsun mun náttúrulega nálgast eitthvað sem hann telur jákvætt eða satt og hafna náttúrulega einhverju sem hann telur ekki satt fyrir þig.

Ef þú spyrð spurninga þegar líkaminn er í afslappaðri, standandi stöðu (en þú getur hreyft þig frjálslega) hallar þú ósjálfrátt – annað hvort örlítið afturábak eða örlítið fram á við – og hjálpar þér að komast að því hvort líkaminn þinn er sammála einhverju sem þú segir eða hafnar því . Mundu að orð eru einfaldlega orka.

Ef þér finnst erfitt að standa geturðu gert það sitjandi í stól. Með þessari tækni erum við í grundvallaratriðum að nota líkamann sem pendúl.

Til að tryggja að orkan þín sé í jafnvægi, sem er mikilvægur þáttur í nákvæmum vöðvamælingum, þarftu að gera hóstarkirtla- og augnsporaæfingarnar sem kynntar eru í 4. kafla. Þessi æfing mun hjálpa til við að tryggja að orkan þín sé í jafnvægi. er ekki ruglað og hægt að nota sem fljótlegt orkujöfnunartæki.

Stattu eða sestu uppréttur með fæturna á axlarbreidd í sundur og vísi beint fram. Gakktu úr skugga um að báðir fætur snúi fram og að þeir séu hvorki örlítið lokaðir né örlítið opnir. Slakaðu á líkamanum, með hendurnar á hliðunum. Lokaðu augunum ef þú getur gert það á öruggan hátt. Andaðu djúpt.

Nú ertu tilbúinn að spyrja líkama þinn um nokkur atriði. Orkukerfið þitt mun fá orkuna frá því sem þú segir og bregst ósjálfrátt við spurningum.

Fyrst þarftu að ganga úr skugga um að þú gerir gott grunnpróf. Þetta er bara til að ganga úr skugga um að líkaminn þinn bregðist rétt við svo þú getir treyst restinni af prófinu og vitað að það sé rétt.

Segðu þetta upphátt: Sýndu mér já. Líkaminn þinn ætti ósjálfrátt að hreyfast aðeins áfram, sem þýðir "já." Hann er að sýna þér að hann er sammála eða sammála því sem þú ert að segja. Segðu nú þetta upphátt: Sýndu mér nei. Líkaminn þinn ætti ósjálfrátt að halla sér aðeins aftur og segja "nei". Þetta kennir þér að það hafnar eða hrekur það sem þú ert að segja.

Sem annar valkostur geturðu gert próf eða grunnpróf með nafni þínu. Segðu þetta upphátt: Ég heiti . Líkaminn þinn ætti ósjálfrátt að halla sér fram, sem þýðir "já." Það sýnir þér að það er sammála eða hljómar við það sem þú ert að segja.

Segðu nú upphátt: Ég heiti froskur. Líkaminn þinn ætti ósjálfrátt að halla sér aðeins aftur og segja "nei". Þetta þýðir að það hafnar eða hrekur það sem þú segir.

Þú gætir fundið fyrir persónulegum breytingum á þessum stöðluðu svörum sem halla sér áfram eða halla aftur. Til dæmis hef ég viðskiptavini sem sveiflast örlítið til vinstri fyrir "já" og halda sig hlutlausum fyrir "nei". Við komumst að því að þetta var náttúrulegt afbrigði af líkama hans og við tókum því bara sem slíkt. Við getum fengið ákveðin svör núna þegar við vitum nákvæmlega hvernig líkaminn gefur okkur já og nei. Vertu opinn fyrir afbrigðum.

Ef þú færð svör sem eru þveröfug við það sem þú ættir að vera (segja "já" halla sér fram og til baka til að segja "nei"), er orkan þín líklega ekki nógu jafnvægi. Endurtaktu hóstarkirtlaæfingarnar og augnleitaræfingarnar, taktu djúpt andann og slakaðu á. Það getur líka hjálpað þér að æfa tengingu við jörðina. Ofhugsun truflar líka ferlið við að láta líkama þinn bregðast náttúrulega við. Þú munt gera það. Haltu bara áfram að reyna.

Við skulum leika okkur aðeins meira með þessa tækni til að sjá hversu gagnleg hún getur verið.

Segðu þetta upphátt og taktu eftir viðbrögðum líkamans: Það er hundrað prósent viss um að líkami minn muni gróa. Til skiptis, endurtaktu það sem spurningu og taktu eftir viðbrögðum líkamans: Er það hundrað prósent viss um að líkami minn muni gróa? Snið sem þú notar til að spyrja spurningarinnar hefur ekki áhrif á hvernig líkami þinn bregst við, svo veldu það sem þér finnst eðlilegast, hvort sem það er í formi spurningar eða fullyrðingar.

Slakaðu bara á og láttu líkamann „rugga“ varlega að framan eða aftan, sem er hvernig hann mun bregðast við þér. Þetta mun gerast án þess að þú gerir neitt meðvitað. Eina starf þitt er að slaka nógu á til að það gerist. Ef líkami þinn dregur þig örlítið fram, þá eru undirmeðvitund þín og líkami í raun að segja "já", þar sem þú ert í takt við þá spurningu eða fullyrðingu. Innst inni heldurðu að þú muni lækna. Þú samþykkir það á undirmeðvitundarstigi. Það er frábært.

Ef líkami þinn hallar eða dregur þig til baka frá staðfestingunni, eru undirmeðvitund þín og líkami að segja "nei," þú ert ekki viss um að læknast. Ekki vera brugðið. Þetta svar er algengast og nýju upplýsingarnar sem þú uppgötvar geta hjálpað þér. Í kafla 8 muntu læra að eyða þessum vafa og losna við aðrar skoðanir sem gætu verið að hindra þig. Við þurfum að líkaminn þinn samþykki í grunninn að það sé í lagi að þú gróir, annars mun ofurgreindur undirmeðvitund þinn gera allt sem hann getur til að koma í veg fyrir að þú geri það.

Þegar þú prófar vöðva þarftu að slaka á, losa þig við niðurstöðuna eða svarið og einbeita þér aðeins að spurningunni. Þar sem líkami þinn mun bregðast við orku hugsana þinna, tilfinninga og fleira, þarftu að ganga úr skugga um að þú einbeitir þér aðeins að efninu sem þú vilt fá svör við. Það er mannlegt eðli að vilja greina og andmæla því sem er ekki skynsamlegt, en ef þú getur virkilega sleppt takinu og verið opinn mun þetta tól breyta lífi þínu.

Við skulum nota þetta sama próf í öðrum tilgangi: að sjá hvernig á að leiða hugann að streituvaldi sem hefur áhrif á orkukerfið þitt. Komdu í vöðvaprófunarstöðu. Athugaðu hvort fæturnir vísi fram og lokaðu augunum. Hugsaðu um eitthvað neikvætt, eins og sambandsslit, slagsmál sem þú lentir í við einhvern, ótta sem þú ert með eða þegar yfirmaður þinn setti þig niður. Taktu eftir því hvort líkaminn hallar sér fram eða aftur.

Líklegt er að líkaminn halli sér afturábak, sem þýðir að rafkerfið þitt hefur verið stutt tímabundið vegna þess að sú orka hefur streituvaldandi eða neikvæð áhrif á þig.

Hugsaðu nú um hvernig það væri ef þessi ákveðni streituvaldur færi ekki aðeins tímabundið inn á orkusviðið þitt heldur væri þar allan tímann - trú sem sannfærir þig um að þú sért ekki viss eða reynsla úr fortíðinni sem þú getur ekki slepptu þér.. Líkaminn þinn væri stöðugt í því ástandi að orkuflæði þitt yrði truflað og það hefði áhrif á alla vefi þína, líffæri og heildarstarfsemi hins ótrúlega líkama sem þú hefur.

Getur þú séð hvernig, með tímanum, ef þú losar ekki um þetta orkuójafnvægi eða viðbrögð þín við þessum streituvalda, gætirðu borgað verðið?

Ég lít á vöðvapróf sem meira orkugreiningartækni en orkuheilandi tækni, en hún er ólík öllum öðrum sem þú munt læra vegna þess að hún getur gefið þér endalausar vísbendingar um hvaða reynslu, tilfinningar og viðhorf þú þarft að hreinsa (sem við mun tala meira um). í þriðja hluta).

Þú ættir að vera meðvitaður um að það eru margar vöðvaprófunaraðferðir í boði sem þú getur beitt. Þó að fótaprófið sé oft auðveldast að kenna, þá er mikilvægt að vita að það er miklu meira að læra um þetta efni.

Handleggspróf (vöðvapróf)

Ég mun deila með þér einni aðferð í viðbót við vöðvapróf. Ég kalla það armprófið. Til að byrja, teygðu handlegginn þinn sem ekki er ríkjandi fram fyrir þig eins og þú sért að teygja þig í eitthvað. Beygðu nú olnbogann þannig að framhandleggur og hönd séu í 45 gráðu horni. Lófurinn þinn ætti að snúa út. Það mun líta út eins og þú sért að gera „baka“ eða „halda þig í burtu“ bendinguna, en með olnbogann boginn. Nú skaltu hvíla vísifingur og miðfingur á ríkjandi hendi þinni rétt fyrir aftan úlnliðinn (í átt að olnboganum) á beygðum handleggnum þínum.

Rétt eins og þú gerðir með uppistandsprófið muntu spyrja „já“ eða „nei“ spurninganna eða „já“ eða „nei“ fullyrðingarnar. Eftir að hafa sagt fullyrðinguna eða spurt spurningarinnar muntu nota báða fingurna til að þrýsta í handlegginn, fyrir aftan úlnlið (í átt að olnboganum). Notaðu sem svarar kílói af þrýstingi (þetta er létt til meðalþrýstingur). Láttu handlegginn þinn, sem ekki er ríkjandi, standast örlítið án þess að berjast við kraftinn. Með því að ýta með báðum fingrum, eftir að hafa sagt spurninguna eða fullyrðinguna, finndu fyrir viðbrögðum líkamans til að sjá hvað undirmeðvitund þín segir þér.

Þegar við tókum standprófið var það að halla sér fram var leið líkamans til að svara „já“ og að halla sér aftur var leið líkamans til að svara „nei“. Með handleggsprófinu mun líkaminn segja "já" eða "ég er í ómun" með spurningunni eða fullyrðingunni þegar handleggurinn þolir vægan þrýsting beggja fingra (handleggurinn þinn er áfram stinnur). Þetta þýðir að handleggurinn „gefur ekki upp“. Ef þér finnst hann missa eitthvað af krafti og gefa eftir undir álagi er vöðvinn að skammhlaupa tímabundið eins og segir í upphafi þessa kafla. Líkaminn þinn segir "nei" eða "ég er ekki í samsvörun" við spurninguna eða fullyrðinguna.

Vöðvaprófið er ekki átök á milli beggja handleggja. Þú tekur einfaldlega eftir því ef handleggur sem ekki er ríkjandi veikist með léttum þrýstingi fingra þinna. Lykillinn er ekki að stífa ekki ríkjandi handlegg og ekki þrýsta of fast eða of létt með báðum fingrum. Þetta er eins og að setja logann á eldavélina á réttu afli. Þú munt finna kraftinn sem virkar best fyrir þig.

Ef þér finnst erfitt að gera standprufu og handleggspróf, jafnvel eftir mikla æfingu, býð ég þér að uppgötva og læra aðrar aðferðir þar til þú finnur eina sem hentar þér. Ég vil krefjast gildi þessarar tækni. Ég gafst næstum því upp af gremju þegar ég gat ekki náð því rétt í fyrstu, en þetta hefði tafið fyrir lækningu mína.

Eftirfarandi dæmi gera þér kleift að sjá þær tegundir af blokkum sem þú munt geta greint á eigin spýtur meðan þú gerir vöðvapróf. Í þriðja hluta mun ég leiða þig í gegnum nákvæmlega hvernig á að gera það á eigin spýtur, en í bili langar mig bara að kíkja á heiminn sem mun opnast fyrir þig.

Sögur af dæmum um vöðvapróf

Tim bað mig um hjálp við alvarlega exemvandamálið sitt. Mér klæjaði allan tímann og ég vissi ekki af hverju. Ég hafði hitt sálfræðinga, húðsjúkdómafræðinga, nálastungulækna og fleira. Eins og alltaf grunaði hana að það væri tilfinningalegur þáttur á bak við kláðann. Ég kenndi Tim grunnvöðvaprófin og við unnum ýmsar spurningar.

Fyrst bað ég Tim um að spyrja líkama hans, með vöðvaprófum, hvort hann teldi að kláðinn gagnaðist honum á einhvern hátt. Hann vildi athuga hvort líkami hans liti á vandamálið sem einhvers konar ávinning við það, sem er nokkuð algengt. Hann vissi að þangað til við höfum útkljáð þessa hugmynd, þá væri erfitt að losna við kláðann. Við fengum „já“ sem svar. Síðan hugsaði ég um trú eða ástæður fyrir því að líkami hennar gæti ekki viljað sleppa þessu. Við spyrjum líkama þinn í fyrstu persónu: „Þarf ég kláða til að afvegaleiða mig frá einhverju sem hræðir mig? Lík Tims sagði „já". Við vissum að okkur gekk vel.

Eins og þú munt komast að í næsta kafla er kláði stundum skilaboð líkamans um að eitthvað eða einhver sé að „komast undir húðina á þér". Til að komast að því hvað eða hver það er spurði ég: „Tengist kláði ákveðnum aldri? Aftur var svarið "já". Síðan byrjuðum við að prófa með mismunandi aldri dreift yfir 20 ára tímabil (núll til 20, 20 til 40 osfrv.) vitandi að líkami hennar hafði nákvæma skrá yfir hvenær þetta ójafnvægi hafði byrjað í kerfinu hennar. "Tengist kláði aldri á milli 0 og 20 ára?" Líkami hennar lét okkur vita "nei." "Tengist kláði aldri á milli 20 og 40 ára?" Við fengum „já" og þrengdum það niður í nákvæman aldur með því að spyrja í hópum 10 ára, fimm ára og síðan ár frá ári. Líkami hans sagði okkur, með vöðvaprófum,

Ég og Tim ræddum um það sem gerðist það ár og uppgötvuðum nokkra innsýn. Við höfðum hugmynd um hver þeirra tengdist kláðanum en biðum áður en við tókum það sem sjálfsögðum hlut. Tim hafði verið að vinna í þessu vandamáli í nokkurn tíma og ég minnti hann á mikilvægi þess að vera opinn fyrir þeim valmöguleika sem virtist vera minnst skynsamlegur, ef hann væri fastur við hann. Og hvað finnst þér? Já ég var. Með vöðvaprófum staðfesti líkami hans að kláði tengdist því að vera rekinn úr starfi sínu 32 ára gamall.

Þetta eru spurningarnar sem við spurðum líkama þinn til að komast að þessari niðurstöðu. Það er engin sérstök formúla til að ákveða hvað á að spyrja. Við spurðum bara spurninga sem við vorum að spyrja okkur og sem við vissum að líkami hennar myndi hafa svarið við. „Tengist exemið fjölskyldumeðlimi mínum? Við fáum „nei". Við krefjumst: "Tengist það rómantísku sambandi?" Ekki aftur". Að lokum spyrjum við: "Tengist það atvinnuferli mínum?" Við fáum "já." Síðan spyrjum við: "Tengist það því að vera rekinn úr vinnu?" Aftur, "já." Þetta kom Tim á óvart vegna þess að hann skildi hræðilegt 32 ára, en greinilega hafði líkami hans losað þá orku úr kerfinu hans.

Tim sá mikla minnkun á kláða fyrstu vikurnar og hélt bara áfram að batna þaðan. Þó að það sé venjulega ekki bara eitt sem veldur viðvarandi vandamáli, geturðu notað þetta kerfi til að spyrja spurninga og þrengja valkosti þína til að hreinsa burt öll þau lög sem kunna að tengjast áskorun eða heilsufarsvandamálum.

Í eftirfarandi dæmi hjálpaði ég skjólstæðingi að bera kennsl á trú sem hindraði lækningu hennar. Ellen átti erfitt með að hækka sjálfsálitið, sem skapaði stöðugt streituástand sem jók líkamleg einkenni hennar og truflaði lækningaferlið. Þegar við ræddum áskoranir hennar og sjálfsgagnrýni sem hún var að glíma við sagði hún sorgmædd: „Ég veit hvaða trú knýr þetta allt saman. Það kemur alltaf niður á því að mér líður ekki nógu vel." Strax höfðum við eitthvað til að vinna í.

Þetta eru spurningarnar sem Ellen spurði líkama sinn: „Er hugmynd mín um að ég sé ekki nógu góð tengd ákveðinni manneskju? Við fáum „já“ frá líkama þínum, svo við höldum áfram. "Tengist það mömmu?" Við fáum „nei“. "Tengist það pabba?" Við fáum „já“ og við skrifum það niður. "Tengist það ákveðinni reynslu úr fortíð minni?" Með þessum spurningum tókst okkur að fá nægar upplýsingar og smáatriði þar til innsæi Ellen fékk hana til að hugsa um eitthvað. Við staðfestum þetta með líkama hennar með því að spyrja: „Tengist tilfinning mín um að vera ekki nógu góð þeim tíma sem pabbi öskraði á mig fyrir að hafa ekki náð A í stafsetningarprófi prófessors Black? Já, það var augnablikið þegar allt var byrjað.

Við vorum himinlifandi yfir því að við fundum svona mikilvægan atburð til að leysa vandamál Ellenar. Við héldum áfram yfir nokkrar lotur, hreinsuðum allar svipaðar hráar upplifanir sem voru geymdar í líkama hennar sem ýttu undir þá trú að hún væri "ekki nógu góð"; allt í gegnum spurningar sem leiddu okkur að nákvæmlega hvað stuðlaði að lágu sjálfsáliti hennar.

Síðan notum við ferlið sem þú munt læra í 8. kafla til að hreinsa út óheilbrigðar skoðanir, eins og Ellen er „ekki nógu góð". Það var upphafið að mynsturbreytingu hjá henni.

Í báðum dæmunum vorum við einfaldlega að spyrja spurninga sem við gætum þegar verið að hugsa eða spyrja okkur sjálf. Við látum forvitni okkar leiða okkur. Við vorum að móta spurningarnar skýrt og hnitmiðað til að spyrja líkamann.

Ábendingarfyrir vöðvaprófunaræfingar þínar

Þú getur spurt þessara spurninga til að æfa þig enn frekar í auðkenningu blokkar. Við munum fjalla um alls kyns hrun síðar, en í bili er þetta áhugavert ferli sem þú getur spilað með. Seinna muntu geta hreinsað blokkirnar. Ef þú uppgötvar afhjúpandi svör, vertu viss um að skrifa þau niður.

Er orka á ákveðnum aldri í gegnum lífið sem bælir ónæmiskerfið mitt?

Er einhver sérstök reynsla úr fortíð minni sem kallar fram streituviðbrögð í líkamanum?

Er tiltekið líffæri eða kirtill í líkama mínum sem geymir óheilbrigða tilfinningalega orku?

Mundu að ef þú hallar þér fram með því að nota standprófið eða heldur handleggnum stífum með því að nota standprófið, þá er líkaminn að segja "já, það er rétt." Ef það virkar ekki fyrir þig þarftu ekki að örvænta. Við munum breyta aðferðinni í næsta kafla.

Þar sem ég átti erfitt með að gera vöðvaprófið í upphafi lærði ég fljótt öll brögðin til að fá sem nákvæmust svör. Hér eru nokkrar hugmyndir:

Komdu með staðhæfingar eða spurningar með því að nota aðeins jákvætt orðalag. Þetta þýðir að ef þú ert að reyna að komast að því hvort innst inni trúir þú að þú getir læknað, ættir þú að nota staðfestinguna "ég get læknað" og sjá hvernig líkaminn bregst við, í stað þess að segja "ég get ekki læknað." Líkaminn verður ruglaður ef þú notar neitanir í vöðvaprófum. Annað dæmi til að nota þessa fullyrðingu: "Lifur mín virkar rétt", í stað þess að: "Lifur mín virkar ekki rétt". Gakktu úr skugga um að þú sért vökvaður. Rafmagn krefst vatns og ef þú ert vatnslaus mun rafkerfið þitt ekki virka sem skyldi, sem gerir þér erfitt fyrir að fá svör.

Slappaðu bara af. Slakaðu á líkama þínum og huga. Held að svörin sem þú færð muni einfaldlega hjálpa þér. Það er ekkert að óttast. Ég hef aldrei uppgötvað neitt hræðilegt á fundi og skjólstæðingar mínir ekki heldur. Það getur verið erfitt fyrir þig að taka prófin ef þú hefur efasemdir, hugsar of mikið eða greinir ferlið. Ég verð að leggja áherslu á hversu mikilvægt það er að láta sjálfan þig fara í gegnum þetta ferli.

Spyrðu skýrra, hnitmiðaðra og bókstaflegra spurninga. Undirmeðvitundin hugur og líkami túlka ekki spurningar eða fullyrðingar sem hafa aðra merkingu. Notaðu aðeins orð sem hafa merkingu. Til dæmis er skárra að spyrja eitthvað eins og: „Er einhver ákveðin reynsla úr fortíð minni sem kemur í veg fyrir að ég grói?" frekar en: „Er eitthvað sem kemur í veg fyrir að ég grói? Fyrsta spurningin er mjög skýr og einföld og gefur undirmeðvitundinni og líkamanum enga ástæðu til að ruglast í svörum.

Spyrðu spurninga á mismunandi vegu. Vertu skapandi. Níu sinnum af hverjum tíu mun það gefa skýrara svar að breyta eða skýra spurninguna. Ég held að hluta til að stundum bregðist líkaminn ekki við ef við erum ekki á réttri leið eða ef við þurfum að breyta spurningunum aðeins. Prófaðu að fella eftirfarandi orð inn í spurningarnar þínar: þáttur, tengdur, tengdur, kveiktur af/orsakað, skaðlegur, stuðlar að/stuðlar að og orsök/orsök. Öll þessi orð eru skýr og hafa enga tvöfalda merkingu. Hér eru nokkur dæmi: "Er þessi bakverkur tengdur núverandi sambandi?" "Er helsta orsök þessa bakverkja trú?" „Er einhver í lífi mínu sem kallar fram endurupplifun á reynslu úr fortíð minni? (Athugið: „Kveikja" er setning sem mér líkar mjög vel við vöðvapróf vegna þess að hún hjálpar okkur að viðurkenna að núverandi vandamál er kannski ekki „raunverulega" vandamálið, heldur eitthvað úr fortíðinni okkar sem kemur af stað með eitthvað sem gerist hjá okkur í nútíðinni. . Þetta þýðir að við erum að finna tvö svör í einu! Við sleppum fortíðinni og bætum vandamál nútímans.)

Vertu viss um að draga djúpt andann og gera hlé á milli spurninga til að leyfa líkama þínum og heila að endurkvarða sig. Ef þú ferð of hratt veldurðu skynjunarofhleðslu og kerfið þitt mun frjósa og gefa þér ruglingsleg viðbrögð.

Skyndilausn, ef vöðvapróf virkar ekki, er að ýta á nafla með fingrum annarrar handar (þú getur gert þetta á fötunum þínum). Haltu þeim þar í gegnum prófið. Þetta leiðréttir venjulega orkuflæðisvandann sem getur gert vöðvaprófanir erfiðar.

Spyrðu spurninganna hægt og hvíldu þig í nokkrar sekúndur á milli svo þú ofhlaði ekki líkamann. Og ekki spyrja sömu spurningarinnar oft. Þetta mun ofhlaða rafrásina þína og gera prófið þitt minna nákvæmt. Lærðu bara að treysta svarinu sem þú færð.

Varúð: Ekki nota þessa prófunartækni til að spá fyrir um framtíðina, vinna í lottói, taka stórar ákvarðanir í lífinu eingöngu byggðar á svari þínu eða greina læknisfræðileg vandamál. Ekkert af svörunum verður rétt eins og ég og margir aðrir sem hafa gert vöðvapróf get sagt þér af reynslu! Almennt séð, því meira sem þú tengist svarinu, því nákvæmari verður prófið. Við erum einfaldlega að nota þetta sem tæki til að sjá hvað líkamar okkar enduróma og breyta einhverju sem er ekki lengur að þjóna okkur. Einnig skaltu aðskilja þig frá raftækjum (taktu farsímann þinn úr vasanum, ef þú hefur hann með þér, eða aðskildu þig frá tölvunni þinni). Þeir geta truflað orkuflæði líkamans.

Síðan færðu mörg tækifæri til að æfa þessa nýju færni. Ég kenni það öllum nýjum viðskiptavinum mínum, og þó flestir séu óþægilegir og vantraustsömir í fyrstu, kunna þeir fyrr eða síðar að meta að ég hafi látið þá vinna að því. Þú þarft ekki að nota vöðvapróf til að nota lækningaaðferðina sem er að finna í þessari bók, en það mun líklega opna þig fyrir nýjum hlutum sem þú annars ættir erfitt með að nálgast.

ábendingar: Í þessari bók kenni ég þér hvernig á að hreinsa ákveðnar tegundir af ójafnvægi með sérstökum aðferðum. Það er áhrifaríkasta leiðin til að læra. En sannleikurinn er sá að nánast hvaða tækni sem er getur losað nánast hvaða áskorun sem er. Hægt er að skipta um tækni og eru sveigjanleg. Þegar þú hefur lesið alla bókina og skilið öll hugtökin og tæknina muntu geta notað vöðvaprófanir þínar til að ákvarða hvaða tækni er gagnlegust fyrir þig við ýmsar aðstæður. Ég skal kenna þér hvernig á að gera þetta í kaflanum

Nú skilur þú grunnatriðin í vöðvaprófum. Í þriðja hluta mun ég leiðbeina þér í gegnum hvernig á að nota vöðvapróf til að hjálpa þér að finna og losa þig við tilfinningaorkuna sem eru að verða á vegi þínum. Að læra að skilja líkamstjáninguna er mjög öðruvísi en áhrifarík leið til að öðlast enn meiri þekkingu. Við munum koma inn á það í næsta kafla. Þú munt þá geta notað vöðvapróf auk þess að lesa líkamstjáningu þína sem öfluga samsetningu til að fá meiri upplýsingar sem þarf til lækninga þinnar.

6. kafli

Lærðu tungumál líkamans

Líkaminn er heiðarlegur.

—SAORI MINOTA

Líkaminn þinn er klár. Reyndar er hann snillingur. Það talar við þig allan tímann og sendir þér vísbendingar og skilaboð í gegnum einkenni. Í grein Huffington Post árið 2012 skrifaði Deepak Chopra: „Nútímaleg læknisfræði, þrátt fyrir allar framfarir hennar, veit minna en 10 prósent af því sem líkaminn veit ósjálfrátt."1 Ég þakka mikið fyrir árangur minn. til þess að uppgötva hvaða skilaboð líkaminn er að reyna að miðla í gegnum einkennin. Þetta eru myndlíkingar fyrir það sem gerist innra með sér, tilfinningalega og orkulega.

Þó ég sé ekki lengur með varanleg heilsufarsvandamál, túlka ég samt öll tímabundin einkenni sem koma á vegi mínum. Er þetta höfuðverkur sem þú varst að vekja mig? Er mér illt í maganum af því að það er eitthvað sem ég er ekki að hætta að horfast í augu við? Með því að verða meðvitaður um þessa tengingu veit ég að ég mun aldrei aftur lenda í stöðunni „Ó, guð minn góður, hvernig fékk ég þennan hræðilega sjúkdóm sem hefur tekið yfir mig?

Í þessum kafla mun ég kenna þér nýja leið til að greina einkenni þín. Þú munt sjá líkamann í gegnum linsu sem gefur vísbendingar, skilaboð og myndlíkingar til að efla lækningu þína. Ég mun gefa þér dæmi úr raunveruleikanum til að byrja að æfa og hugsa á þennan hátt sjálfur. Ég mun einnig bjóða þér túlkun mína á einkennum líkamans og skilaboðum þeirra. Hvert ástand, einkenni og viðbrögð eru myndlíking fyrir eitthvað með stærri merkingu, sem hægt er að nota sem vísbendingu þegar þú vinnur í gegnum þessa bók.

Að læra að þekkja boðskap líkamans er ótrúlega dýrmæt aðferð því ef þú ert opinn fyrir því muntu byrja að sjá samlíkingarnar í öllu. Og þetta getur þýtt í skilaboðum sem líkaminn reynir að senda þér, viðhorf sem líkaminn heldur á, óunnar reynslu sem þú þarft að sleppa takinu á og fleira. Þetta eru allt hlutir sem þú munt læra að hreinsa í þriðja hluta.

Einkenni eru tilfinningalegt leiðbeiningarkerfi líkamans, sem erfitt er að hunsa, standast eða hafna. Ég var vanur að pirra mig á líkamanum fyrir að vera alltaf með einkenni, en þegar ég hugsa til baka núna sé ég að ég var heiðarlegasta uppspretta upplýsinga í lífi mínu. Hann hringdi oft í mig. Eftir því sem ég varð færari um að hunsa það varð það háværara og hneykslislegra. Hann gafst aldrei upp, né lét hann af sér standa frammi fyrir uppreisn minni. Hann hélt bara áfram að senda skilaboð.

Eftir smá stund muntu kynnast því hvernig líkaminn talar við þig. Hvert okkar hefur það sem ég skilgreini sem sterkasta hlekkinn (jákvæðari útgáfan mín af veikasta hlekknum). Þessi hluti (eða hlutar) líkamans kann að virðast vera versti óvinur þinn, en hann er í raun besti vinur þinn. Það verður sá hluti sem bregst fyrst til að segja þér að eitthvað sé ekki í lagi. Fyrir mér er minn sterkasti hlekkur legið mitt. Ef ég tek ekki eftir einhverju segir legið mér það. Kannski er einhver annar sár í mjóbaki þegar hann þarf að koma skilaboðum á framfæri. Einhver annar gæti fengið einstaka augnkippi eða útbrot. Aðrir gætu þjáðst af mígreni. Skilur þú núna.

tengjast líkama þínum

Þegar þú greinir einkennin skaltu alltaf muna að líkaminn þinn gerir sitt besta sem hann getur. Þessi skilaboð (einkenni) koma með kærleika og með það í huga að hjálpa. Að tengjast líkamanum beint á kærleiksríkan og huggulegan hátt er eitthvað sem borgar sig þegar þú vilt að líkaminn grói.

Hér eru nokkrar aðferðir til að hafa samskipti við líkama minn sem hafa gengið vel.

þakkarbæn

ÉG SKRIFAÐI ÞESSA BÆN til líkama míns til að hjálpa mér að tengjast honum á heilbrigðu stigi, þrátt fyrir gremjuna sem ég fann oft fyrir vegna einkennanna. Ég legg það fram fyrir þig í von um að það veiti þér frið.

Blessaður er líkami minn og sál sem ber þunga milljón mannslífa – og er enn eftir. Þakka þér fyrir að hafa lifað af hvern dag, hingað til, og fyrir dagana sem koma eftir þetta. Ég losa mig við alla gremju í garð þín. Ég losa mig við alla gagnrýni.

Ég kýs að hlusta á þig án þess að dæma þig. Ég vel að láta þig vita að ég elska þig. Ég kýs að leyfa þér að vera einfaldlega.

Þakka þér og svo verði!

talaðu við líkama þinn af kærleika

Stundum þegar ég var með hræðilega tíðaverki gat ég ekki gert neitt annað en að setja hendurnar á neðri kviðinn og tala við legið. Ég var að segja honum upphátt að ég skildi að hann væri að reyna að segja mér eitthvað og að ég ætlaði að gera mitt besta til að heyra hvað það væri. Ég gerði sáttmála um að fara í heit böð og dekra við sjálfan mig á annan hátt ef við gætum „saman" komist á klósettið án þess að tvöfaldast af sársauka. Á undarlegan hátt hjálpaði það mér að tengjast leiðinlegu líffærinu mínu og finna ást og samúð með allri veru minni. Að tala við líkama þinn af ást er gagnleg dagleg æfing til lækninga.

Sittu hljóðlega með hendurnar á þeim hluta sem krefst mestrar ástar. Talaðu nú við hana, andaðu í gegnum hana eða sendu henni bara ást eða samúð. Það er ótrúlegt hvað gerist þegar við erum tengd jafnvel þeim hlutum sem við erum ekki ánægð með á ákveðnu augnabliki; sem getur hjálpað okkur að lækna.

notaðu límmiða

Ég er heltekinn af límmiðum. Ég geymi þær alls staðar, skrifa niður áminningar og uppáhalds tilvitnanir mínar á þær. Ég nota þau líka til að lækna. Manstu að orð eru bara orka? Að skrifa orð eða setningar eins og „ég elska þig", „lækna", „sterkur" eða „hamingjusamur" og setja þau í buxnavasana eða stinga þeim einhvers staðar á líkamann getur haft græðandi áhrif.

Reyna það. Þú gætir endað með því að feta í fótspor mín sem „miðadrottning".

hreyfa og beina orku

Það getur verið mjög gagnlegt að gefa gaum að ákveðnum hluta líkamans sem þarf að lækna. Með því að einbeita þér að vandamálasvæðinu, líffærinu, kirtlinum eða líkamshlutanum á jákvæðan hátt geturðu opnað fyrir stöðnandi orku. Þú getur gert það á hvaða hátt sem þér hentar, en hér eru nokkrar tillögur:

Bankaðu, teygðu eða nuddaðu beint á viðkomandi svæði. Þetta mun hjálpa til við að skapa hreyfingu og heilbrigt orkuflæði í þeim hluta.

Ímyndaðu þér að hluti líkamans sé baðaður ljósi. Hver litur hefur mismunandi tíðni, en litirnir fjólublár, indigó (skuggi á milli blás og fjólublás) og blár hafa hæstu tíðnina, sem gerir þá öfluga græðandi liti.

Nú þegar þú þekkir nokkrar jákvæðar venjur til að tengjast líkama þínum, ertu í betri stöðu til að hafa raunveruleg samskipti við líkama þinn. Við erum tilbúin til að komast að því hvað það gæti verið að segja þér.

Dæmi um einkenni sem gagnlegar vísbendingar

Þegar ég var að skrifa þessa bók var tíðahringurinn enn sá sami, án þess hræðilega sársauka sem einu sinni herjaði á mig. Þær urðu hins vegar allt í einu mjög ríkar og endalausar. Þó að legið mitt hafi áður sent skilaboð í formi sársauka, er legið mitt samt aðalboðberinn í líkama mínum. Sami boðberi, ný skilaboð. Bara til að vera viss fór ég til taugalæknisins sem staðfesti að allt, líka hormónamagnið mitt, væri í lagi. Hann nefndi af frjálsum vilja að hann trúði því að stundum væri einfaldlega „andlegur galli" frá einhverju sem var skilið eftir, en nú er kominn tími til að takast á við það. Svo ég tók tillit til þess og hljóp. Tíðahringurinn minn lét mér líða eins og ég væri að "blæða út" svo ég hugsaði um það. Á hvaða hátt fannst mér líf mitt vera að blæða út? Auðvitað! Þegar ég skrifaði þessa bók fækkaði ég ekki heimsóknum mínum við viðskiptavini; Ég bætti einfaldlega hundruðum aukastunda við dagskrána án þess að létta álaginu á annan hátt. Svona var „gamli ég" áður en ég var heilbrigð. Mér leið eins og ég væri framleiðsluvél með lítinn tíma til að endurhlaða.

Þegar ég velti þessu fyrir mér fór ég að hreinsa þær skoðanir sem fengu mig til að halda að ég yrði að gera allt. Ég dró úr ótta mínum um að valda viðskiptavinum mínum vonbrigðum ef ég tók mér smá tíma til að hvíla mig. Ég tók nokkrar vikur til að einbeita mér eingöngu að því að skrifa. Með því að leyfa mér ekki tíma og pláss til að hlúa að skapandi tjáningu minni eins og ég þurfti, hafði ég verið að bæla niður orku frá heila orkustöðinni minni (annar) sem stjórnar móðurkviði, sem þú munt læra meira um síðar í þessum kafla. Ég kannaði líka og hreinsaði ákveðna mótstöðu við að vera viðkvæm í persónulegum samböndum mínum. Í eðli sínu er þetta eitthvað sem ég hef aldrei verið góður í og það hafði meiri áhrif á mig á þeim tímapunkti í lífi mínu en nokkru sinni fyrr. Önnur orkustöðin tengist tilfinningum,

Hann refsaði mér ekki fyrir það. Ég fór bara í gegnum ferlið við að kanna og hreinsa, vitandi að þegar legið mitt var sannfært um að ég hefði fengið skilaboðin myndi það slaka á aftur. Svo var það. Miklar blæðingar hættu eftir það. Nokkrar „spirit balans" sem á að hreinsa býst ég við!

Annað dæmi um hvernig líkaminn sendir okkur skilaboð kemur frá vini sem ég vann með. Amelia gat ekki hreyft hálsinn í neina átt umfram fimmtán gráður. Ég spurði hann hvenær hann byrjaði að þjást af þessu og hann sagði fyrir nokkrum árum. Auðvitað spurði ég hann hvað hefði gerst í lífi hans á þessum tíma. Hann talaði mikið um bróður sinn og mágkonu og hvernig hann var ósammála um uppeldi barna sinna. Amelia átti ekki börn, en hún hafði hugmyndir um „réttu" og „rangu" leiðina til að ala upp börn. Hálsinn er mjög sveigjanlegur hluti af líkamanum og ef við ákveðum að vera "stíf" eða skammsýn í eitthvað sýnir hálsinn okkur oft hvað er ekki að virka í lífi okkar, í gegnum einkenni. Við útkljáðum ýmis mál eins og að hún gat ekki látið bróður sinn taka sínar eigin ákvarðanir með börnunum sínum. Við gáfum út ótta hans um að hann væri að gera hlutina „rangt“ og andstöðu hans við að vera sveigjanlegur í sambandi sínu við mágkonu sína. Hann byrjaði strax að snúa hálsinum í um þrjátíu gráður, mikil framför.

Miðað við þá fyrstu framför vissi ég að það væri meira til að losa, svo mér datt í hug að spyrja hana hvort hún væri ekki lengur svona trufluð af því sem bróðir hennar og mágkona væru að gera, hvað annað gæti verið að stela athygli hennar ? Hann sagði strax: „Dansaðu! Ég fór á dansnámskeið en núna leyfir hálsinn mér ekki.“ Saman afhjúpuðum við ótta sem tengist því að fara aftur að gera það sem hún hafði ástríðu fyrir, og kaldhæðnislega var þessi ótti styrktur með því að vera of í uppnámi og sársaukafullt til að dansa (fyndið hvernig það virkar, ekki satt?). Við unnum á þessum ótta og eins og þú getur ímyndað þér, gat hann strax snúið hálsinum sínum 50 prósent meira á hvorri hlið. Við unnum frá þessum tveimur sjónarhornum í nokkrar lotur og hann náði fullri hreyfingu í hálsinum.

Kannski voru verkir í hálsi hennar og skortur á hreyfigetu myndlíkingar fyrir eitt af þessum hlutum: ótta við að dansa og tjá sig, vanhæfni til að vera sveigjanleg í hugsunum sínum og samböndum og "hálsverkir" hennar leyfðu bróður sínum og mágkonu að haga sér öðruvísi. Frjálst form. Eitt einkenni getur sent nokkur skilaboð, en ef þú einfaldlega skoðar hvað sem þér dettur í hug, muntu örugglega hafa traustan grunn til að byrja að vinna á.

Athugið: Það er mjög mikilvægt að skilja eitthvað um þetta atriði. Við erum á engan hátt að afneita tilvist læknisfræðilegs eða sálræns ástands. Við tökum einfaldlega stærri, heildræna mynd af líkama þínum og vinnum að því að taka á tilfinningalegu ójafnvægi sem gæti hafa stuðlað að þessum málum. Í meginatriðum erum við að spyrja líkamann: "Hvers vegna kom þetta vandamál fram hér?" "Hvers vegna kom þetta vandamál fram núna?" Við erum að reyna að nota tungumál líkamans til að fá svör sem hjálpa þér að lækna. Það sem meira er, með því að losa viðbótar tilfinningalega "hleðslu" úr kerfinu þínu, jafnvel þótt það sé ekki beint tengt ástandinu, mun líkaminn þinn hafa meiri orku og styrk til að lækna. Þetta ferli felur í sér að gera það sem við getum til að lágmarka streitu á líkamann og hámarka lækningarmöguleika.

Algengar lyklar, skilaboð og myndlíkingar

Ég man að á einum tímapunkti í lækningu minni, þegar ég byrjaði að uppgötva þessi skilaboð og myndlíkingar, hugsaði ég: „Mannslíkaminn er mjög áhugaverður. Ég vildi að minn væri ekki svona slæmur." Þú gætir fundið það sama, en reyndu að muna eins mikið og þú getur að þessi einkenni eru gríðarlegar vísbendingar sem geta hjálpað þér að lækna.

Í starfi mínu með skjólstæðingum mínum tek ég eftir því að það eru algeng mynstur, hvað varðar myndlíkingar, skilaboð og vísbendingar, sem ákveðnar tegundir sjúkdóma eða einkenna tengjast. Það skiptir ekki máli hvaða nafn eða greining er gefin á safn einkenna. Það er miklu mikilvægara að greina viðkomandi svæði og hugsanleg skilaboð á bak við það.

Listarnir sem þú finnur í restinni af kaflanum eru flokkaðir eftir orkustöðvum (fínn orkuhluti líkamans); líffæri, kirtlar og aðrir hlutar líkamans; líkamskerfi; og skilyrði sem þú gætir sett fram. Fyrir hvern og einn mun ég gefa þér dæmi um samlíkingar sem líkami þinn gæti notað til að senda þér skilaboð. Það er túlkun mín sem byggir á innsæi, persónulegum myndlíkingum, skilningi á orku og reynslu með skjólstæðingum mínum. Yfirlitið mitt mun gefa þér nokkrar hugmyndir sem þú getur skoðað. Þó að það komi þér að miklu gagni skaltu vinsamlegast ekki loka þig af til að uppgötva fleiri hugmyndir.

Vertu opinn fyrir skilaboðunum sem líkami þinn er að reyna að gefa þér.

Stundum hjálpar það að greina hvað var að gerast í lífi þínu rétt áður en skilaboðin birtust (á ári eða tveimur á undan). Þó að það sé gagnlegt að huga að tímanum á undan einkennunum, getur það tímabil táknað vandamál sem tengist fyrri atburði. Segjum til dæmis að þú hafir gengið í gegnum skilnað ári áður en þú byrjaðir að fá kvíðaköst. Það kann að virðast eins og skilnaður þinn hafi verið orsökin, en tilfinningaorkan gæti verið nánar tengd því þegar foreldrar þínir skildu, í æsku þinni.

Ef þér sýnist við lestur þessara lista að myndlíking endurómi þér eða eitthvað „tilviljunarkennt", eins og gömul minning eða manneskja úr lífi þínu sem kemur skyndilega upp í hugann, er það líklega vísbending frá undirmeðvitund þinni sem segir það. þú "Gefðu gaum að mér!" Vertu opinn fyrir því sem reynir að birtast og ég sver að þú munt sjá tækifæri þar sem þú sást hindranir áður.

Sem aukabónus gætirðu fundið að sömu einkenni, líkamskerfi og hugtök birtast á mismunandi stöðum á listunum með mismunandi uppástungum skilaboðum. Það er vegna þess að orka getur komið fram á fleiri en einum stað og einnig haft margvíslega merkingu. Sjáðu bara hvað kemur þér í hug og hunsaðu restina.

Á eftir þessum listum finnurðu röð spurninga til að hjálpa þér að kanna frekar. Þetta mun vekja þig til umhugsunar hvað varðar vísbendingar og skilaboð og hjálpa þér að öðlast betri skilning á orkunni sem þarf að hreinsa, eins og lýst er í þriðja hluta. Þú munt sennilega fara oft aftur í þennan hluta þegar þú vinnur að þriðja hluta, þar sem þú munt nota hann sem uppsprettu nýrra hugmynda og leiðbeininga, svo það gæti verið góð hugmynd að setja bókamerki á síðuna efst á listunum svo það er auðvelt að finna það.

orkustöðvar

Orkustöðvarnar eru orkustöðvar sem snúast í líkamanum. Það eru sjö helstu um allan líkamann. Orkustöðvarnar geyma "gamlar sögur" og snemma mynstur líkamans. Orka þess tengist beint forritun og skilyrðingu barna. Hver stjórnar mismunandi svæðum líkamans. Orkuójafnvægi í orkustöðvunum kemur oft fram sem einkenni á viðkomandi líkamlegu svæði. Með því að taka eftir því hvaða orkustöðvar virðast vera í ójafnvægi og rannsaka líffæri, kirtla og vöðva sem samsvara þeirri orkustöð muntu líklega finna nýjar vísbendingar til að vinna með.

KRÓNUSTÖÐIN (SJÖUNDA). Kórónustöðin hylur höfuðið á þér og fer niður í gegnum augun. Það táknar andlega og tengingu þína við æðri kraft eða kraft. Það tengist orkunni í því að vita að þú getur treyst í lífinu og að það sé hugsað um þig og leiðbeint.

Líkamleg þekju: efri hluti heilans og heilakirtill.

Fókus: tilgangur í lífinu og tenging við æðri uppsprettu.

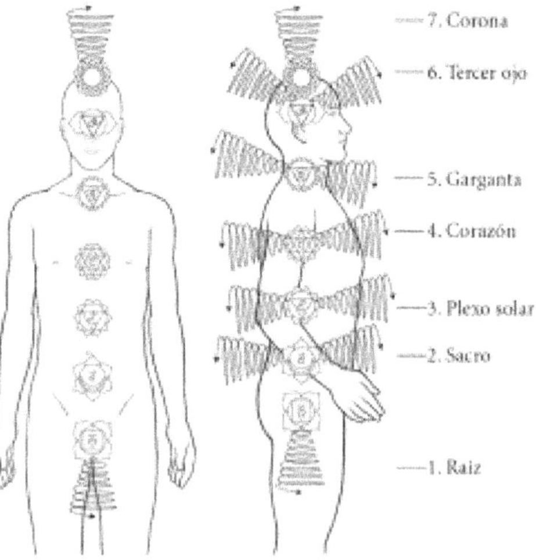

orkustöðvarnar sjö

Þriðja auga (sjötta) orkustöð. Þriðja augnstöðin er staðsett beint á milli augabrúnanna. Það táknar innsæi, ímyndunarafl, ígrundun og getu til að sjá hlutina eins og þeir eru (túlkun). Þessi orkustöð ber ábyrgð á skynfærum þínum, bæði skynjun og utanskynjun.

Líkamleg þekju: augu, eyru, nef, heiladingull, undirstúka, höfuðkúpa og ennisblað heilans (talið sem tilfinningastjórnstöð).

Áhersla: sjón og innri leiðsögn.

Hálsstöð (fimmta). Þessi orkustöð er staðsett í miðju hálsi og tengist tjáningu, samskiptum og sannleika, bæði innra og ytra. Það er umbrot líkamans sem útfærir upplýsingar, tjáningu og fleira. Hún er oft talin mikilvægasta orkustöðin af öllu því hún tekur við upplýsingum frá öllum öðrum orkustöðvum og vinnur úr þeim og hjálpar til við að skapa einstaka tjáningu í heiminum.

Líkamleg umfang: skjaldkirtill, háls, hálskirtlar, munnur og heilamergur.

Áhersla: samskipti og tjáning.

HJARTASTÖÐ (FJÓRÐA). Hjartastöðin er staðsett í miðju brjóstkassans. Það tengist ást, nánd, fyrirgefningu og getu til að senda og taka á móti ást. Þessi orkustöð er einnig ábyrg fyrir því að hjálpa þér að sýna langanir hjartans með því að senda orkumerki frá hjarta þínu til heimsins. Hann snýst um hóstarkirtilinn, einn mikilvægasta fyrir heilsu ónæmiskerfisins. Sérhver tilfinningaleg átök geta haft áhrif á orku hjartastöðvarinnar.

Líkamleg þekju: hjarta, hóstarkirtill, lungu, efri rifbein og hryggjarliðir, axlir, handleggir og brjóst.

Áhersla: ást, sambönd og innri heilun.

Solar plexus orkustöð (þriðja). Þessi orkustöð, staðsett rétt fyrir neðan brjóstbeinið, stjórnar tilfinningu þinni um persónulegan kraft, þar með talið ákvarðanir þínar og gjörðir í heiminum. Orka þess tengist sjálfstrausti, sjálfsáliti og tilfinningunni um að hafa vald yfir eigin lífi. Geymdu dóma þína og skoðanir um sjálfan þig og heiminn. Þessi orkustöð er nátengd egói þínu og sjálfsmynd og hvernig þú tengist heiminum: hver þú ert í honum, hvað þú vilt í honum og hvernig þú birtir þessar langanir.

Líkamleg þekju: nýru, lifur, nýrnahettur, bris, botnlanga, magi, gallblöðru og neðri rifbein.

Áhersla: persónulegur kraftur og jákvætt hugarfar.

Sacral (annað) orkustöð. Sakral orkustöðin er staðsett fyrir aftan nafla, í mjaðmagrindinni.

Það tengist hamingju þinni, sköpunargáfu, tilfinningum og barnslegum eiginleikum. Það táknar líka kynhneigð. Það er nátengt bernskusögum þínum og ástandi. Þessi orkustöð stjórnar einnig orku sjálfsræktar og sjálfsheilunar.

Líkamleg þekja: æxlunarfæri, þvagblöðru, þörmum, ileocecal loki (stýrir og stjórnar flæði saurefna í líkamanum), mjaðmagrind, sacrum og mjóhrygg.

Áhersla: tilfinningar, hamingja og sköpunarkraftur.

Rótarstöð (fyrsta). Rótarstöðin er staðsett neðst á hryggnum.

Það táknar öryggistilfinningu þína og lifunareðli. Það er tengt barnatrú, peningum og sjálfsmynd. Það tengist vandamálum við yfirgefin, skorti á verðskulda og tilfinningu um óöryggi. Það tengist einnig fjárhagslegum vandamálum á lifunarstigi. Þessi orkustöð, þegar hún er heilbrigð, hjálpar þér að finna fyrir jarðtengingu í lífinu. Það sem fólk lýsir oft sem "kvíða" er nátengt orkuójafnvægi í rótarstöðinni.

Líkamleg þekju: kynfæri, fætur og fætur og botn hryggsins.

Áhersla: öryggi, öryggi og lifun.

Líffæri, kirtlar og aðrir hlutar líkamans

Nýrnahetturnar. Þau eru hluti af innkirtlakerfinu og eru staðsett fyrir ofan nýrun. Þeir bera ábyrgð á framleiðslu kortisóls, nýrnahettuhormóns sem kallast „streituhormón" og stjórnar mörgum líkamsviðbrögðum við þessu ástandi. Nýrnahetturnar geta tæmist þegar einstaklingur er í stöðugu óttaástandi, ef hann finnur að hann er alltaf á brún hyldýpsins eða í hættu. Nýrnahetturnar eru einkennist af þrefaldri hlýrri lengdarbaug, sem ber ábyrgð á bardaga, flugi eða frostmynstri. Almenn streita og tilfinning eins og þú þurfir að verja þig hefur áhrif á nýrnahetturnar.

Nýrnahetturnar tengjast einnig getu til að stjórna orku þinni á heilbrigðan hátt. Að geta ekki sagt nei og vera hræddur við að valda öðrum vonbrigðum hefur áhrif á nýrnahetturnar. Þau geta versnað ef þér finnst þú vera óverðskuldaður eða ef þér finnst þú glataður varðandi þá stefnu sem þú ættir að taka í lífinu. Veikuð nýrnahetturnar geta tengst örvæntingu og tilfinningum eins og "hvað er málið?"

Veittir nýrnahettur geta komið fram sem vandamál með vinstra hné eða mjóbak. Það sem fólk vísar oft til sem „kvíða" getur tengst ójafnvægi í nýrnahettum. Vegna þess að þau eru hluti af innkirtlakerfinu getur orka þeirra og ójafnvægi haft áhrif á skjaldkirtil og æxlunarfæri.

Ábending: greindu sólarfléttu (þriðju) og rótarstöðvar (fyrstu) til að læra meira.

Handleggir og hendur. Handleggir og hendur geta verið myndlíkingar fyrir að bera of mikið fyrir aðra; tilfinning um að hendur þínar séu bundnar í ákveðnum aðstæðum, svo sem þegar eitthvað er of mikið eða of heitt til að bera; ótti við að sleppa takinu, halda of lengi, halda á brennandi nögl; Erfiðleikar við að gefa og þiggja, finna að þú sért að gera allt einn og óttast að hlutirnir séu úr höndum þínum.

Ábending: greindu hjarta (fjórða) orkustöðina til að finna út meira.

Til baka. Orkan sem hefur áhrif á bakið getur sýnt þér mynstur að bera allt, geta ekki talað upp, vera stunginn í bakið, óttast að snúa baki í eitthvað, snúa baki í einhvern (sektarkennd), snúa baki í eitthvað sem hræðir þig , lifa í fortíðinni (eins og að finnast hún vera á bak við þig eða fylgja þér), óska þess að þú gætir farið aftur í tímann og breytt einhverju, hræddur um að fortíð þín (allt „á bak við") komi út, að geta ekki gengið í burtu frá aðstæður, óttast að bregðast við sjálfum sér og að aðrir treysti ekki.

Mjóbakið (rótarstöðin) er venjulega tengt lifunarorku, svo sem fjölskyldu, persónulegu öryggi, fjármálum/hagfræði og frumbernsku; miðbakið (sólar plexus chakra) tengist oft sektarkennd; og efri bakið (hjartastöðin) getur verið myndlíking fyrir að finna ekki fyrir stuðningi.

Ójafnvægi í nýrum getur einnig leitt til bakverkja (sérstaklega neðri og miðbaks), svo það er þess virði að skoða aðstæður þar sem óttast er, sem er aðal tilfinningin í nýrum. Að auki geta óþægindi í baki tengst þvagblöðru, æxlunarfærum, smágirni og ristli.

Ábending: Greindu rót (fyrsta) orkustöðina, sólarfléttu (þriðju) orkustöðina og hjarta (fjórða) orkustöðina til að læra meira.

Þvagblöðru. Þvagblöðruvandamál tengjast oft ótta og taugaveiklun, reiði eða óöryggi og efa. Þvagblöðran er tengd taugakerfinu, í orkuspurningu. Ef taugakerfið er í ójafnvægi vegna streituviðbragða getur það haft áhrif á þvagblöðruna („taugablöðru"). Að líða eins og þú sért alltaf á barmi eða í vörn getur líka pirrað þvagblöðruna. Aðstæður þar sem við erum stöðugt að skipuleggja hvernig við eigum að höndla eitthvað eða einhvern geta haldið okkur á brúninni. Orkuójafnvægi í þvagblöðru getur orðið áberandi í mjóbaki, hnjám og fótum.

ábendingar: Greindu sacral (annar) orkustöðina til að læra meira.

Heili/höfuð. Myndlíkingar sem tengjast þessu svæði geta falið í sér svima, reiði eða ótta, fögnuði, ruglingi, tilfinningu eins og heimurinn þinn hafi haldið áfram, ofbauð, tilfinningu fyrir því að þú getir ekki hreinsað höfuðið, þrjóskur, ofviða, hugsa ekki skýrt, líða eins og þú getir það. ekki hætta að hugsa um eitthvað eða að þú getir ekki hætt að hugsa um eitthvað. Ertu að velta fyrir þér sömu hugsun eða áhyggjum?

Höfuðið þitt tengist líka því að vera tengdur við æðri uppsprettu (Guð, alheiminn, hið guðlega) og andlega sjálfinu þínu. Að geta ekki treyst lífsflæðinu getur valdið líkamlegum einkennum á því sviði.

Sjálfsgagnrýni og ofhugsun eru líka skilaboð frá einkennum í höfðinu. Mígreni er algengt merki um að vera of harður við sjálfan sig.

Höfuðverkur og svimi tengjast orku lifrarmeridíansins, svo að greina tilfinningar sem hafa áhrif á það getur einnig hjálpað. Þetta eru reiði (sem beinist að sjálfum sér eða öðrum), gremju, biturð og gremju. Stundum er höfuðverkur tengdur ótta og kynferðislegri eða mikilvægri reynslu.

Sundl er tengt taugakerfinu hvað varðar orku og því er stjórnað af meridian þvagblöðru. Eins og ég nefndi þegar ég talaði um hana getur sú orka tengst taugaveiklun, reiði, óöryggistilfinningu og fleira.

Ábending: greindu kórónustöðina (sjöunda) til að fá frekari upplýsingar.

Bringa. Skilaboðin sem birtast á brjósti eru venjulega tengd sjálfsvörn. Þessi skilaboð geta tilkynnt að þú sért að hunsa þínar eigin þarfir. Einkenni fyrir brjósti eru oft vísbendingar um vanhæfni til að líta inn og sjá um sjálfan sig fyrst. Lengdarbaugur maga, eða sú orkurás, liggur beint á milli brjóstkassans. Vegna þess að áhyggjur eru tengdar magamerídanum er orkan sem tengist áhyggjum eitthvað sem þarf að borga eftirtekt til.

Vegna staðsetningar sinnar getur brjóstkassan orðið fyrir áhrifum af öllu óuppgerðu í lungum og hjarta, þar á meðal óunnin sorg, innri átök og sambönd sem þú hefur ekki tilfinningu fyrir innri friði um.

Ábending: greindu hjarta (fjórða) orkustöðina til að finna út meira.

Kinnbein/skútar. Nefvandamál geta verið skilaboð um þrengsli hugmynda, reiði og sorg í fortíðinni (tár og slím losnar ekki) eða að vera "fastur" af áhyggjum. Það getur líka tengst því að vera fastur í lífinu, án þeirrar hreyfingar og flæðis sem þú vilt.

Brjóstin eru orkutengd við magann, sem tengist áhyggjum. Margir sem eru með sinusvandamál hafa líka magavandamál og öfugt.

Ábending: greindu þriðja augað (sjötta) orkustöðina til að læra meira.

Brjóst og lungu. Einkenni sem koma fram í brjósti geta verið skilaboðin um að bera byrði, mikil sorg, hræðsla við að opna hjartað, ótta við köfnunarástand eða að geta ekki fengið eitthvað af brjósti þínu. (Eins og þú sérð eru mörg af þessu hjartatengd efni.)

Orkuójafnvægi á brjóstsvæðinu er oft tengt orku eins og þyngsli, angist, þunglyndi, höfnun og rugli.

Ábending: greindu hjarta (fjórða) orkustöðina til að finna út meira.

Eyru. Eyrun geta boðið upp á samlíkingar þess að vera óviljugur eða ófær um að heyra sannleikann, hlusta á sjálfan sig eða aðra; að orð einhvers annars særi þig; eða vera of viðkvæm fyrir því sem annað fólk segir.

Eyrun eru orkutengd við lengdarbaug nýrna. Tilfinningarnar sem tengjast nýrunum eru ótti, ótti og sektarkennd og þær eru allar þess virði að skoða.

Ábending: greindu háls (fimmta) orkustöðina til að læra meira.

Augu. Myndlíkingar sem tengjast augum geta tengst skýrleika og innri visku. Þeir geta falið í sér vanhæfni til að sjá sannleikann, líkar ekki við það sem þú sérð í lífi þínu, að vilja ekki sjá það sem bíður þín, að neita að sjá sannleikann, vanhæfni til að horfa fram á veginn, ekki treysta lífinu og framtíðinni eða treysta ekki þínu innra auga eða innsæi. Nýrun eru einnig orkulega tengd augunum. Tilfinningarnar sem tengjast nýrunum eru ótti, kvíði og sektarkennd, svo það gæti verið þess virði að athuga hvort eitthvað slíkt tengist vandamálinu þínu.

Mígreni sem hefur sérstaklega áhrif á augun getur tengst innri raddátökum og ótta við að hlusta á innsæi þitt (sem kemur frá þriðja augnsvæðinu, beint á milli augabrúnanna). Ef augnvandamálið er þurrt tengist það oftast ótta, taugaveiklun eða vanhæfni til að sýna tilfinningar, ótta við að sleppa takinu og ójafnvægi í taugakerfinu. Tik í auga (eða í öðrum hluta líkamans) er mjög tengt taugakerfinu.

Ábending: greindu þriðja augað (sjötta) orkustöðina til að læra meira.

Gallblöðru. Það seytir galli til að hjálpa þér að melta fitu og er mikilvægur hluti af meltingarferlinu þínu. Það er í ójafnvægi af tilfinningum eins og gremju, gremju, sektarkennd og óákveðni. Ef það er vandamál, þá er kannski einhver „fita“ eða „úrgangur“ í lífi þínu sem þú bara sleppir ekki. Gallblöðruójafnvægi veldur oft verkjum í hægra hné og verkjum í hægri öxl.

Ábending: greindu sólarfléttu (þriðju) orkustöðina til að læra meira.

Hjarta. Þetta er vöðvi sem dælir blóði um líkamann en hann er nauðsynlegur fyrir tilfinningalega heilsu þína. Samkvæmt Hearth Math Institute eiga hann og heilinn viðvarandi samræður sem hver hefur áhrif á virkni hins. Merki frá hjarta til heila geta haft áhrif á tilfinningalega og vitræna starfsemi. Hjartað er oft kallað „annar heili" líkamans og tengist því að gefa og þiggja ást og getu til að tjá tilfinningar. Þú verður fyrir áhrifum af óöryggistilfinningu, yfirgefa, svikum og að gefa öðrum án þess að fá neitt í staðinn.

Ójafnvægi eða átök í hjarta veldur oft svima og því er annað að athuga. Svefnleysi eða vandamál við að sofna eru oft tengd hjartavandamálum, svo sem innri átökum, eirðarleysi, glatað og ekki hlustað. Óuppgerð tilfinningaleg orka í hjartanu getur geislað og haft áhrif á axlir, brjóst og háls (þar á meðal skjaldkirtilinn).

Ábending: greindu hjarta (fjórða) orkustöðina til að finna út meira.

Hip. Það hjálpar þér að komast áfram í lífinu. Það styður einnig neðri hluta líkamans.

Þegar þú ert hræddur við að taka nýja stefnu í lífi þínu eða halda þér sjálfum getur það endurspeglast í mjöðminni. Ójafnvægi í þörmum (ristli) getur einnig komið fram sem sársauki eða óþægindi í mjöðm. Þörmurinn þinn tengist því að „sleppa takinu", ef þú ert hræddur við að sleppa takinu og halda áfram gæti það gagnast þér að skoða þetta. Ójafnvægi í legi og á öðrum svæðum í æxlunarfærum getur einnig haft áhrif á mjöðm.

Ábending: greindu rótarstöðina (fyrst) til að finna út meira.

Nýru. Þeir hreinsa blóðið þitt og eru frábær orkuforði. Þeir eru í ójafnvægi vegna tilfinninga eins og ótta, ótta eða tilfinningar um skort á stuðningi eða átökum. Lengdarbaugur nýrna liggur í gegnum fætur og fætur, þannig að óttinn við að halda áfram eða komast áfram á eigin spýtur gæti verið tengdur. Í kínverskri læknisfræði geymir nýrnaorka lífsorku þína og er afar mikilvæg. Allt sem tæmir nýrnaorkuna (sérstaklega ótti) mun hafa áhrif á allan líkamann. Ójafnvægi nýrna getur einnig komið fram sem sársauki eða óþægindi í mjóbaki og miðbaki.

Ábending: greindu sólarfléttu (þriðju) orkustöðina til að læra meira.

Fætur, hné og fætur. Fóta- og fótvandamál geta bent til óöryggistilfinningar til að halda áfram, að vera ekki í miðju, óviss um næsta skref þitt, finnast þú vera fastur í leðjunni, vera of hræddur við að hreyfa þig, líða eins og þú sért að sökkva, bera of mikla tilfinningalega þunga, vera ekki geta gengið í burtu frá einhverju eða þurft að gera það og fundið fyrir því að vera glataður.

Vandamál í hægra hné tengjast oft gremju og gallblöðru, en vandamál í vinstra hné tengjast oft tæmdum nýrnahettum (slíta þig, tæma orkuforða þinn).

Eins og við höfum áður sagt eru fæturnir og fæturnir tengdir orku nýrna, svo aftur, ótti er eitthvað sem þarf að íhuga.

Ábending: greindu rótarstöðina (fyrst) til að finna út meira.

LIFUR. ÞAÐ ER FRÁBÆR stuðningur fyrir ónæmiskerfið þitt. Það afeitrar blóðið og tengist hormónum og tíðahringnum. Tilfinningar tengdar lifrinni eru reiði, gremja, pirringur, þunglyndi og gremju, auk þess að finnast eins og ekkert fari rétt, líf þitt er stöðug barátta og allir eru til í að meiða þig. Lifrin er orkutengd hormónum og getur haft áhrif á innkirtlakerfið (sérstaklega tíðahring kvenna) þegar hún er í ójafnvægi. Ójafnvægi þess getur einnig skapað sársauka milli herðablaða og í hægri öxl. Sömuleiðis, ef orka lifrarinnar er föst getur það valdið höfuðverk og svima, sem stafar af því að fara aftur í fyrri meiðsli sem við erum enn reið yfir.

Ábending: greindu sólarfléttu (þriðju) orkustöðina til að læra meira.

Háls. Tilfinningaorkan sem birtist í hálsinum getur táknað að vera frosinn af ótta, ótta við að snúa sér í aðra átt, gera mistök og fara ranga leið, vera lokaður, að það sé eitthvað eða einhver (venjulega manneskja) sem pirrar þig og vertu hræddur við að sýna heiminum háls þinn. Það getur líka táknað að vera ósveigjanlegur við sjálfan sig, aðra og nýja hugsun eða að vera óákveðinn eða ekki viss um hvaða leið á að fara. Lengdarbaugur magans liggur í gegnum hálsinn og tengist áhyggjutilfinningu. Oft eru hálsvandamál meira tengd maganum en hálsinum sjálfum, en það er þess virði að skoða frá báðum sjónarhornum.

Ábending: greindu háls (fimmta) orkustöðina til að læra meira.

Bris. Seytir insúlíni í líkamanum. Beiskjutilfinning kemur oft fram sem ójafnvægi í brisi. Þú gætir líka fundið fyrir því að það „sæta" í lífinu hafi verið tekið frá þér eða að lífið sé ósanngjarnt gagnvart þér. Þetta getur falið í sér að vera stjórnlaus eða eins og fórnarlamb. Brisið getur einnig orðið fyrir áhrifum af losti. Ójafnvægi í brisi getur haft áhrif á vinstri öxl og úlnliði. Þar sem brisið er hluti af meltingarkerfinu er þess virði að hugsa um hvaða aðstæður í fortíð þinni eru of sársaukafullar til að melta og fyrirgefa.

Ábending: greindu sólarfléttu (þriðju) orkustöðina til að læra meira.

Heilaköngulinn. Þessi litli innkirtill framleiðir ýmis efni og hormón, einkum melatónín, sem stjórnar dægursveiflu líkamans, sem aftur stjórnar svefni. Kviðkirtillinn gæti tengst svefnvandamálum. Það tengist líka því að geta ekki jafnað hringrás ljóss og myrkurs, myndrænt séð. Þetta getur komið fram með skapvandamálum eða að vera mjög hamingjusamur eða mjög þunglyndur, án þess að jafnvægi eða taktur sé á milli þessara tveggja ríkja.

Pinal kirtillinn er einnig þekktur sem þriðja augað vegna tengingar við andlega næmi, innsæi og andlegar víddir. Að neita að vera opin fyrir innsæi okkar getur haft áhrif á heilakirtilinn. Ótti við hið óþekkta og það sem er fyrir utan getur líka haft neikvæð áhrif á þig. Þetta ójafnvægi kemur oft fram með mígreni, sérstaklega þeim sem hafa áhrif á augun.

Ábending: greindu kórónustöðina (sjöunda) til að fá frekari upplýsingar. Athugið: Þetta getur verið ruglingslegt þar sem heilakirtillinn er þekktur sem þriðja augað, en hann er ekki hluti af þriðja auga orkustöðinni.

Heiladingull. Staðsett í botni heilans stjórnar það hormónaframleiðslu innkirtlakerfisins. Það er stjórnstöð fyrir aðra kirtla eins og skjaldkirtil, eggjastokka, eistu og nýrnahettur. Heiladingullinn er ábyrgur fyrir því að virkja unglingsárin og upphaf kynhneigðar, svo oft þarf að greina reynslu og tilfinningar fyrir unglings- og unglingsárin í þessum tilvikum. Heiladingullinn framleiðir hormón fyrir nýrun til að auka vökvaupptöku, þannig að þessi kirtill getur tengst ofþornun.

Heiladingullinn verður fyrir áhrifum af rugli, tekur ekki ákvarðanir og breytir stöðugt hugsunarhætti þínum vegna efa og ótta. Hluti heiladinguls er ábyrgur fyrir því að stjórna tilfinningalegum hugsunum, svo hann hefur einnig áhrif á tilfinningalegan óstöðugleika.

Ábending: greindu þriðja augað (sjötta) orkustöðina til að læra meira.

æxlunarfæri. Þau tengjast sköpunargáfu, að vera þægilegur í að upplifa tilfinningar þínar, öryggi og hamingju. Þegar við látum ekki barnalegt sjálf okkar tjá sig (með því að vera „of ábyrg“), getur þessi orka stíflast. Á sama hátt, þegar við erum hrædd við að tjá okkur á skapandi hátt, hvort sem það er listrænt eða á annan hátt, getur orka festst í þessum líffærum. Þegar við höfum vandamál og ótta sem tengist foreldrahlutverkinu eða foreldrum okkar geta þau haft áhrif á æxlunarfæri okkar. Ótti eða sektarkennd fyrir að skapa líf okkar eins og við viljum hefur áhrif á þessi líffæri. Óöryggistilfinning (andstæða þess að finnast öruggt í móðurkviði) og vanhæfni til að leita inn fyrir þægindi hefur einnig áhrif á þetta svæði. Aðrar tilfinningar sem hafa áhrif á æxlunarfærin eru niðurlæging, skömm og einskis virði. Bældar tilfinningar í kringum kynhneigð eða orka frá fyrri kynferðislegu áföllum geta einnig endurspeglað þetta. Þegar æxlunarkerfið er í ójafnvægi getur það haft áhrif á mjöðm og mjóbak. Ég tek oft eftir því að ójafnvægi í legi veldur óþægindum í herðablöðunum.

Ábending: Greindu sacral (annar) orkustöðina til að læra meira.

Herðar. Myndrænt, axlir bera þunga. Kannski er líkaminn að tala við þig um að bera þunga annarra, bera byrði, að einhver komi fram við þig kalt eða þú ert að reyna að hunsa eitthvað til að þóknast öðrum eða forðast átök. Axlar geta líka tengst því að vera vanræktar.

Lifrarorkan er tengd vöðvum sem staðsettir eru á milli herðablaðanna og sérstaklega við hægri öxl. Lifraójafnvægi tengist reiði, gremju og gremju, þannig að þessar tilfinningar ættu að hafa í huga þegar fjallað er um axlareinkenni. Eins og ég nefndi áðan hef ég séð nokkurt ójafnvægi í móðurkviði koma fram hér.

Ábending: greindu hjarta (fjórða) orkustöðina til að finna út meira.

Feldur. Húðin þín virkar sem hindrun á milli þín og heimsins. Þegar einkenni koma fram á húðinni geta þau tengst því að líða eins og einhver sé að komast undir húðina á þér, líða óvarinn gegn einhverjum eða einhverju, deyja úr kláða eða sviða til að losa eitthvað og geyma sár rétt undir yfirborðinu. Sár á húð eins og blöðrur geta verið tákn um freyðandi æsing.

Útbrotin benda stundum til reiðiútbrots eða svipbrigða sem þú heldur í, eða að líkaminn sé að fá mikil eða viðkvæm viðbrögð. Húðvandamál eru oft tengd bardaga, flugi eða frosti (læti). Húðin þín er orkutengd lungunum þínum, sem tengjast helstu tilfinningum angist, sorg og rugli. Orkuþrengsli geta einnig komið fram á húðinni: að finna fyrir þrengslum eða föstum í tilfinningum án þess að geta komist út úr henni.

Ábending: Ég túlka oft útbrot sem óöryggistilfinningu og þörf fyrir að vera í vörn eða vernd, svo það gæti hjálpað að greina rótarstöðina þína (fyrst) til að komast að meira.

Viðauki. Það umbrotnar orku, hugsanir og tilfinningar og er mikilvægt fyrir starfsemi ónæmiskerfisins. Það tengist hugmyndinni um tilfinningalega næringu og að geta ekki náð því innbyrðis. Viðauki er eitt mikilvægasta líffæri í kínverskri læknisfræði vegna þess að það er ekki aðeins ábyrgt fyrir meltingu og efnaskiptum, heldur einnig fyrir dreifingu orku til annarra svæða líkamans. Lengdarbaugurinn er nátengdur þrefalda hlýrra lengdarbaugnum og bardaga-, flug- eða frostviðbragði. Þegar þrefaldur hlýrri lengdarbaugur er ofvirkjaður fær hann orku að láni frá botnlangaforðanum, sem skapar aðstæður þar sem botnlangabaugurinn getur ekki sinnt starfi sínu. Viðaukinn er fyrir miklum áhrifum af streitu, lágu sjálfsáliti og vanhæfni til að líta inn. Að ofhugsa, hafa áhyggjur og ofhugsa hlutina tæmir orku í viðauka. Tilfinningarnar sem tengjast því eru mistök, áhyggjur og hjálparleysi. Ójafnvægi í þessum hluta getur haft áhrif á vinstri öxl og miðbak.

Ábending: greindu sólarfléttu (þriðju) orkustöðina til að læra meira.

maga/girni. Ójafnvægi í maga og meltingarfærum tengist oft því að geta ekki "melt" upplifun, að vera veikur af áhyggjum/sektarkennd/hræðslu, að vera fráhrindandi af einhverju, sitja fastur (mjög í uppnámi), hata einhvern, finna fyrir einhverju sem hann borðar þú stendur upp, finnst þú vera fastur eða getur ekki sleppt fyrri hlutum (hægðatregða), getur ekki umbrotnað eða unnið úr einhverju (hugsanir, tilfinningar, aðstæður) eða átt í vandræðum með að róa viðbrögð þín (niðurgangur).

Ójafnvægi í neðra meltingarfærum, svo sem í þörmum (ristli) — tengjast erfiðleikum við að sleppa takinu og hafa venjulega áhrif á mjóbak og mjaðmir. Þar sem smágirni hefur það hlutverk að taka upp næringarefni, getur ójafnvægi í þessum hluta táknað að geta ekki tekið á móti og tekið upp (ást, næringarefni o.s.frv.) og er stundum tengt tilfinningum um að eiga ekki skilið þessa hluti. Ójafnvægi í þörmum getur haft áhrif á mjóbak og hné.

Hálsvöðvarnir eru tengdir við magann og maginn er tengdur áhyggjuorku, þannig að ef þú hefur auðveldlega áhyggjur verður það venjulega hálsinn og/eða maginn sem sendir þér þessi skilaboð.

Ábending: Greindu sacral (annar) og sólar plexus (þriðju) orkustöðvarnar til að læra meira.

Háls/skjaldkirtill. Þau tákna samskipti, tjáningu og umbrot orku.

Einkennin sem koma fram í hálsi geta bent til orku frá orðum sem flæða ekki, tilfinningar sem þú kyngir (reiði, sársauka, angist), tilfinningu fyrir því að einhver sé að kæfa þig, að geta ekki gleypt sannleikann, hræddur við að segja eitthvað eða köfnunartilfinning með því að tjá ekki tilfinningar þínar. Einnig er hægt að koma hálsi og skjaldkirtli úr jafnvægi með því að tjá sig, gefa ráð og finna þörf á að tjá sig eða verjast umfram það sem þér finnst þægilegt eða hollt fyrir þig.

Skjaldkirtilssjúkdómar, tonsillitis og aðrir sem tengjast munni og hálsi eru oft tengdir þessum tegundum myndlíkinga.

Ábending: greindu háls (fimmta) orkustöðina til að læra meira.

kerfi líkamans

Þó það séu mörg kerfi í líkamanum þá eru þau einu tvö sem ég skil í heild taugakerfið og ónæmiskerfið. Þau tengjast starfsemi alls líkamans; Ég hef tilhneigingu til að einbeita mér að þeirri frammistöðu til að greina fallandi áhrif. Restin af kerfunum (meltingar-, vöðva-, sogæðakerfi og önnur) eru betur túlkuð ef truflunin birtist í hvaða kerfi eða líkamshluta, líffæri eða orkustöð.

ÓNÆMISKERFI. ÞAÐ SÉR um að halda okkur öruggum, halda utanaðkomandi innrásarmönnum í burtu. Einkennin sem koma fram í ónæmiskerfinu tengjast venjulega vörn og vernd. Finnst þér þú reiður og í vörn?

Viðkvæm og valdalaus? Frá hverju eða hverjum finnst þér þú þurfa vernd? (Frá öðrum eða kannski frá sjálfum þér?) Finnst þér þú hafa enga vernd? Ónæmiskerfið er verndari þinn. Ef þér finnst þú vera óöruggur að vera viðkvæmur, hefur enga leið til að vernda þig eða finnur til varnar allan tímann, getur það valdið eyðileggingu á þessu kerfi.

Taugakerfi. Það er kannski kerfið sem ég beini mestri athygli minni að með skjólstæðingum mínum vegna þess að vellíðan þeirra er nauðsynleg til að hjálpa þeim að lækna. Taugakerfið verður aðallega fyrir áhrifum af því að vera kvíðin eða kvíða fyrir einhverju, vera fastur í átökum, flugi eða frostviðbrögðum, bíða eftir því að það versta gerist og finnast alltaf á barmi þess að eitthvað slæmt gerist. Þetta tengist þrefalda hlýrra lengdarbaugnum, sem stjórnar bardaga, flugi eða frostviðbrögðum. Heilsa taugakerfisins er mikilvæg fyrir almenna vellíðan okkar. Það tengist ötullega við þvagblöðruna og það táknar að vera kvíðin (eins og þegar talað er um "taugablöðru"). Vegna þess að reiður er önnur skilaboðin sem það sendir stundum, það er þess virði að skoða ef þú finnur fyrir kvíða yfir því að gera aðra reiða, sem getur haft áhrif á taugakerfið. Að vera of harður við sjálfan þig getur valdið eyðileggingu á taugakerfinu með því að skapa aðstæður þar sem þú getur aldrei slakað á (ímyndaðu þér að einhver sé að trufla þig allan tímann og að einhver er þú!). Tik, krampar, kitlandi og skotverkir sem koma oft upp úr engu eru skilaboð um að það sé orka sem hefur áhrif á taugakerfið.

heilsufar

Ofnæmi, næmi og óþol. Ofnæmi tengist því að vera hræddur og varnargjarn. Líkaminn vísar óttanum áfram með því að reyna að vernda þig gegn hlutum eins og matvælum og efnum sem eru ekki skaðleg. Þetta er venjulega óttaviðbrögð alls líkamans, en það getur líka tengst sterkum tilfinningum sem þú finnur fyrir þegar þú verður fyrir ákveðnum efnum, sem olli því að líkaminn þinn „sakaði" þessum efnum um óþægindin og framkallaði ofnæmi til að vernda þig fyrir þeim. þeir. Að vinna í gegnum ótta og læra að líða öruggur verður mesta afrek þitt þegar þú vinnur með ofnæmi.

Ábending: Farðu í kafla 10.

SJÁLFSOFNÆMISSJÚKDÓMAR. Sjálfsofnæmissjúkdómar fela í sér að ráðast á eigin líkama eða sjálfan þig. Þessar aðstæður eru oft merki um sjálfsgagnrýni, að ráðast á sjálfan þig eða fortíð þína (eftirsjá) og líða algjörlega stjórnlaus. Þeir geta verið sérstaklega fyrir áhrifum af sektarkennd eða skömm og tilfinningum um óverðugleika eða einskis virði.

Aðstæður sem tengjast þreytu. Þreyta táknar að finnast tómlegt og að hafa ekki „nóg" fyrir sjálfan sig. Það getur tengst því að vera þreyttur á lífinu eða ákveðnum aðstæðum, skorta ástríðu, bera byrði eða sorg, vera örmagna af því að segja aldrei nei, gleðja fólk og vera yfirbugaður og örmagna eftir hringrás áhyggjur og ótta. Orkan í kringum örvæntingu, tilfinningu fyrir að vera glataður, að vera fastur og án útgönguleiðar, ofbauð, er almennt séð tengd þreytu. Nýrnahetturnar og mynstur þeirra eiga sérstaklega við um þreytu.

Ónæmisbrest skilyrði. Óvirkt ónæmiskerfi getur túlkað að það sé ráðist af öðrum eða af ytri heiminum og að það hafi enga sjálfsvörn; Þess vegna getur hann ekki varið sig.

Bólgusjúkdómar. Þó að margir sjúkdómar hafi bólguþátt í þeim, þá eru þeir sem eru sérstaklega bólgueyðandi liðagigt, iðrabólguheilkenni, húðvandamál, ofnæmi, sykursýki, hjartasjúkdómar og krabbamein. Þetta getur birst sem reiður eða bólginn, láta gömul sár vaxa, vera órólegur, vera gagnrýninn á sjálfan sig eða aðra, vera ofurviðkvæmur eða hafa tilfinningu fyrir yfirvofandi dauðadómi.

AÐSTÆÐUR SEM TENGJAST sársauka. Þessar tegundir birtingarmynda tengjast oft sjálfsrefsingarmynstri, svo sem að kenna sjálfum sér um, finnast þú eiga skilið refsingu fyrir að vera ekki fullkominn, viðhalda sektarkennd vegna fortíðar, gleypa sársauka annarra eða vera ofurviðkvæmur fyrir því að vera særður. af öðrum.

Svefnskilyrði. Svefnleysi, truflaður svefn og svefnvandamál tengjast hjarta sem er ekki rólegt. Hvað er að særa hjarta þitt?

Hvað lætur hjarta þitt ekki finna frið? Öll óleyst innri átök hafa áhrif á hjarta þitt og hvíldargetu.

Spurningar til að svara, lyklar, skilaboð og myndlíkingar

Það eru margar samlíkingar sem líkami þinn sýnir og þær munu vera dásamlegar vísbendingar um ferð þína. Fyrir hvert einkenni eða líkamshluta geta verið mismunandi skilaboð. Ég fullyrði, túlkanir mínar eru aðeins dæmi og upphafspunktur. Það er mikilvægt að byrja að hugsa í gegnum líkamstjáningu og virkilega greina það sem líkaminn gæti verið að segja í samhengi við eigið líf. Þessi æfing verður ómetanleg fyrir þig til að halda áfram.

Hér er listi yfir spurningar sem þú getur spurt sjálfan þig, sem mun vera góð byrjun í að finna út hvað líkaminn er að reyna að miðla. Skrifaðu niður svör þín og hugmyndir þínar til að nota sem viðmið þegar þú vinnur djúphreinsunarvinnuna í næsta hluta bókarinnar.

-HVAÐ HJÁLPAR MÉR AÐ forðast þetta einkenni? Ef það er í ákveðnum hluta líkamans,

Táknar þessi hluti eitthvað sem ég óttast?

-Tengist einkennin eða ástandið skynsamlegum ótta eftir líkamshluta eða orkustöðinni sem hann er í?

-Hvað táknar/táknar þetta einkenni sem ég stend gegn?

-Hver er líkamleg starfsemi þessa hluta líkamans? Er ég að leyfa mér að sýna tilfinningalega ígildi þess? Óttast ég tilfinningalega ígildi þess?

Hvað finnst mér um þetta einkenni eða þennan hluta líkamans? Er þessi tilfinning tengd því sem gæti verið undirrót einkennanna sem tengjast henni?

Hvaða reynsla úr fortíð minni gæti enn verið geymd í þeim hluta líkamans? Get ég notað hvað þessi líkamshluti táknar til að komast að því?

Þú skilur núna líkamstjáningu og veist að það mun hjálpa þér mikið í þriðja hlutanum hér að neðan. Vísbendingarnar sem þú uppgötvaðir í þessum kafla munu gefa þér innsýn í hvaða sérstakar tegundir streituviðbragða, vandamála og upplifunar eru gagnlegust fyrir þig að losa þig við.

Þriðji hluti

Breyttu sambandi þínu með streitu

Manstu eftir öllu því sem við töluðum um að þrífa eða hreinsa jörðina svo að stórt fallegt tré (þú!) geti náð hámarks vellíðan? Jæja, þannig gerum við það. Við skulum breyta sambandi þínu með streitu.

Þetta krefst einbeitingar á þessum fjórum meginsviðum:

-Óunnar upplifanir

-Skaðleg viðhorf

-Skaðleg tilfinningamynstur

-Ótti

FYRIR HVERT ÞESSARA sviða muntu læra helstu aðferðir til að vinna á þeim:

-Próf og slá á hóstarkirtli

-Tilfinningafrelsistækni (TLE) Sópið

-Kröflunarstöðvar

-3 hjörtu aðferð

NÚ MUN ÉG LEIÐBEINA þér í gegnum þessi helstu svæði og tækni. Eins og ég sagði í innganginum mæli ég með að þú lesir þær allar og æfir þig til að skilja þau til hlítar. Þegar þú hefur skilið heildarmyndina muntu geta ákveðið nákvæmlega hvað hentar þér best.

Trjálíkingin sem við höfum talað um er grunnurinn að öllu ferlinu mínu. Við ætlum að þrífa eða hreinsa gólfið. Í 11. kafla mun ég sýna þér mynd af lækningatrénu ásamt leiðbeiningum um hvernig á að nota það, sem mun hjálpa þér að hagræða öllu ferlinu. Þetta er innsýn í allt sem þú munt læra í þriðja hluta.

Förum!

7. kafli

Skýrir óunnar reynslu

Þú getur gert þetta, ég er að segja þér, það er leyfilegt.

Byrjaðu sögu lífs þíns aftur.

—JANE HIRSHFIELD, LÍF HJARTA

Tilfinningar hjálpa okkur að skilja reynslu okkar, finnast við lifandi, tengjast öðrum og margt fleira. Vandamálið kemur þegar tilfinningar okkar festast, tilfinningin fyrir langvarandi tilfinningum. Þegar þetta gerist finnum við tilfinningar okkar mjög ákaft, stundum varanlega, án þess að hafa leið til að takast á við þær og þær skapa streituviðbrögð.

Í þessum kafla munum við kanna sjaldan notaða aðferð til að hreinsa eða opna fyrri reynslu úr líkama okkar. Þú munt læra hvernig gamlar tilfinningar haldast í líkamanum, jafnvel löngu eftir að við höfum upplifað þær, hvaða áhrif þær hafa á líðan okkar og hvernig á að losa þær, til að leyfa líkamanum að slaka á og lækna. Þú munt einnig læra tvær mjög öflugar aðferðir til að losa um stíflu: hóstarkirtlaprófið og tilfinningafrelsistækni (EFT).

Okkur er gert að sleppa gömlum tilfinningum

Á verkstæðum mínum setti ég penna og blað á hvern stól. Svo bið ég þátttakendur að skrifa einfaldlega nöfn sín á blaðið fyrir framan sig. Ég gef þeim nokkrar sekúndur og bíð eftir að allir klári. Þegar ég lít í kringum mig í herberginu er að minnsta kosti helmingur þeirra enn með pennann í höndunum þó tilgangur þeirra hafi þegar náð fram að ganga. Þetta er frábært tækifæri til að útskýra hvernig tilfinningar virka á sama hátt og þetta verkefni. Okkur er gert að kalla á og nota tilfinningar af ákveðinni ástæðu – til að tjá okkur, vernda okkur og fleira – en þegar við þurfum þær ekki lengur í þeim tilgangi verðum við að sleppa þeim.

Tilfinningar frá fortíð okkar haldast oft í líkama okkar eftir að þær hafa þjónað tilgangi sínum. Þegar dýr í frumskóginum lendir í streituvaldandi atburði, hristist það, titrar, hleypur eða stundar aðrar athafnir til að losna við áhrif streituefna á líkama þess. Dýrið losar sig við bardaga-, flug- eða lömunamynstrið með því að losa það. Það jafnar sig aftur og getur síðan snúið aftur til náttúrunnar. Eðlileg tilhneiging mannsins er að gera slíkt hið sama, en stundum er okkur (sjálfum eða einhverjum öðrum) sagt að „róast", „kæla okkur niður", „hætta að vera svona viðkvæm", „vaxa upp" eða „halda því".

Að hreinsa eða hreinsa út efnin sem lifðu af streituvaldandi reynslu sendir þau skilaboð til frumstæðan heila okkar að við lifðum af og erum örugg núna. Þetta sendir merki til vitsmunaheilans um að vinna úr upplýsingum og losa um hvaða tengla sem tengjast þeim, sem ekki er lengur þörf á. Ef orkan frá því að horfast í augu við og lifa af streituvaldandi reynslu er tæmd á heilbrigðan hátt, getur það hjálpað okkur að finna fyrir meiri krafti og geta tekist á við hluti í framtíðinni. Það getur jafnvel hjálpað til við að skapa öryggistilfinningu.

Ef við sækjum ekki þá orku (þ.e. við vinnum og sleppum henni), þá frýs frumstæðu heilinn upplifunina í kerfinu okkar. Allar tilfinningar sem við fundum á því augnabliki haldast lifandi og titra innra með okkur. Candace B. Pert, Ph.D., höfundur Molecules of Emotion, var sá sem opnaði augu mín fyrir þessu hugtaki. Verk þeirra byggjast á mikilvægum uppgötvunum um hvernig óvæntar tilfinningar og tilfinningar sem upplifun hefur í för með sér geta festst í líkamanum á frumuminni. Í Molecules of Emotion skrifar Dr. Pert: „Ólaus tilfinning í huga okkar, eða líkama, verður að peptíð sem losnar einhvers staðar. [Líffæri, vefir, húð, vöðvar og innkirtlar], öll, þeir hafa peptíðviðtaka og geta geymt og nálgast tilfinningalegar upplýsingar. Þetta þýðir að tilfinningaminni er geymt á mörgum stöðum í líkamanum, ekki bara eða jafnvel fyrst og fremst í heilanum. Þú getur nálgast tilfinningaminni hvar sem er í peptíð-/viðtakanetinu á marga vegu. Ég held að tilfinningar sem eru ekki tjáðar séu bókstaflega geymdar í líkamanum. Hinar raunverulegu ósviknu tilfinningar sem þarf að tjá eru í líkamanum, sem reyna að móta stað til að tjá sig og þar af leiðandi samþættar, fullkomnar og læknar." 1 Þú getur nálgast tilfinningaminni hvar sem er í peptíð-/viðtakanetinu á marga vegu. Ég held að tilfinningar sem eru ekki tjáðar séu bókstaflega geymdar í líkamanum. Hinar raunverulegu ósviknu tilfinningar sem þarf að tjá eru í líkamanum, sem reyna að móta stað til að tjá sig og þar af leiðandi samþættar, fullkomnar og læknar.“ 1 Þú getur nálgast tilfinningaminni hvar sem er í peptíð-/viðtakanetinu á marga vegu. Ég held að tilfinningar sem eru ekki tjáðar séu bókstaflega geymdar í líkamanum. Hinar raunverulegu ósviknu tilfinningar sem þarf að tjá eru í líkamanum, sem reyna að móta stað til að tjá sig og þar af leiðandi samþættar, fullkomnar og læknar.“ 1

Skilgreindu hráa reynslu

HVERNIG FLEST OKKAR sjá og skilja orðið „áfall“ er aðeins hálf sagan. Það sem oft kemur upp í hugann þegar við heyrum orðið áfall er misnotkun, vanræksla og hörmungar. En það sem áfall þýðir í raun er „djúpt streituvaldandi og truflandi reynsla“. Atburðir sem við teljum venjulega vera áfallandi eru ekki alltaf þeir sem valda okkur áföllum, eins og eitthvað sárt sem vinur þinn sagði um þig á leikvellinum í öðrum bekk.

Þegar óunnar tilfinningar frá þessum upplifunum búa í líkama okkar getum við fundið þær að einhverju marki allan tímann. En sjá, annað gerist. Við gerum líka túlkanir á reynslu okkar, sem eru ekki alltaf nákvæmar. Þessar merkingar eða túlkanir verða síðan að skaðlegum viðhorfum sem við búum við. Þú munt læra um þau í næsta kafla. Hin hráa reynsla er viðmiðið eða „prófið“ fyrir undirmeðvitundina um að trúin sé enn í gildi fyrir þig. Þú þarft að losa um og hlutleysa orkuna sem eru enn fastir í kerfinu þínu, til þess að fullvissa undirmeðvitundina um að nú sé allt í lagi með þig og það sé óhætt að slaka á og halda áfram. Þetta á ekki endilega við um allar skoðanir, en fyrir marga. Hvort heldur sem er,

Við skulum læra meira um hvað óunnið þýðir. Sérhver pirrandi eða streituvaldandi tilfinningaleg reynsla eða atburður í lífi þínu sem þú hefur ekki samþykkt, unnið úr og sleppt almennilega gæti valdið þér áfalli. Þetta þýðir að tilfinningarnar frá þeim atburði eru enn fastar í líkama þínum, eða „ótjáðar", eins og Candace Pert orðar það. Áfallið snýst með öðrum orðum minna um atburðinn sjálfan heldur meira um það sem hefur ekki verið unnið og er enn í líkama þínum. Svo héðan í frá losum við okkur við streituvaldandi orðið áfall og köllum það bara óunnið. Er það ekki minna ógnvekjandi núna?

Við getum sundurgreint frekar hvað þetta þýðir með því að skoða þrjú skref til að lækna óunnin reynslu: samþykkja, vinna úr og losa.

Sérhver atburður sem þú hefur ekki samþykkt þýðir að þú sagðir líklega við sjálfan þig á einhvern hátt, jafnvel ómeðvitað: „Þetta var ekki svo mikið mál", þegar þér fannst í raun og veru: „Ég er að deyja úr hræðslu" eða „Þetta var virkilega hræðilegt ".

Sérhver atburður sem þú hefur ekki unnið úr þýðir að þú skilur hann ekki enn eða þú hefur ekki verið sáttur við þá staðreynd að þú skilur hann ekki og hann er enn ókláraður í þínum anda.

Sérhver atburður sem þú hefur ekki sleppt þýðir, þar sem þú hefur ekki samþykkt eða unnið úr honum, gæti hann samt verið fastur í líkama þínum. Ef þetta er satt fyrir þig muntu örugglega finna fyrir "byrði" þegar þú manst eftir því. Þetta gæti birst sem hola í maganum, brak í brjósti, tár í augunum, hjartsláttur, sveittir lófar og fleira. Það er líka mögulegt, og jafnvel líklegt, að þessir óunnar atburðir eða upplifanir séu ekki einu sinni þær sem þú manst eftir.

Þetta er samlíking mín til að sýna fram á hvernig hrá upplifun virkar.

Ímyndaðu þér að það sé lítið glerhylki í líkamanum. Þegar þú býrð við streituvaldandi reynslu og sættir þig ekki við, vinnur og sleppir henni, geymast allur titringur tilfinningalegrar orku (tilfinninga), myndir, ilmur og önnur smáatriði í hylkinu og haldast þar. Þegar einhver núverandi reynsla eða smáatriði hennar passa við það sem er inni í hylkinu, getur hráupplifunin komið af stað, „vaknað" í líkama þínum. Svona er það þegar þú finnur fyrir áföllum, kvíða og ýmsu öðru, eins og þú sért að lifa upprunalegu upplifunina upp á nýtt. Til að komast út úr því mynstri þarftu að finna hinar ýmsu kveikjur og einfaldlega losa þær eða gera þær óvirkar.

Markmiðið er að þú komist á það stig að þú viðurkennir að þessi upplifun hafi átt sér stað, án þess að finna fyrir mikilli tilfinningalegri hleðslu eða trufluðri orku sem fylgir henni. Þú þarft ekki að líka við eða vera ánægð með þá reynslu, en þú verður að sætta þig við hana og vera sátt við hana til að halda áfram. Þetta færir okkur aftur að sjónarhorni Candace Pert: að tilfinningar verði að tjá og samþætta til að lækna þær. Þetta mun ekki aðeins hjálpa þér að losa streituvaldandi viðbrögð frá líkamanum, heldur mun það einnig gera þér kleift að halda áfram og brjóta allar skaðlegar skoðanir sem urðu til vegna þeirrar reynslu.

Það sem er mjög áhugavert er að margar af þessum upplifunum sem þú manst ekki einu sinni, sem gerir þær erfiðari fyrir þig. Þetta geta verið hlutir sem komu fyrir þig þegar þú varst mjög ungur, eða hlutir sem virðast svo smáir að þú manst bara ekki eftir þeim. Ég mun kenna þér hvernig á að hreinsa jafnvel það sem þú manst ekki frá náinni fortíð.

búa til minnislista

Mjög gagnleg æfing sem þú getur gert núna er að búa til lista fyrir sjálfan þig. Skrifaðu niður allar þær upplifanir í lífi þínu sem enn trufla þig, sem þú manst enn af og til eða sem þú vildir að hefði aldrei gerst. Hvað manstu eftir því sem gerði það að verkum að þú hefur aldrei "verið söm" aftur síðan þá? Hvaða upplifun getur þú rifjað upp rétt áður en þessi áskorun kom á þinn hátt? Hvað er það sem lætur magann falla eða lætur hjartað slá hraðar þegar þú hugsar um það?

Þessi listi getur verið langur, en það er þess virði að gera það. Þannig er hægt að hafa eins konar kerfi sem hægt er að vinna í rólegu og öruggu. Ekki dæma neitt sem „of lítið" til að setja á listann. Skrifaðu niður allt sem þér dettur í hug. Allt er mikilvægt. Ég segi viðskiptavinum að ég sé meira „áfall" sem stafar af reynslu eins og að vera niðurlægður fyrir framan nýnema en frá stórum bílslysum eða meira að því er virðist áverka. Þetta er vegna þess að þegar hlutirnir eru „stórir" höfum við tilhneigingu til að tala um þá, vinna með þá og vinna úr þeim, frekar en að hunsa þá.

Listinn þinn þarf ekki að vera í neinni sérstakri röð eða innihalda mikið af smáatriðum. Þú þarft bara að vita hvaða reynslu þú ert að vísa í.

Hvort sem þú telur fyrri minningar þínar mikilvægar eða ekki, þá geta þær haft mikil áhrif á líðan þína. Það er það sama hvort þú manst eftir þeim eða ekki. Það er alltaf mikilvægt að hreinsa þær. Og það er líklega auðveldara en þú heldur.

Þekkja hráa reynslu þína með þremur aðferðum

Svo hvernig vitum við hvað er ekki raunverulega unnið í líkama okkar til að losa og halda áfram? Þú hefur nú lista yfir minningar sem geta gefið þér upphafspunkt. Samt sem áður verður þú að þrengja það niður og ákveða hvaða þú vilt vinna með. Það eru nokkrar skilvirkar leiðir til að uppgötva reynsluna sem hafa mest áhrif á þig: vöðvapróf og notkun minnislistans. Veldu það sem virkar fyrir þig; það er engin röng leið í þessu.

Aðferð 1: vöðvapróf

Þessi aðferð er í uppáhaldi hjá mér vegna þess að hún krefst minnstu vinnu og er nákvæmust. Þú þarft ekki að muna upplifunina, né þarftu hæfileikann til að vera hlutlægur þegar þú ákveður hvaða upplifanir eru í raun og veru að valda þér vandamálum. Spyrðu bara undirmeðvitundina þína, sem veit nú þegar svörin og bíður bara eftir að deila upplýsingum með þér.

Með vöðvaprófun geturðu notað standprófið eða handleggsprófið sem þú lærðir um í kafla 5. Spyrðu líkamann einfaldlega: "Ert þú með einhverja hráa reynslu sem getur stuðlað að þér?" Þú getur fyllt út í eyðuna með „álagi á líkama minn". Þú getur líka fyllt það út með ákveðinni áskorun sem þú ert að vinna að, svo sem „óöryggi í félagslegum aðstæðum“ eða „erfiðleikar við að melta mat“.

Svarið við þessari spurningu verður næstum alltaf „já“. Þú munt líklega upplifa margar slíkar reynslu, en með aðeins einni spurningu er boltinn í leik. Svo, með vöðvaprófum, geturðu ákvarðað á hvaða aldri þessi atburður átti sér stað, til að hafa einhverja hugmynd um hvers vegna það er.

Spyrðu sjálfan þig: „Gerðist þetta á milli núlls og 20 ára? 20 til 30?" Og svo framvegis. Haltu áfram að spyrja þar til líkaminn þinn svarar „já“ við ákveðnu tímabili, spyrðu síðan um hvert ár þess tímabils til að finna nákvæmlega árið. Mundu að spyrja spurninga þinna hægt og gefa líkamanum nokkrar sekúndur til að endurkvarða.

Þegar þú hefur skilgreint aldurinn skaltu vera opinn og leyfa hugmyndum að koma til þín. Mundu að það getur verið allt frá augljósri upplifun, eins og dauða í fjölskyldunni, til eitthvað sem þú telur minniháttar. Slepptu því bara með það sem verður á vegi þínum.

Ef þú finnur fyrir óöryggi geturðu spurt sjálfan þig fleiri spurninga, eins og að spyrja sjálfan þig hverju þessi reynsla tengdist: við manneskju, feril þinn, heilsu og svo framvegis. Þetta er algjör giskaleikur!

Líkaminn þinn mun stöðugt bregðast við þér og á endanum muntu muna reynsluna eða hafa nægar upplýsingar til að byrja að vinna með hana. Bara það að vita til dæmis að þú hafir lent í reynslu fimm ára sem tengist skólanum og kennaranum þínum, er nóg ef þú manst ekki meira.

Þegar þú hefur þetta skaltu staðfesta reynsluna af vöðvaprófum. Mundu að meðvitund þinn heldur stundum að hann viti hvað tengist hverju, en undirmeðvitundin á síðasta orðið (og upprunalega skráninguna). Spyrðu sjálfan þig: „Er reynslan (lýstu upplifuninni í stuttu máli) að stuðla að streitu í líkama mínum? Þú getur líka notað það sem kemur þér við í síðasta hluta setningarinnar, svo sem „að stuðla að þessum mígreni“ eða „að stuðla að þessum hæðarótta“.

Þegar þú hefur fengið staðfestingu þína muntu hafa áþreifanlega reynslu til að vinna úr. Ef þú getur ekki borið kennsl á eða munað tiltekna upplifun, auðkenndu bara eins mikið af upplýsingum og mögulegt er. Kannski, í gegnum vöðvapróf, munt þú endar með upplýsingar um reynslu sem tengist móður þinni, en þú getur ekki greint nákvæmlega hvað það var. Ekkert mál. Almennt séð mun líkaminn leyfa okkur að vinna með aðeins nokkur lykilatriði ef við notum þau rétt.

Ábending: Manstu eftir kynslóða og fyrri lífsorku sem við ræddum um áðan? Að vinna með óunnar reynslu er eitt af tækifærunum sem þú munt hafa til að takast á við þá orku. Fyrir óunnar fyrri lífsreynslu skaltu einfaldlega spyrja líkama þinn með því að nota vöðvaprófið: "Er ég með fyrri lífsreynslu sem veldur streitu í líkamanum mínum?" Ef þú færð „já" geturðu beitt sama ferli og þú notaðir til að fá frekari upplýsingar um óunnar reynslu á þessu lífi. Þetta þýðir að orka reynslunnar kom með þér frá fyrra lífi til þessa. Finndu bara út hvað það gæti tengst. Fyrir kynslóðaupplifun, spyrðu: „Er ég með einhverja óunnar kynslóðaupplifun sem veldur streitu á líkama minn? Við erum bara að spyrja hvort einhver reynsla (og orka þeirra) frá einhverjum ættingja þínum hafi verið send til þín. Ef þú færð „já" geturðu spurt líkama þinn frá hvaða hlið forfeðra þinna hann kom, móður þinni eða föður. Hugsaðu um hluti sem þú veist að forfeður þínir lifðu og reyndu að finna manneskjuna sem þessi reynsla var beint til þín. Til að hreinsa eða opna fyrri lífsreynslu og reynslu kynslóða skaltu nota sömu aðferðir og þú ert að fara að nota fyrir þína eigin reynslu, en breyttu nokkrum orðum til að það virki. Ég mun útskýra meira af þessu á næstu síðum. mömmu þinni eða föður þínum. Hugsaðu um hluti sem þú veist að forfeður þínir lifðu og reyndu að finna manneskjuna sem þessi reynsla var beint til þín. Til að hreinsa eða opna fyrri lífsreynslu og reynslu kynslóða skaltu nota sömu aðferðir og þú ert að fara að nota fyrir þína eigin reynslu, en breyttu nokkrum orðum til að það virki. Ég mun útskýra meira af þessu á næstu síðum. mömmu þinni eða föður þínum. Hugsaðu um hluti sem þú veist að forfeður þínir lifðu og reyndu að finna manneskjuna sem þessi reynsla var beint til þín. Til að hreinsa eða opna fyrri lífsreynslu og reynslu kynslóða skaltu nota sömu aðferðir og þú ert að fara að nota fyrir þína eigin reynslu, en breyttu nokkrum orðum til að það virki. Ég mun útskýra meira af þessu á næstu síðum.

Aðferð 2: Notaðu minnislistann þinn

Ég er með tvö ráð til að hjálpa þér að bera kennsl á dásamlega upplifun til að vinna með.

Finndu hvernig þér finnst um áskoranir þínar. Spyrðu sjálfan þig: „Hvernig finnst mér áskorunin sem ég er að standa frammi fyrir? Áskorunin eða áskorunin vísar venjulega til alls vandamálsins almennt, svo sem veikinda eða kvíðaköst a. Þessi spurning mun hjálpa þér að uppgötva hvaða óunnar upplifanir kunna að vera geymdar í líkama þínum og hvernig þær stuðla að áskorun þinni. Finnst þér leiðinlegt? Finnst þér þú svekktur? Reyndu að finna helstu tilfinningu sem er að taka yfir þig núna. Þegar það er búið skaltu fara yfir listann þinn. Á hvaða tímapunkti í lífi þínu fannst þú fyrir þessari tilteknu tilfinningu? Kannski var það slagsmál sem þú lentir í við fjölskyldumeðlim eða kannski hvernig eitthvað var meðhöndlað í vinnunni. Þó að það séu margar hráar upplifanir, mun það að fara í gegnum þessa aðferð margoft hjálpa þér að uppgötva margvíslega reynslu til að vinna með.

Það skiptir ekki máli hvers konar áskorun það er. Mér finnst stöðugt að það að vita hvernig okkur finnst um vandamál er góð vísbending um hvers konar tilfinningar leiddi til þess að vandamálið skapaðist í fyrsta lagi. Það er mikilvægt að bæta því við að það að byrja að líða betur með vandamál er frábært merki um lækningu.

Hér er dæmi um hvernig þessi dýnamík getur virkað. Jim kom til mín vegna liðverkja. Ég spurði hann hvenær þetta byrjaði og hann svaraði að það væri fyrir nokkrum árum síðan. Ég spurði hann hvort hann mundi hvað var að gerast í lífi hans fyrir tveimur árum. Hann taldi upp lista yfir hluti sem gætu hafa ofhlaðið líkama hans. Þegar hún hafði kannað nokkra möguleika spurði ég hana líka hvernig henni fyndist liðverkir hennar.

Hver einstaklingur hefur einstaka skynjun á vandamálum sínum, jafnvel þegar raunverulegt vandamál er algengt, eins og liðverkir. Með Jim vissi ég að hver sem helsta tilfinning hans var um liðamótin, gæti það verið góður upphafspunktur til að uppgötva hráu upplifunina sem stuðlaði að sársauka hans.

Jim sagðist vera „þreyttur á að takast á við þetta“. Ég hjálpaði honum síðan að finna út hvað annað hann gæti „verið þreyttur á“ eða hvaða aðstæður gerðu hann þreyttan á og fyrir þann tíma (einu ári eða tveimur áður). Þú þarft ekki að grúska þig á tveggja ára tímabili, en þetta var bara það sem ég gerði með Jim. Við uppgötvuðum nokkur hjónabandsvandamál á þessum tíma sem gerðu honum kleift að finna „óverðskuldað“. Með þessu fórum við að vinna að því að hreinsa orkuna í kringum sérstakar upplifanir í fortíð þinni, með því að nota aðferðirnar sem ég mun kenna þér síðar. Þetta hjálpaði gríðarlega ekki aðeins við gremju og þreytu sem Jim var að finna fyrir vegna ástandsins, heldur einnig með liðverkjum sínum.

Aftur og aftur hef ég komist að því að hvernig okkur líður bæði líkamlega og tilfinningalega er frábær vísbending um upprunalega orku eða reynslu sem stuðlar að eða skapar áskorunina eða vandamálið.

ÞEKKJA MINNINGAR MEÐ þyngstu „álagi“. Hér getur þú endurnýtt minnislistann þinn. Hvaða upplifun hefur þú áfram tilfinningalega hleðslu? Hvaða minningar skilja þig eftir með holan maga eða kökk í hálsi þegar þú hugsar um þær? Það sem þér finnst er orkumikið ójafnvægi: sönnun þess að tilfinningar eða minningar hafa enn þægilegt rými í líkamanum. Veldu sterkustu eða elstu minningarnar af listanum til að vinna með.

Vertu viss um að leyfa því sem nauðsynlegt er að koma fram. Ef þú hefur orðið fyrir verulegum áföllum í lífi þínu, en eitt af tilfinningalega hlaðna hlutunum er þegar þú vannst ekki stafsetningarbýfluguna í fjórða bekk, vinna með það. Litlir hlutir geta verið stórir og stórir geta verið smáir.

Leyfðu mér að deila sögu sem mun hjálpa þér að skilja. Sandy, ein af viðskiptavinum mínum, átti sannarlega niðurlægjandi reynslu í fyrsta starfi sínu í háskóla. Ég var á fundi með kynningu sem yfirmaður markaðsmála og fór að örvænta. Hann talaði ekki oft fyrir framan mannfjöldann, sérstaklega ekki fyrir framan stórmenn fyrirtækisins. Hún byrjaði að svima, ógleði og lófana fór að svitna. Þegar hún pantaði tíma hjá mér varð hún algjörlega dauðhrædd enda var hún með aðra sýningu eftir nokkrar vikur. Ég spurði hann hvort hann hefði einhvern tíma átt í vandræðum með að tala opinberlega fyrir þetta og hann sagðist aldrei hafa haft tækifæri til að gera þetta. Hins vegar, þegar ég byrjaði að hjálpa honum að hugsa í minni mælikvarða, hún minntist þess að hafa verið mjög stressuð nokkrum sinnum þegar hún þurfti að tala fyrir framan skólastofuna sína á námsárunum. Hún gat meðvitað rifjað upp fimm af þessum tímum, svo ég bað hana að muna aðeins það fyrsta. Ég vissi að með þeim fyrsta myndu margir aðrir koma "bundnir" við það, því örugglega allir síðari tímar myndu koma af stað þessari fyrstu reynslu.

Við hreinsuðum þessa fyrstu reynslu, þar á meðal allar gömlu tilfinningarnar, og við þurftum ekki einu sinni að snerta neina af hinum. Þetta mun ekki alltaf virka og þú verður að fara í aðra reynslu sem þú þekkir, en stundum munt þú hafa heppni með þá fyrstu. Hjá Sandy voru allar svipaðar óunnar reynslusögur sem minntu hana á þá fyrstu þegar lausar og leystar út með henni. Við hefðum átt að snerta „sterkasta“ atvikið og þegar við gerum þá orku að engu þokum við líka restina. Í stuttu máli, þú munt vita hvernig á að gera þetta sjálfur.

Þetta er frábært dæmi um hvers vegna það er svo mikilvægt að vinna úr og losa um reynslu og tilfinningar líkamans. Ef við gerum það ekki, þá er núverandi líf okkar fullt af kveikjandi tilefnum sem streita líkama okkar og styrkja oft trú sem við höfum frá þessum óunnu reynslu.

Nú erum við tilbúin til að hreinsa eða eyða.

Hvernig á að hreinsa óunnar reynslu með því að nota tvær aðferðir

Vonandi hefur þér nú tekist að bera kennsl á eina eða tvær sérstakar óunnar reynslu. Ef þú ert eins og ég, hefurðu líklega fleiri en einn! Við skulum byrja að hreinsa þær eða losa þær. Til þess munum við nota tvær aðferðir: prófun og slá á hóstarkirtli og tilfinningalegt frelsistækni.

Héðan í frá heyri ég í þér... "Hvernig get ég hreinsað allt sem hefur gerst í lífi mínu?" Ég á eftir að hljóma eins og biluð plata, en ég þarf að gera það til að vera skýr og bein: þú þarft ekki að gefa þær allar út, ekki einu sinni á sama tíma. Hugmyndin á bak við þessa vinnu er að losa varlega (og án flýti) hluti úr fortíð þinni þegar þeir verða augljósir fyrir þig. Þú þarft ekki að fara í neina sérstaka röð, eða tímaröð þegar kemur að því að hreinsa reynslu. Rétt eins og áður geturðu treyst því að allt sem kemur til þín fyrst verði í lagi.

Ég mun kenna þér tvær mismunandi aðferðir til að hreinsa óunnar reynslu. Ég nota þau saman í starfi mínu með sjálfum mér og viðskiptavinum mínum. Þetta eru mjög ólíkar aðferðir, sem virka á mismunandi hátt. Þetta hjálpar okkur að hreinsa upplifunina alveg. Sameining þeirra er skilvirkari, að minnsta kosti í fyrstu, en eftir að þú lærir og notar þau stöðugt gætirðu fundið að þú getur stundum hreinsað þau alveg með aðeins einum.

Hóstarkirtla og prófun

Hóstarkirtillinn, eins og þú lærðir í 4. kafla, er aðalkirtill ónæmiskerfis líkamans. Það er staðsett í tilfinningalega orkustöð líkamans, rétt hægra megin við hjartað, og er fyrsta líffærið sem verður fyrir áhrifum af tilfinningalegri streitu. Reyndar er það oft kallað "hjartaverndarinn". Það er ábyrgt, orkulega, fyrir að stjórna orkuflæði um allan líkamann. Það hefur áhrif á tilfinningar sem tengjast óöryggi, tilfinningu fyrir árás lífsins eða annarra og orku þess að vera óvarinn. Þetta útskýrir hvers vegna það er svo mikilvægt í því hlutverki að halda (og gefa út) hráa reynslu, ekki satt?

Hóstarkirtli er svo öflugur, auk þess að vera tengdur öðrum orkukerfum líkamans, að nánast hvaða stíflu eða ójafnvægi sem er í því kerfi er hægt að leysa með því að vinna í því. Þetta gerir það að stjörnu næstu tækni okkar. Hugsaðu um hvernig fólk „hristir" brjóstið á náttúrulegan hátt þegar það er reiðt eða kvíðið, eða hvernig górillur slá brjóstið á sér ef þær skynja hættu. Talið er að það sé eðlileg tilhneiging til að styrkja og koma jafnvægi á orku okkar þegar við þurfum mest á henni að halda.

Þú manst kannski úr 4. kafla að Dr. John Diamond, brautryðjandi á sviði heildrænnar lækninga, telur að hóstarkirtillinn þjóni sem hlekkur á milli huga og líkama vegna staðsetningar hans í líkamanum. Þú gætir líka muna að hóstarkirtillinn er ábyrgur fyrir framleiðslu T-frumna, nauðsynlegar fyrir heilbrigði ónæmiskerfisins, þar á meðal að vernda þig gegn ofnæmi, sjálfsofnæmissjúkdómum og ónæmisbrest. Ég held að þetta geri heilsu þessa kirtils nauðsynlega fyrir fullkomna og varanlega lækningu. Vinna Candace Pert í kringum óútskýrðar tilfinningar og margra ára að kanna ýmsar hugmyndir til að losa þær, hjálpaði mér að búa til og fullkomna hóstarkirtla- og prófunartæknina. Hæfni þessarar tækni til að vinna úr og losa tilfinningar, á sama tíma og ónæmiskerfið kemur í jafnvægi í tengslum við þær,

Til þess að hjálpa til við að hreinsa óunnar reynslu notum við einfalt þriggja hluta ferli:

1. Í fyrsta lagi muntu bera kennsl á þær tilfinningar sem koma frá óunninni reynslu, fastar í líkamanum.

2. Þú munt síðan nota einfalda aðferð til að slá á hóstarkirtli til að losa þessar tilfinningar.

3. Að lokum muntu taka inn jákvæðar tilfinningar til að styðja við fullan samþættingu og heilunarferli þeirrar reynslu. Ég hef tilhneigingu til að taka upp jákvæðar tilfinningar í lok fundar, frekar en strax eftir að hafa unnið í gegnum reynslu. Hvort sem þú gerir það strax eða í lok lotunnar, ættir þú alltaf að klára eða loka vinnunni með því að innleiða jákvæða orku.

Manstu eftir myndlíkinga glerhylkinu sem við ræddum um í upphafi þessa kafla? Þessi tækni mun hjálpa þér að byrja að opna tilfinningarnar.

Við skulum tala um hvernig við munum geta sagt hvaða sérstakar tilfinningar við höfum enn. Með því að nota lista yfir tilfinningar, ásamt vöðvaprófum, geturðu fundið út hvað þú þarft að losa við.

Ég gef þér nokkur dæmi um hvernig þetta hugtak virkar. Náttúrulækningar nota oft lista yfir margs konar náttúrulækningar (eða raunverulegt úrræði), ásamt vöðvaprófum, til að komast að því hvað er best fyrir sjúklinga sína. Hómópatískir læknar nota oft lista yfir ýmsar bakteríur og vírusa, ásamt vöðvaprófum, til að greina hvaða örverur hafa áhrif á sjúklinga sína. Næringarfræðingar í samþættum lækningum nota stundum lista, eða hettuglös, með ýmsum matvælum sem þeir borða reglulega, ásamt vöðvaprófum, til að komast að hverju viðskiptavinir þeirra eru með ofnæmi. Með því að nota vöðvapróf til að spyrja ákveðinna spurninga um listana eða hettuglösin geta sérfræðingar uppgötvað hvað líkaminn þarf til að ná jafnvægi á ný. Reyndar, Löngu áður en ég lærði um tilfinningalega heilun fór ég í rannsóknir á tilfinningalegum stíflum á þennan sama hátt og mér var ávísað ilmkjarnaolíum og hómópatískum lyfjum til að hjálpa mér að leiðrétta þær. Þessi sama aðferð mun hjálpa okkur að finna tilfinningalega orku sem er fast í líkamanum frá óunninni reynslu. Þegar búið er að bera kennsl á þá munum við opna þá með því að nota prófið og slá á hóstarkirtli.

Þessi listi yfir tilfinningar sem við munum nota til að slá á hóstarkirtla og prófa tækni kemur frá rannsókn minni og greiningu á algengum tilfinningum sem hafa tilhneigingu til að sitja lengi eftir að upplifuninni er lokið. Ég læt meira pláss eftir á listanum mínum ef það er einhver tilfinning sem ég er að gleyma að þú samsamar þig mjög og þú getur bætt því við sjálfur.

Nú hefurðu alhliða verkfærin til að byrja að losa þig við.

Skref 1: Metið styrk reynslu þinnar. Við skulum fyrst rifja upp hráa reynslu, auðkenndar síður aftur í þessum kafla, með því að nota vöðvapróf eða minnislistann þinn. Til að byrja skaltu einfaldlega nota titilinn á minnislistanum þínum, eða búa til stuttan fyrir upplifun þína, sem auðveld leið til að muna það. Þetta getur verið eitthvað eins og „Dagurinn sem pabbi dó" eða „Þegar Jimmy gerði grín að mér". Ef þú greinir upplifun úr fyrra lífi eða reynslu sem erft frá þér (almennt) skaltu búa til titil fyrir það.

Lokaðu augunum og hugsaðu um upplifunina sem þú einbeitir þér að til að hreinsa. Á kvarðanum frá núll til 10, gefðu því einkunn eftir því hversu sterkt þú finnur fyrir því, þar sem 10 er sterkast. Ef þú getur fundið „hvar" þú finnur fyrir því í líkamanum skaltu skrá það líka. Sama hvar þú ert í augnablikinu, það er bara gott að hafa hugmynd um hvaðan þú ert að byrja, til að meta framfarir í hreinsun þinni. Ef þú finnur ekki fyrir tilfinningalegri hleðslu, ekkert mál.

Skref 2: Þekkja tilfinningarnar. Þú byrjar á því að nota listann sem sýndur er hér, ásamt einni af þremur aðferðum sem fylgja honum, til að bera kennsl á hvaða tilfinningar eru fastar í líkamanum. Þú munt þekkja og opna eina tilfinningu í einu.

Athugið: Þó "kvíði" birtist á flestum tilfinningalistum sem ég hef séð, þá kom hann ekki fram á mínum. Ég lít ekki á kvíða sem raunverulega tilfinningu eða tilfinningu. Það sem við lýsum oft sem kvíða er einfaldlega önnur tilfinning sem hefur verið bæld niður. Bæling tilfinninga er það sem gerir okkur í rauninni kvíða, óþægileg eða eirðarlaus. Það líður eins og við viljum tjá eitthvað eða að það komi af sjálfu sér. Án „kvíða" valmöguleikans á listanum mun líkaminn þinn velja réttu tilfinningarnar sem þarf að losa. Í annarri æfingu er það frábær persónuleg æfing að greina meðvitað þær tilfinningar sem þú lýsir oft sem kvíða, þannig að þú sért í meiri tengslum við það sem er undirrót þessarar tilfinningar.

þúest og hóstarkirtla fyrir óunnar tilfinningar

Kafli 1	Kafli 2
TILbyfirgefinn	D.í skjóli
Hræddur	Vonlaust
Harmur	Þungt
ekki elskaður	Yoóþolinmóð
Ífeimin	D.Það er stjórnað
gagnrýnt	Í vörn
júvinstri	frusskom með
OddYoþras	TILblsanicated
Skömmuð	Insvíst
inunothæft	Ífær
TILtekinn	Yoáhrif
svikin	Frgiftur
Kafli 3	Kafli 4
Hafnaði	Veðahannneifær
Reiður	Óstudd
Sekur	indigNei
Grimdur	TILvvandræðalegur
TILákærður	TILbrúmado
indnákvæm	mmisnotuð

Aðferð 1: vöðvapróf. Fyrsta og besta tæknin sem þú getur notað til að bera kennsl á gamlar tilfinningar er ofurkraftur þinn í vöðvum. Mundu að undirmeðvitund þín er eins og segulbandstæki. Vita nákvæmlega hvaða gamlar tilfinningar á þessum lista gætu samt verið bundnar við hráu upplifunina sem þú ert að vinna með. Settu þig einfaldlega í vöðvaprófunarstöðu og spyrðu líkamann að eftirfarandi:

"ER EINHVER ORKA Á ÞESSUM lista [þú getur notað orðið tilfinning eða tilfinning í staðinn] föst í líkama mínum vegna (nafns eða titil reynslu)?"

Athugið: Þú getur breytt setningunni eftir því sem hentar þér best. Það þarf ekki að vera nákvæmlega eins og ég lagði til hér. Stundum segi ég: "Er einhver tilfinning í því að sleppa út?"

(Nafn reynslu) sem líkami minn vill "Er það í kafla 1?" Ef þú færð „nei" muntu vita að það er í einum af hinum hlutunum og þú getur velt því fyrir þér með hverjum þeirra þar til þú færð „já". Lestu síðan hverja tilfinningu, eina af annarri, og spyrðu líkamann „Er það? Gerðu þetta þar til þú færð "já".

Aðferð 2: Renndu fingrunum yfir listann. Önnur leið til að bera kennsl á tilfinningar er að loka augunum, draga djúpt andann og renna fingrunum mjög varlega yfir tilfinningalistann. Ef þú gerir það mjög, mjög varlega, geturðu virkilega fundið að fingurnir "líma" svolítið við tilfinninguna sem líkaminn titrar af og vill losa núna. Fingurnir þínir finna fyrir því eða velja það fyrir þig.

Aðferð 3: Notaðu innsæið þitt. Að lokum geturðu valið tilfinningar af listanum og tekið fljótt eftir því hver er sú sem hoppar eða gerir hávaða. Ekki dæma tilfinninguna og velja út frá því sjónarhorni, betra að vera meðvitaður um hvað henni fylgir. Þessi auðkenningaraðferð er síður áhrifarík til að varpa ljósi á faldar tilfinningar, vegna þess að við höfum náttúrulega tilhneigingu til að velja þær sem okkur finnst passa eða skynsamlegar með upplifuninni. Við höfum þegar lært að það eru ekki alltaf þessar tilfinningar sem hafa neikvæð áhrif á okkur.

Leyfðu þér að rifja upp reynsluna í stuttu máli. Þetta er hluti af námsferlinu, en það er engin þörf á að festast þar. Við erum aðeins að veita því augnablik augnablik til að hjálpa okkur að fara í gegnum ferlið sem átti sér ekki upphaflega stað.

Kannski ertu vanur að greina og tala um fyrri reynslu með því að nota aðrar aðferðir. Venjulega vill hugurinn skilja hvað gerðist áður en hann sleppir takinu. Hins vegar virkar orkulíkaminn ekki á sama hátt. Það verður gefið út án þess að þurfa að skilja. Stutt viðurkenning á þeirri minningu gerir okkur kleift að „snúa við“ reynslunni til að fara skref fyrir skref niður þá leið sem við hefðum upphaflega átt að fara til að losa hana.

SKREF 3: HREINSAÐU með því að slá á thymus. Nú þegar þú hefur greint tilfinningarnar sem eru enn fastar í líkamanum þínum, ertu tilbúinn til að slá inn thymus þinn og hreinsa eða hlutleysa þessa tilfinningaorku. Þú munt losa eina tilfinningu í einu og endurtaka síðan.

Það gæti gert þér gott að segja eftirfarandi á meðan þú pikkar, en það er alls ekki nauðsynlegt: Að sleppa þessu (tilfinningaheiti).

Bankaðu einfaldlega þétt á hóstarkirtillinn sjö sinnum með fingurgómum annarrar handar. Þegar þú gerir þetta skaltu halda því í hyggju að opna þá tilfinningu þegar þú andar djúpt. Ef þú telur þörf á því geturðu endurtekið orðið opna fyrir eða sleppa. Enn og aftur er talað ekki þvingað.

Leyfðu mér að gefa þér útskýringu á því hvernig og hvers vegna þessi aðferð virkar. Snertingin sendir orkukraft um hóstarkirtilinn til að losa um tilfinningalega orku sem gæti verið að skapa stíflu eða ójafnvægi, hvar sem hún er í líkamanum. Þú þarft ekki að vita hvar það er. Ætlun þín um að frelsa hann táknar stóran hluta af vinnunni við að losa þig við. Þú ert að viðurkenna tilfinninguna á meðan þú gefur líkamanum leyfi til að sleppa henni. Á sama tíma og þú ert að banka á hóstarkirtlinum til að losa um tilfinningar, ertu líka að koma jafnvægi á og styrkja þann kirtil, sem gerir honum kleift að jafna sig eftir ójafnvægi.

Þú gætir fundið fyrir því að þú geispur, andvarpar, grenjar eða hefur einhver önnur ósjálfráð viðbrögð við breytingu á orku. Ef ekki, þá er það líka í lagi. Eftir hverja hreinsun þarftu að hætta og gefa líkamanum nokkrar sekúndur og draga djúpt andann.

Ein hreinsun tilfinningalegrar orku getur losað gríðarlega mikið af orku inn í kerfið þitt og hjálpað til við að örva hóstarkirtilinn þinn mjög, svo ekki vanmeta kraft hverrar losunar. Þú gætir haft þrjár tilfinningar til að opna fyrir hverja reynslu sem þú ert að vinna að, eða þú gætir haft fimmtán. Það skiptir ekki máli. Það gæti tekið þig fimm mínútur, eða þú gætir þurft að vinna á einum í nokkrar vikur. Ekki flýta þér.

Ef þú ert að nota vöðvapróf, munt þú stöðugt spyrja sjálfan þig að þessu: "Er einhver orka [þú getur notað orðið tilfinning eða tilfinning í staðinn] á þessum lista föst í líkama mínum vegna (nafns eða titil reynslu)?" Eins og við sögðum áður, mundu að nota orð þín þannig að þau finnist þér eðlileg.

Haltu áfram að losa tilfinningalega orku sem tengist þeirri reynslu. Eftir hverja fimm til tíu orku sem þú losar, taktu þér stutta pásu og athugaðu innra með þér þegar þú sérð fyrir þér upplifunina sem þú ert að vinna að. Líður þér betur með hana? Er atriðið minna stressandi? Finnst tilfinningahleðslan í líkamanum vera slökkt? Þetta eru góð merki um að orkan sé að fara út.

Ef þú ert að nota vöðvapróf, þegar líkaminn hefur lokið við að losa þig færðu „nei“ fyrir svar, þegar þú ferð aftur í prófið til að fá meira. Þetta þýðir að líkaminn þinn hefur hreinsað eins mikið af tilfinningunni og hann getur í bili og þarf smá vinnslutíma. Það þýðir líka að allar tilfinningar eru alveg skýrar. Þú getur haldið áfram með skref 4 núna.

Ef þú notar ekki vöðvapróf notarðu innsæið þitt til að vita hvenær þú átt að hætta. Finnst þér kominn tími til að draga þig í hlé? Þegar þú lítur til baka á upplifunina, er tilfinningin eða álagið sem tengist henni minni? Þetta þýðir að þú ert að losa um stífluna eða ójafnvægið sem tengist því. Notaðu innsæi þitt til að ákvarða hvenær það er kominn tími til að taka næsta skref.

Mundu að þegar þú lýkur prófinu og slá á hóstarkirtli muntu nota tilfinningafrelsistæknina, svo þú munt enn hafa tækifæri til að losa þig við meiri orku frá reynslunni, ef einhver er.

SKREF 4: FINNDU JÁKVÆÐU orkuna sem á að innleiða. Rétt eins og við sleppum gömlum tilfinningum með hóstarkirtlinum og prófum, munum við líka nota það til að innlima jákvæðar tilfinningar. Að setja upp jákvæðar tilfinningar mun auka vinnuna sem þú ert að vinna með því að setja jákvæðar tilfinningar í líkama þinn þar sem þú slepptir öðrum. Mér finnst gaman að halda að það að bera kennsl á og innlima jákvæðar tilfinningar sé leiðin til að „ljúka ferlinu" í líkamanum. Að losa neikvæða orku er augljóslega mikilvægt; Hins vegar getum við stundum fundið fyrir tómleika eða saknað þegar við sleppum tilfinningu sem við héldum í lengi, jafnvel þegar það var eitthvað sem við vildum ekki einu sinni! Mundu að hugsanir og orð eru bara orka. Með því að nota eftirfarandi lista yfir jákvæðar tilfinningar, þú munt geta borið kennsl á og fellt þau inn í einu. Þú getur gert þetta með því að velja þau meðvitað eða, fyrir meiri nákvæmni, notað vöðvapróf til að leyfa undirmeðvitundinni að velja nákvæmlega það sem þú þarft í augnablikinu.

Ábending: Jákvæðar tilfinningar ættu að vera hluti af hóstarkirtlinum og tapping, en þú getur líka notað þessa tækni ein og sér sem tæki til að bæta heildar titring þinn. Ég enda alltaf fundi með viðskiptavinum mínum með jákvæðum tilfinningum með þeim.

Ef þú vilt frekar vöðvapróf skaltu spyrja líkamann um þetta:

"Er jákvætt viðhorf á þessum lista sem væri gagnlegt að fella inn núna?" Ef þú færð „já" skaltu fara í næstu spurningu.

"Er það í kafla 1?" Ef þú færð „nei“ þá muntu vita að það er einn af hinum hlutunum og þú getur velt því fyrir þér hvern þeirra.

Lestu síðan hverja tilfinningu, eina af annarri, og spyrðu líkamann: „Er það

?” Haz esto hasta que identifiques tu primera emoción al obtener un “sí”. Nota: si ninguna de las emociones de la tabla funciona, puedes preguntarle a tu cuerpo sobre ellas primero para ahorrar tiempo.

Test y golpeteo del timo para emociones positivas

Sección 1	Sección 2
Capaz	Confortado
Abundante	Conectado
Abierto a aceptar	Satisfecho
Aceptado	Decisivo
Adaptable	Empoderado
Apreciado	Entusiasmado

Asertivo	Enérgico
Tranquilo	Fluido
Relajado	Perdonado
Valiente	Libre
Inspirado	Perteneciente
Alegre	Feliz
Ligero	Merecedor
Protegido	Amado
Sección 3	Sección 4
Seguro	Confiado
Aliviado	Valorado
Fuerte	Dispuesto
Respaldado	Calmado
Agradecido	Centrado
Importante	Seguro
Incluido	Sanado
Independiente	Esperanzado
Reconocido	Abierto
Relajado	Optimista
Empoderado	En paz
Comprendido	Positivo

PASO 5: INCORPORA LO positivo. Una vez identificada la emoción, simplemente golpetea siete veces firmemente sobre tu glándula timo, en el área superior de tu pecho. Conforme haces esto, enfócate en el sentimiento. Respira hondo, al tiempo que lo haces. Esto "golpeará" esa vibración en tu glándula timo y enviará una fuerza de la energía positiva a lo largo de tu sistema.

Así como cuando liberas sentimientos antiguos del pasado y quizá bosteces o te den escalofríos, de igual forma puedes sentirte cuando incorporas sentimientos positivos. Suelo incorporar tres sentimientos positivos, porque eso hace que intuitivamente se sienta bien. Sin embargo, eres libre de incorporar cuantos sentimientos desees.

Tip: también puede utilizarse el test y golpeteo del timo para desobstrucciones más generales. Por ejemplo, puedes preguntarle a tu cuerpo a través del test muscular si puedes liberar viejas emociones relacionadas con una persona específica, un periodo en tu vida, un trabajo específico, una relación, un miedo o cualquier otra cosa.

Técnica de Liberación Emocional (TLE)

Esta técnica llegó a mi vida cuando más la necesitaba, y tengo la esperanza de que funcione de la misma manera para ti. Ahora la uso todo el tiempo de muy diferentes maneras, las cuales compartiré más adelante. Pero por ahora, aprenderemos cómo usarla como otra forma de desobstruir experiencias no procesadas.

El golpeteo de TLE funciona de manera diferente al test y golpeteo del timo, porque estaremos trabajando con la experiencia no procesada como un todo, en lugar de hacerlo como energías emocionales individuales. La TLE nos ayuda a ver diferentes aspectos de esa cápsula de vidrio de la que hemos hablado. Con esta técnica nos enfocaremos menos en los sentimientos individuales y más en el todo: imágenes, sonidos, detalles de la experiencia y otros desencadenantes específicos.

Mientras la experiencia del test y golpeteo del timo no involucra mucha concentración mental, la Técnica de Liberación Emocional nos da mayor oportunidad de pensar sobre la experiencia y enfocarnos en ésta de manera más profunda. Esto se hace de una manera muy segura y sin volver a traumatizarnos por la experiencia. Con la Técnica de Liberación Emocional durante el proceso somos más propensos a tener concepciones conscientes, modificaciones cognitivas y cambios de perspectiva acerca de la experiencia. Esta técnica suele encajar con gente que desea entender y sentirse cerca del final de una experiencia, con el fin de hacer las paces con ella y dejarla atrás.

Esto sucede en mayor medida con el test y golpeteo del timo, pero como verás pronto, la Técnica de Liberación Emocional nos da la oportunidad de pasar por este proceso de manera más consciente y tranquila. Esto puede ser más satisfactorio para algunas personas.

Dado que estos dos métodos son muy diferentes, es realmente benéfico utilizarlos juntos. ¡Así obtienes lo mejor de ambos mundos!

¿Qué es exactamente la Técnica de Liberación Emocional (TLE)?

La Técnica de Liberación Emocional (TLE) combina los principios de acupuntura (sin agujas) y hablar de problemas emocionales no resueltos, con el fin de liberarlos. Es una herramienta sencilla y eficaz basada en el sistema meridiano, un sistema de caminos de energía en el cuerpo, desarrollado por la medicina china hace miles de años. La TLE fue creada a principios de la década de 1990 por el ingeniero Gary Craig, graduado de Stanford. A lo largo de los meridianos existen puntos especiales utilizados comúnmente en acupuntura, que pueden emplearse para mover energía y remover bloqueos. Donde hay un desequilibrio, existe un bloqueo correspondiente en el sistema meridiano, que contribuye al desarrollo de los síntomas emocionales y físicos. Golpetear estas zonas delicadamente con las puntas de los dedos funciona para liberar los bloqueos y recuperar el balance.

Gary Craig argumenta que "la causa de todas las emociones negativas es una

alteración en el sistema energético".2 Esto puede ser difícil de entender en primera instancia porque hemos aprendido demasiado acerca de los recuerdos y traumas que causan estas emociones. Sin embargo, lo que en esencia está diciendo es que no es el recuerdo o el trauma en sí, sino lo que pasa en el sistema energético para que las emociones terminen atorándose. Es por esto que dos personas pueden tener la misma experiencia —por ejemplo, ver un oso cerca de un campamento— y una sentirse perfectamente bien después de ella, pero la otra no. Algunos de nosotros somos más propensos a que en esas experiencias nuestra energía fluya hacia el desequilibrio y la perturbación. Al recobrar el balance en el sistema de energía del cuerpo —relativo a los recuerdos y experiencias—, en esencia estamos reprogramando nuestra relación con el estrés.

En términos sencillos, así es como veo que funciona. Imagina a tu perro, Rufus, totalmente desquiciado cada vez que el cartero llega a tu puerta. Cada día, le pides a Rufus, con tu voz más gentil, que estará bien y a salvo cerca del señor cartero. Lo más probable es que Rufus te volteará a ver como pensando que no tienes idea de lo que hablas y seguirá ladrando con miedo. Pero si te arrodillas a su lado, le das unas palmaditas y lo calmas, al tiempo que ve a este terrible cartero, estarás enviando una fuerte señal a su cuerpo de que está a salvo, aun cuando esté enfrentando este trauma (el señor cartero y su espantosa mochila). Cambiarás el modo en que Rufus se siente en relación con o en presencia de esta cosa que suele ser estresante. Básicamente, cambiarás el patrón de lo que pasa en el cuerpo de Rufus cuando ve al cartero. Su sistema se reprogramará para estar bien y equilibrado en la presencia del señor cartero. Haremos fundamentalmente lo mismo contigo. Vamos a cambiar lo que sucede en tu cuerpo energético cuando te sientes amenazado por algo que causa estrés.

Me tomaré un momento aquí para preguntar si te sincronizas con tus intuiciones cada vez que trabajas con experiencias no procesadas. En el caso de recuerdos muy sensibles o amenazantes, te invito a trabajar con un profesional entrenado en esta técnica. En mi propia experiencia, fui capaz de despejar todas las experiencias por mí misma, menos una. Nuestros cuerpos suelen sentirse a salvo en presencia de otra persona que puede apoyarnos, y un profesional tendrá una buena cantidad de técnicas para asegurarse de que ésta sea una experiencia positiva para ti. Por supuesto, no quiero que tengas miedo de liberar cosas por ti mismo, pero por favor utiliza tu juicio con cuidado. No trabajes en ningún trauma grave solo si tu intuición te está pidiendo apoyo profesional.

La TLE es una de las técnicas más diversas que conozco. Si te enamoras de ella, puedes encontrar la manera de usarla en casi cualquier liberación que hagas para ti. La puedes llevar adonde quieras, cambiarla para que se adapte a tus necesidades y nunca volver a estar sin ella.

Los puntos a golpetear

AUNQUE LA TÉCNICA DE Liberación Emocional ya te sea familiar, sigue conmigo. La hago un poco diferente a como la hacen diferentes practicantes, así que quizá aprendas algo nuevo o divertido. Esta técnica tiene infinidad de posibilidades, y aunque yo me enfocaré en la creación de bloqueos y algunos otros tips y trucos en este capítulo, hay mucho más que puedes seguir aprendiendo.

Lo primero que tienes que saber para utilizar la TLE es en qué parte de tu cuerpo o de tu cara te estarás golpeteando. Aún no necesitas hacer nada con esto: sólo quiero que entiendas dónde golpetear cuando estés listo.

Sólo ten claro que aunque quieras atinarle justo a los puntos que describo, no es grave si no están en el lugar exacto. El golpeteo crea un efecto de percusión que vibra a lo largo del camino de energía asociada y hace el trabajo de desobstrucción. Incluso los niños aprenden esta técnica, ¡así que te juro que es muy fácil! Sólo ve paso a paso.

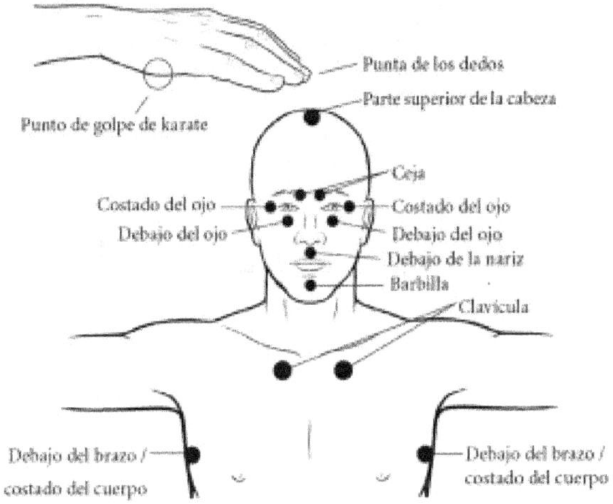
Punta de los dedos
Parte superior de la cabeza
Punto de golpe de karate
Ceja
Costado del ojo
Costado del ojo
Debajo del ojo
Debajo del ojo
Debajo de la nariz
Barbilla
Clavícula
Debajo del brazo /
costado del cuerpo
Debajo del brazo /
costado del cuerpo

Puntos de golpeteo de la TLE

-(1) Punto de golpe de karate. La parte externa de tu mano, cerca del punto medio entre la base de tu dedo meñique y tu muñeca. Con esta parte es con la que podrías romper una tabla si practicaras artes marciales.

-(2) Parte superior de la cabeza. Esto es precisamente en medio de la parte más alta de tu cabeza.

-(3) Ceja. La esquina interior de tu ojo, justo donde inicia tu ceja.

-(4) Costado del ojo. La parte externa del ojo, justo en el hueso. Está del lado derecho interno de tu sien, cerca de tu ojo.

-(5) Debajo del ojo. La parte superior del pómulo, justo debajo de tu ojo.

-(6) Debajo de la nariz. Aquí es donde estaría el bigote, si lo tuvieras.

-(7) Barbilla. En la hendidura de tu barbilla, a la mitad de la distancia entre tu labio inferior y la punta de la barbilla.

-(8) Clavícula. Ahí donde un hombre se anuda la corbata, luego ve hacia afuera de cada lado una pulgada y caerás directamente en la clavícula.

-(9) Debajo del brazo / costado del cuerpo. Aquí es donde recae la banda del brasier, alrededor de cuatro pulgadas debajo de tu axila en el costado de tu cuerpo.

-(10) Punta de los dedos. En cada dedo, golpetea la zona donde la uña se encuentra con la cutícula. No es necesario ser preciso, siempre y cuando apuntes hacia la esquina baja de la mano derecha.

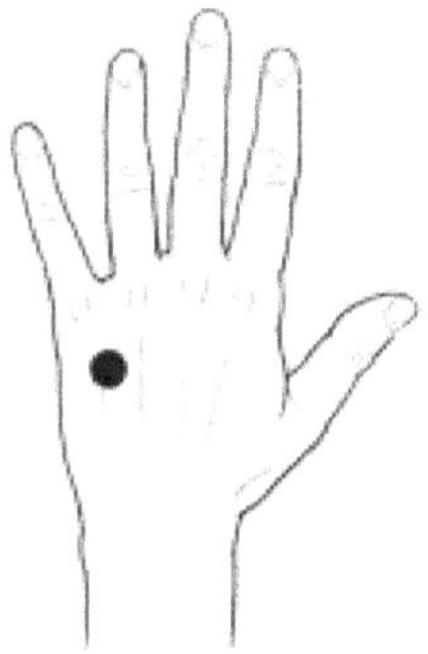

Dorso de la mano (punto Gamut) y yema de los dedos

Dorso de la mano. Esta zona suele conocerse como punto Gamut en la TLE. Se encuentra en la parte media de la mano entre el dedo meñique y el anular. Dado que está localizado justo en la línea del meridiano de triple calentador, con frecuencia se usa fuera de la TLE como herramienta para neutralizar el pánico y el miedo. Cuando llegues a este punto en tu rutina de golpeteo, te daré instrucciones específicas sobre cómo usarla. Por ahora, sólo necesitas ubicarla.

Para los puntos de golpeteo localizados en ambos lados del cuerpo, puedes golpetear sólo en uno de los lados o en ambos. Soy un poco perezosa para el golpeteo y sólo utilizo un lado del cuerpo. Funciona de igual manera, así que siéntete libre de hacer lo que sea más cómodo para ti.

Te golpetearás entre cinco y siete veces en cada punto (sólo intuye, no cuentes por favor) y con presión media. Ve tanteando cómo te sientes. No hay manera de que te equivoques, así que sólo relájate y utiliza esto como una práctica para no buscar siempre la perfección. Sólo asegúrate de usar las puntas de tus dedos, y no tus uñas. Si los puntos están adoloridos, generalmente significa que los meridianos asociados están congestionados y necesitan desobstruirse, así que golpetea delicadamente.

Existen varios atajos para la Técnica de Liberación Emocional, y algunas personas se brincan puntos de golpeteo para ahorrar tiempo. Yo siempre uso todos los puntos, ya que cada uno corresponde a un camino de energía y a diferentes órganos, glándulas, músculos y más. Nos queremos asegurar que se cubran todas las zonas y despejar todos los desequilibrios y bloqueos de energía relacionados con esos sentimientos, por lo que no vale la pena ahorrarse 10 segundos por querer tomar un atajo.

Golpetea para desobstruir experiencias no procesadas

AHORA QUE YA UBICAS los puntos para realizar el golpeteo, vayamos al siguiente paso. Sólo recuerda que el objetivo último de esta técnica es: a) sacar a la luz y meter en la cápsula de vidrio el asunto escabroso —imágenes, sonidos, sentimientos, colores, gente y otros detalles— y luego, b) golpetear para neutralizarlo o desobstruirlo de tu sistema energético. Eso es todo. Habla como si le estuvieras hablando a un amigo sobre tu experiencia, y golpetea. Yo suelo hablar en voz muy alta, pero si no puedes hacer esto o te sientes incómodo, puedes hablar dentro de tu cabeza. ¡Creo que todos somos buenos para hacer eso!

Al usar la Técnica de Liberación Emocional para despejar o desobstruir experiencias, ser tan específico como puedas al recordar detalles ayudará a despejar eso que tienes muy en el fondo y queremos neutralizar. Si no fueras capaz de identificar la experiencia específica, mantente firme. Te voy a mostrar cómo, aun así, puedes lograr una gran liberación o desobstrucción.

Vamos a hacer esto utilizando algunos pasos sencillos:

1. CLASIFICA LA INTENSIDAD de tu experiencia.
2. Crea una declaración de inicio.

3. Utiliza tu declaración de inicio mientras golpeteas el punto de golpe de karate.

4. Golpetea en el resto de los puntos.

5. Verifica cómo te sientes y repite.

6. Revisa tu trabajo.

7. Cierra la sesión.

PASO 1. CLASIFICA LA intensidad de tu experiencia

Empecemos por crear un título sencillo para tu recuerdo o experiencia como una manera fácil de recordarla. Esto puede ser algo como "El día que me corrieron" o "Cuando Johnny me dijo que era imposible amarme". Cierra tus ojos y concéntrate en ese recuerdo. Permite que los sentimientos vengan a la superficie (no te preocupes, en breve desobstruiremos los sentimientos incómodos junto con la experiencia no procesada). En una escala de cero a 10, da una calificación de qué tan intenso es el sentimiento para ti ahora, siendo 10 lo más fuerte. Si puedes localizar dónde lo sientes en tu cuerpo, también toma nota de eso. No todo el mundo siente las emociones en su cuerpo, así que si no sientes nada, pero puedes tener una idea de la intensidad, también está bien. Si trabajas con una experiencia de vida pasada o una experiencia generacional, tal vez te sientas desconectado o poco emocional.

No importa en qué parte del proceso te encuentres ahora; simplemente es bueno tener una idea de tu punto de partida para evaluar tu progreso conforme avanzas hacia tu liberación.

PASO 2. CREA UNA DECLARACIÓN de inicio

Siempre empezamos con lo que llamamos declaración de inicio. Hay dos partes en esta declaración y sólo tendrás que llenar los espacios en blanco para modificarla según tu propia experiencia.

Aunque (declaración de la experiencia), yo (incluye una idea positiva).

Al utilizar esta declaración reconocemos el problema con el que estamos lidiando, pero que nos envía el mensaje de que podemos dejarlo ir, seguir adelante y sanar de todas formas.

Primera parte de la declaración: Aunque (declara la experiencia)...

Puedes usar cuantos detalles descriptivos sean posibles para "sacudir" la energía de esa experiencia de tu sistema para desobstruirla. Quieres atraerla, con el fin de reconocerla para ser procesada y se mueva a lo largo de tu sistema como debió haber sucedido originalmente. Podría ser algo como esto:

AUNQUE MAMÁ ME OLVIDÓ en la escuela después del baile cuando tenía cinco años y siento este pesar en mi corazón...

SI NO RECUERDAS LA experiencia específica, pero descubriste la edad a la que sucedió o cualquier cosa relacionada, mediante el test muscular utiliza una declaración como ésta:

AUNQUE ALGO ME OCURRIÓ con mi mamá cuando tenía 20 años y no recuerdo qué fue, le doy permiso a mi subconsciente de desobstruirlo.

SI ES UNA ENERGÍA DE vida pasada o generacional, podrías utilizar algo como esto:

Aunque tengo este recuerdo de vida pasada (o generacional) acerca de (incluye detalles si es que los tienes), estoy dispuesto a liberarlo.

Tip: trata de mezclar un síntoma físico y un sentimiento emocional en esta declaración. Piensa en utilizar esta declaración de inicio como una manera de hablarle a tu cuerpo sobre el problema que quisieras despejar.

SEGUNDA PARTE DE LA declaración: ... yo (incluye una idea positiva).

AQUÍ, INCLUIRÁS CUALQUIER declaración positiva para equilibrar la declaración de inicio. Esencialmente, estás diciéndote a ti mismo que aunque algo malo sucedió (primera parte), todo está bien (segunda parte).

He aquí algunos ejemplos de ideas positivas que puedes utilizar:

> Me amo y me acepto plenamente. (Éste es el tipo de parafraseo más común en la TLE, pero prefiero algunas de las otras, dado que ésta no parece encajar siempre muy bien con la frase.)

PUEDO RELAJARME AHORA.

Estoy bien, de cualquier modo. Elijo liberarlo.

Le doy a mi subconsciente permiso de dejarlo ir ahora.

UNA VEZ LISTAS AMBAS partes de la declaración, entonces continúa con el siguiente paso.

PASO 3. UTILIZA TU declaración de inicio mientras golpeteas el punto de golpe de karate Para comenzar el proceso de la TLE, repite tres veces seguidas tu declaración mientras te golpeteas constantemente en el punto de golpe de karate. Utiliza tres o cuatro dedos de una mano y golpetea en el punto de golpe de karate de la otra mano.

Puedes repetir la misma frase tres veces, o bien, variar las palabras ligeramente.

Mientras lo que estés diciendo suene verdadero para ti, funcionará.

Siempre golpeteo con los ojos cerrados para que pueda concentrarme muy bien, en lugar de distraerme con mi entorno. Trato de enfocarme en la vieja experiencia o recuerdo con el propósito de ayudar a la energía a salir y ser liberada. Sin embargo, si tu mente divaga, no hay problema.

Ahora tratemos de hacerlo con los ojos cerrados. Repite tres veces tu declaración de inicio. Éste es un ejemplo:

AUNQUE MAMÁ ME OLVIDÓ en la escuela después del baile cuando tenía cinco años y siento este pesar en mi corazón, elijo relajarme ahora.

Ahora estás listo para avanzar en el resto de los puntos de golpeteo.

Paso 4: Golpetea en el resto de los puntos

Ahora simplemente golpetea a lo largo del resto de los puntos que aprendiste antes, mientras te cuentas la historia de lo que pasó y descargas toda tu experiencia. Al descargar o desahogar, me refiero a que pretenderás que platicas con un amigo y estás cómodo. Habla y habla (mientras golpeteas) sobre lo que te está molestando. Trata de utilizar una mezcla de sensaciones emocionales y físicas en tus descripciones; esto es, habla sobre cómo te sientes emocionalmente y cómo te hace sentir físicamente. Es mejor seguir el orden cronológico de la historia para observar qué partes de tu experiencia están sumamente "atadas" a ti. Conforme golpeteas y descargas, observa qué aspectos de la experiencia son los que más te alteran. Éste es un ejemplo.

En una experiencia en la que fuiste burlado, ¿qué parte de la historia queda atada a ti? Tal vez sea la ropa que el chico que te molestaba traía puesta, su mirada o el rostro de otro chico cuando se reía de ti, y el sentimiento que parecía nunca terminar. Habla o piensa sobre esto y golpetea, enfocándote en los diferentes segmentos de tu historia. Sólo cuando reconozcas todos los aspectos de la historia serás capaz de procesar y neutralizar la experiencia completamente.

Es importante recordar que simplemente estás reconociendo la realidad de esta experiencia, con el objetivo de neutralizarla y liberarla. Decir estas cosas en voz alta ayudará a que no vuelvan a alojarse en tu sistema o a creer en algo que no está resuelto y te causa un disturbio energético. De hecho, golpetear sólo hará lo opuesto: te ayudará a liberar. Aunque te tuviera golpeteándote todo el día, diciendo: "Tengo miedo a los gatitos", nunca se convertiría en realidad. Pero si es una realidad, ¡golpetear ayudará a liberarlo!

Asegúrate de que te mantienes golpeteando mientras recuerdas los detalles, porque aunque la experiencia sea dolorosa, la estás liberando. No quieres sentarte ahí para pensar en ella sin hacer el golpeteo (lo que es probable que hagas constantemente, aun sin darte cuenta). Ya despejaste al menos algo de la experiencia a lo largo de la primera parte de la liberación, cuando utilizaste el test y golpeteo del timo, lo que hará que sea menos doloroso recordarla.

Esta ronda de golpeteo puede incluir hablar de cosas como:

Detalles concretos de la experiencia: colores, sonidos, olores, clima, expresiones faciales, alguna frase que alguien te dijo que te lastima o molesta, etcétera. Conceptos o sentimientos intangibles: sentirte usado, ser incapaz de confiar en ti mismo o en alguien más, alguien que miente, ser humillado, amigos que te segregan, etcétera.

Simplemente estás llamando a la energía negativa para que puedas sacarla. Tal vez no se sienta bien enfocarte temporalmente en eso, pero es la única manera de, en realidad, liberarte de manera profunda. Recuerda que te has sentido mal sobre esto por mucho tiempo mientras ha estado alojado en tu sistema, así que es mejor que lo enfrentes de una vez por todas.

No necesitas utilizar oraciones completas. Puedes usar palabras sueltas o descripciones que sólo tú comprendes. Trata de golpetear de cinco a siete veces en cada punto; o decir una frase, una palabra o idea por cada punto. Sólo habla de aquello que es verdadero y relevante para ti. Eso importa más que cualquier otra cosa. Un ejemplo de golpeteo a lo largo del resto de los puntos puede parecerse a lo siguiente, pero recuerda utilizar tus propias palabras y sentimientos.

PARTE SUPERIOR DE LA cabeza. No puedo creer que mamá me olvidara.

Ceja. Recuerdo haber sido el único esperando y tenía frío.

Costado del ojo. Vi esa camioneta roja acercarse y pensé que era ella, pero no era.

Debajo del ojo. Mi amiga Amy se reía porque mamá siempre me olvidaba.

Debajo de la nariz. Siento un dolor en mi estómago pensando en lo asustado que estaba.

Barbilla. La señora Brown me vio y ni siquiera trató de ayudarme. Recuerdo su horrendo suéter.

Clavícula. Siento tantos nervios en mi estómago.

Debajo del brazo / costado del cuerpo. ¡Agh! (Ruidos en lugar de palabras son buenos también).

Punta de los dedos. ¡Sólo desearía tener una mamá diferente!

Dorso de la mano. Cuando llegues aquí, seguirás golpeteando y enfocándote en lo negativo, al tiempo de que también haces esta rutina, aparentemente insignificante, que te ayuda a hacer participar los hemisferios derecho e izquierdo del cerebro al usar el movimiento de los ojos. Esta rutina ha demostrado ser extremadamente útil para liberar y procesar traumas y sentimientos antiguos. Haz lo siguiente mientras sigues golpeteando:

Cierra los ojos, abre los ojos, muévelos hacia abajo y a la derecha (sin mover la cabeza), muévelos hacia abajo y a la izquierda (sin mover la cabeza), haz grandes círculos con tus ojos viendo al frente, luego cambia de dirección, tararea una canción por algunos segundos, cuenta hasta cinco en voz alta y rápidamente (1, 2, 3, 4, 5), luego tararea por unos segundos más.

Nota: no hago esta rutina en cada ronda de golpeteo. Lo hago cuando mi intuición me pide hacerlo.

Ahora, repite el golpeteo a lo largo de los puntos desde el principio hasta el final, sólo una vez más. Habla en voz alta, cuenta tu historia y descarga todo aquello que venga a tu mente nuevamente.

Nota: si no recuerdas los detalles del suceso, puedes utilizar las siguientes frases, al tiempo que golpeteas el resto de los puntos, y te funcionará perfectamente:

Mi subconsciente sabe exactamente qué es. Este suceso a la edad de .

Todos los detalles de esta experiencia. Todos los olores, imágenes y sonidos. Todos los detonantes subconscientes. Sé que tiene que ver con Mi cuerpo recuerda los detalles.

Tal vez tiene algo que ver con Lo que estamos haciendo aquí es seguir hablando o adivinando los detalles de la experiencia. Al sugerir ideas y detonantes, la mente subconsciente trabaja detrás de las escenas para encontrar esos detalles y despejarlos.

Si se trata de una experiencia de vida pasada o generacional, utiliza todos los detalles que tengas, como a quién pertenecía la experiencia, etcétera. También puedes incluir los términos esta experiencia de vida pasada o esta experiencia generacional para ayudarte a llenar los espacios en blanco.

Ahora estás listo para evaluar tu progreso en el siguiente paso.

Paso 5: Verifica cómo te sientes y repite

Toma un breve descanso, abre tus ojos, respira profundamente una o dos veces y verifica contigo mismo. Dale a la energía un poco de tiempo para que procese y se modifique.

Ahora cierra los ojos y vuelve a la experiencia. Evalúa tu intensidad nuevamente en una escala del cero a 10, siendo 10 lo más fuerte. Revisa si la sensación física o el grado emocional se han reducido. ¿Mejoraste? Si no es así, no pasa nada. En ocasiones una persona sentirá un cambio con una sola ronda, pero la mayoría no lo siente. Yo soy mi propia peor clienta, ya que a veces me toma muchas rondas, y en ocasiones incluso mucho tiempo de procesamiento después de eso, para sentir un cambio en mi sistema. Si no estás sintiendo ningún alivio, querrás repetir el proceso completo una vez más desde el principio, ya sea con las mismas palabras o diferentes, siempre y cuando suenen reales para ti.

Si sientes que la intensidad aumenta después de la primera ronda, está bien. Cualquier cambio es, de hecho, una gran señal de que la energía desequilibrada se está moviendo y transformando. La gente a menudo sentirá que surge una emoción o algunos síntomas mientras se golpetean. Una vez más, esto es simplemente porque estamos trayendo cosas a la superficie o removiéndolas como parte de un proceso de liberación. Tal vez han estado enterrados hasta el fondo y están surgiendo cerca de la superficie para ser despejados. ¡Bravo! Eso es exactamente lo que queremos.

¿Sientes que empiezas a tranquilizarte o a sentirte al menos un poquito mejor acerca de tu situación? A veces, mientras estamos desobstruyendo, la liberación de energía o el equilibrio mejorado se manifestará de las siguientes maneras: haciéndote sentir que la experiencia "pesa" menos, sintiéndote más en paz en tu cuerpo, sintiéndote más optimista, viendo de pronto las cosas de una manera que antes no las habías visto o estando más desconectado de la experiencia cuando la recuerdas.

Ahora repite el golpeteo de cabeza con la punta de los dedos y descarga lo que puedas por unas rondas más. Respira profundamente algunas veces más y concéntrate en el problema de nuevo. Evalúalo y decide si debes seguir adelante. Tienes que asegurarte de que esta experiencia se despeje tanto como sea posible, y esto significa que no debe afectarte más. Es muy probable que esto requiera algo de perseverancia y golpetearte repetidamente, así que no desistas.

PASO 6: REVISA TU TRABAJO

Es crucial que revises tu trabajo. Realmente analízate para asegurarte de que has desobstruido la experiencia y no sólo que estás escondiéndote de ella y queriendo terminar con esto. Piensa en todo lo que te estaba molestando antes y trata de encender una reacción interna. Cuando te sientes neutral o realmente muy cerca de lograrlo, puedes realizar el test muscular para asegurarte de que está liberada.

Para hacer esto, simplemente hazle a tu cuerpo la siguiente pregunta con el test muscular.

"¿Esta (título de la experiencia) está causando algún tipo de estrés en mi cuerpo?"

Si obtienes un "no", entonces no hay moros en la costa. Si obtienes un "sí", simplemente sigue golpeteando, asegurándote de cubrir todos los detalles, conceptos y sentimientos que vienen a ti. Como lo dijimos antes, a veces necesitamos algo de tiempo para procesar el trabajo que hemos hecho. Está bien dejarlo descansar por un rato y regresar más tarde a revisarlo. Podría ser más fácil después de una pausa saber si hay más trabajo por hacer.

Todo está en tus manos. No puedes equivocarte.

Paso 7: Cierra la sesión

Cuando estés seguro de haber despejado por completo la experiencia, o que necesitas dejar de golpetearte hasta la siguiente sesión, es recomendable cerrar tu sesión con algo de golpeteo positivo. Eso sí, no hagas esto sino hasta el final de tu sesión. Golpetear y decir cosas positivas todo el día no liberará nada negativo de tu sistema. Necesitas guiar las cosas de la manera en que lo describí para obtener resultados.

Para cerrar con una ronda positiva, simplemente haz una última ronda de golpeteo enfocándote en algunas frases positivas o tranquilizantes. Podría parecerse a algo así:

PARTE SUPERIOR DE LA cabeza. Estoy bien.

Ceja. Puedo superar esto.

Costado del ojo. Quiero sentirme mejor.

Debajo del ojo. Me siento más tranquilo ahora.

Debajo de la nariz. ¡Voy muy bien!

Barbilla. Estoy bien.

Clavícula. Estoy bien.

Debajo del brazo / costado del cuerpo. Estoy bien.

Punta de los dedos. Estoy bien.

Dorso de la mano. Estoy bien.

¡Y eso es todo!

¿Cuánto tiempo debe llevarme despejar una experiencia no procesada? Deberás seguir con el golpeteo hasta que te sientas completamente aliviado. Siempre bromeo sobre que —aunque la escala de intensidad sea de cero a 10— si puedes alcanzar aunque sea el uno, ¡eso será suficiente! Mucha gente comete el error de golpetear sólo por un par de minutos y luego dicen: "Golpetear no funciona". Aunque golpetear puede sentirse como un milagro una vez que aprendes a hacerlo y usarlo de manera exitosa, suele tomar más de unos minutos para llegar a ese nivel, Gary Craig dice que los tres aspectos más importantes de la TLE son ¡la perseverancia, la perseverancia y la perseverancia! Necesitas seguir golpeteando y trabajando en el proceso tantas veces como sea necesario.

Cuando la energía de la experiencia está realmente despejada de tu sistema, tendrás una visión más distante o más nublada de tu recuerdo. Se sentirá como si le hubiera pasado a alguien más o que simplemente "está ahí", en lugar de arrastrar una fuerte carga emocional, como lo hacías antes. Sin embargo, hacer los seis pasos y utilizar el test muscular para revisar tu trabajo es una excelente manera de estar seguro.

Tips para la TLE

La Técnica de Liberación Emocional es realmente una técnica maravillosa, y es muy fácil de adaptarse a ella. He aquí algunos puntos clave que debes tener en mente conforme la practicas:

Recuerda que no tienes que hablar en voz alta cuando usas la TLE. Eso a veces ayuda, pero puedes hablar en voz baja dentro de tu cabeza si es necesario.

Si por alguna razón golpetear te agita o lastima tus puntos, utiliza una técnica alternativa de "toca y respira". Esto significa que para cada punto debes tocarlo y respirar, luego pasar al siguiente punto.

Recuerda que con el fin de desobstruir la energía emocional, debes traerla a ti. No te distraigas por sentirte incómodo durante el proceso.

No pases al golpeteo positivo hasta que hayas terminado todo. La ronda positiva se utiliza sólo para cuando estás listo para cerrar la sesión, con el propósito de terminar con un final positivo.

Si sientes que la energía antigua aún no se ha despejado de tu sistema, pregúntate sobre el problema en el que estás trabajando: "¿Esto me recuerda una experiencia previa en mi vida?" De ser así, es probable que la energía de esa experiencia necesite ser desobstruida para ver mejoría en el reto sobre el que trabajas. Simplemente utiliza la TLE en esa experiencia previa en tu vida. Para hacer esto, crea y utiliza una declaración de inicio y luego sigue avanzando por el resto de los puntos mientras descargas los detalles de esa experiencia.

Te invito a que sigas practicando y alcanzando nuevos niveles de liberación con tu trabajo.

Otras maneras de usar la TLE

Ahora sabes cómo utilizar la TLE para despejar experiencias no procesadas. Sin embargo, ¡golpetear puede utilizarse prácticamente para cualquier cosa! Yo utilizo el golpeteo casi todos los días por una u otra cosa. Tú puedes utilizarlo para cualquier cosa: desde tratar síntomas físicos y emocionales hasta liberar el pánico y emociones fuertes del momento.

Mientras que la Técnica de Liberación Emocional es una técnica excepcional, los clientes con frecuencia se estancan en "qué decir" mientras se golpetean, y se desmotivan. Mientras las palabras que usas pueden no ser tan importantes como todo mundo piensa —porque traer a ti el sentimiento o la emoción es como en realidad se obtiene una desobstrucción eficaz—, esto sigue siendo un fuerte bloqueo para algunos. He aquí algunas opciones.

Utilízala "al momento"

Quizá te encuentras asustado o molesto sobre algo en un momento, sin el tiempo, ni la habilidad para hacer una sesión completa de desobstrucción. Para estas ocasiones, una versión más simple de la Técnica de Liberación Emocional puede ayudarte. No hay razón por lo que debas sentarte y sentirte mal y no despejar la energía al mismo tiempo.

Cómo: este sencillo proceso involucra crear y utilizar una declaración de inicio para verbalizar cómo te sientes ahora, luego ir al resto de los puntos mientras sueltas o descargas información sobre lo mismo. Utilizarás la declaración de inicio tres veces mientras golpeteas continuamente el punto de golpe de karate. Una vez hecho esto, simplemente golpetea el resto de los puntos de la TLE y descarga lo que tengas. Mientras lo que digas sea verdadero para ti, lo estarás haciendo bien. Recuerda incluir cómo te sientes física y emocionalmente, si ambos casos aplican.

Si alguna vez tienes que utilizar esta técnica en un lugar donde no puedes golpetearte en todos los puntos, sólo pon tu mano en un lugar discreto y golpetea los puntos de las yemas de los dedos.

Usa recordatorios para tu pasado

A veces es difícil trabajar en un suceso traumático de tu pasado por ser muy aterrador, ya que quizá no recuerdes detalles o tal vez estás renuente a atraer esos sentimientos para desobstruirlos.

CÓMO: USA CUALQUIER medio con el cual puedas traer sentimientos asociados con lo que deseas liberar. Éstos pueden incluir el golpeteo mientras lees en voz alta tu diario, mientras escribes tu historia o tus sentimientos y te golpeteas al leerlos una y otra vez, mientras grabas con tu voz tus experiencias o sentimientos, o reproduces canciones de tu pasado que te evocan emociones, y te golpeteas.

Pide ayuda a tu mente subconsciente

Pedir ayuda a tu mente subconsciente es una excelente manera de obtener algo de desobstrucción profunda, aunque no sepamos exactamente qué necesita ser despejado. Recuerda que la mente subconsciente lo sabe todo.

Cómo: repite una corta intención u oración pidiendo que tu mente subconsciente venga a tu rescate y te ayude a desobstruir. Algo como lo siguiente será más que suficiente:

Confío en mi subconsciente y le permito que me ayude a desobstruir este desafío. ¡Gracias!

Un ejemplo de declaración de inicio podría ser así:

Aunque no tengo idea de lo que me detiene para aliviarme, le doy permiso a mi subconsciente de liberarlo.

Para el resto de los puntos de golpeteo, concéntrate en el problema en que trabajas, y trata de incorporar las emociones que tienes, así como cualquier otra información.

Golpetear a lo largo de estos puntos podría parecerse a algo como esto:

"NO SÉ QUÉ ME PONE ANSIOSO". "Tal vez sea (incluye algunas sospechas)". "Mi subconsciente sabe". "Simplemente no puedo descubrirlo".

Sólo mantente golpeteando y hablando en voz alta, lo cual impulsará a tu subconsciente a sacar todo aquello que necesita eliminar para ayudarte a desobstruir.

INCORPORA METÁFORAS

Como ya has aprendido, los síntomas son metáforas o señales de nuestro cuerpo. Son el lenguaje de nuestro cuerpo. Utilizando la guía que te estoy dando, y tu propia intuición, puedes trabajar alguna de estas ideas en tu golpeteo.

CÓMO: INCORPORA CUALQUIER metáfora o señal que pueda aplicar para ti del capítulo 6, en tu declaración de inicio y golpetea.

Éstos son un par de ejemplos de cómo debería verse una declaración de inicio:

Aunque no pueda superar lo que me pasó.

Aunque esté tan enojado de que esta aflicción de esté sofocándome... Aunque mi mamá me haya apuñalado por la espalda...

Recuerda que cuanto más practiques el uso de la técnica de TLE en varias formas, más cómodo te sentirás utilizándola. No existe una buena o mala manera de hacerlo mientras funcione para ti.

En el siguiente capítulo aprenderemos a liberar creencias dañinas que en ocasiones vienen de experiencias no procesadas con las que acabamos de trabajar.

Prevé la existencia de experiencias no procesadas en el futuro

Ahora que entiendes mucho más sobre experiencias no procesadas y cómo se atoran en el cuerpo, hablemos acerca de cómo prevenirlas en el futuro.

Primero, y sobre todo, sé consciente de cómo te estás sintiendo y reconoce tus emociones. No caigas en la tentación de decirte "¡No es tan grave!", aunque desearías que no lo fuera. Reconoce cómo te sientes y acéptalo, incluso si no tiene sentido lógico o no te gusta. En su libro Bird by Bird, Anne Lamott compartió este consejo de su terapeuta: "Dijo que siguiera adelante y sintiera los sentimientos.

Lo hice. Se sintió horrible". Esto que dice es hermoso porque los sentimientos no siempre son agradables; pero si incluso así nos permitimos sentir y aceptar estos sentimientos, existe una mucho mayor probabilidad de que se sientan terribles sólo temporalmente, en lugar de que sea de por vida.

También puedes utilizar la TLE, como la acabamos de describir, durante los momentos de estrés. Esto ayuda inmediatamente a tu cuerpo a calmarse, en lugar de seguir estresándose o seguir luchando y peleando, o permanecer en modo congelado. Además de la TLE, otras prácticas que ayudan a tu cuerpo a liberar la energía emocional son masajes, meditación, baños calientes (especialmente con aceite esencial), bailar, respirar profundo y ejercitarte.

Capítulo 8

Libera creencias dañinas

La ciencia enseña que debemos ver para creer, pero también debemos creer para ver.

—BERNIE S. SIEGEL, LOVE, MEDICINE & MIRACLES

Las creencias dañinas son el punto débil de la mayoría de mis pacientes. La mayoría de nosotros, y yo no fui la excepción, tenemos muchas razones para no sanar. Esto se debe a que nuestro problema o asunto tal vez pueda beneficiarnos de cierta manera, o creemos muy en el fondo que así es. Sé que puede sonar un tanto ridículo, pero al terminar este capítulo entenderás muy bien esto.

En este capítulo, primero te familiarizarás con lo que son las creencias dañinas y cómo pueden manifestarse en tu vida. Cerca del final te enseñaré dos técnicas para ayudarte a despejar esas creencias que te bloquean:

El barrido

Golpeteo de chakras

En tanto que trabajar para sacar a luz esas creencias puede ser doloroso, si añades algo de humor y curiosidad al proceso, tal vez pueda volverse más entretenido. Ahora me considero una detective de creencias dañinas, y pronto te convertirás en uno.

Cómo las creencias pueden bloquearte

¿Te pasa que cuando más tratas de sentirte mejor te sientes peor? ¿Lo has intentado todo y se siente como si nada funcionara? ¿Empiezas a mejorar y de pronto tienes una recaída en tus síntomas emocionales y físicos? ¿Luchas contra un patrón de auto sabotaje e incluso te es difícil ayudarte cuando sabes que lo necesitas?

Si esto te describe, casi puedo garantizarte que tú estás tomando tu propio camino para sobrepasar tu problema. Sé que esto es difícil de entender. Sólo mantente conmigo y te prometo que ésta será la mejor verdad que jamás hayas esperado.

Tu mente subconsciente puede estar bloqueando no sólo tus esfuerzos de tratamiento, sino también tu habilidad para sanar. Una razón por la que esto ocurre es porque, en cierto nivel, tienes un conflicto interno con la idea de sanar. Este tipo de conflicto interno ocurre cuando una parte de nosotros quiere cambiar, pero la otra parte (a menudo el subconsciente) no quiere cambiar porque cree que el cambio no es bueno para nosotros. De manera sencilla: es una resistencia que está saboteando tus esfuerzos para alcanzar tu objetivo.

Aunque tu mente consciente está haciendo todo lo que piensa que es posible para sanar, tu mente subconsciente puede estar reteniendo lo que cree que son muy buenas razones para no sanar o superar tu conflicto. Una parte de ti ve el problema o enfermedad como una ventaja o beneficio, que de alguna manera es mejor que estar bien. Esto significa que en este caso tu percepción o punto de vista es un beneficio para tu conflicto.

Explorar creencias dañinas fue la acción más importante que enfrenté en mi propio camino de sanación. He comprobado una y otra vez en sesiones con clientes que también esto es esencial para el proceso de sanación de otros. Así como sueles deshacerte de correos electrónicos que no te hacen sentir bien, te provocan estrés o tienen contenido con el que no quieres involucrarte, de la misma manera puedes deshacerte de tus propias creencias.

Conforme aprendes sobre creencias dañinas, lo más importante a recordar es no juzgarte por ellas. Creamos significados del mundo que nos rodea; esas interpretaciones y percepciones son registradas por la mente subconsciente y luego se convierten en creencias o reglas en las que creemos, con frecuencia sin ser conscientes de estar haciendo esto. El problema surge cuando cargamos estas creencias en nuestra vida adulta.

Muchas de las creencias que te bloquean no tienen ningún sentido lógico, al menos al principio. De hecho, algunas podrían, probablemente, clasificarse como perturbadoras. Sin embargo, todo esto son magníficas noticias. Al igual que con mi propia sanación, estarás descubriendo bloqueos en los que nunca pensaste antes. Esto te dará la oportunidad de trabajar en cosas que nunca supiste que existían, para tomar nuevos caminos y obtener resultados que jamás habías tenido. Aquí la idea es liberar poco a poco todas las razones subconscientes que tu cuerpo, mente y espíritu no han sanado. Tal vez haya muchas razones y eso es bueno. Llegaremos a ellas, una por una.

La enfermedad o los retos emocionales suelen surgir después de que vivimos de una manera que no es verdadera para quienes somos en realidad. Esto puede incluir estar en una relación que sabemos que no es sana, "atenuar nuestra luz" o apaciguar nuestra personalidad para agradar a otros, o hacer un trabajo que sentimos que no es ético o que es incongruente con nuestro verdadero yo. Muchas veces estamos viviendo de esta manera porque hay creencias dañinas que dirigen nuestro tren.

Las experiencias de la infancia temprana son la primera forma en que creamos ideas o creencias sobre nuestra vida y sobre nosotros mismos. Las creencias no son un hecho. Las creencias están basadas únicamente en nuestras generalizaciones del pasado, experiencias, los mensajes de otras personas sobre nosotros y el significado que le damos a esas experiencias. Lamentablemente, no decidimos conscientemente en lo que creemos, lo que significa que mucha de "nuestra basura" está atorada en nuestros cerebros.

Permíteme enseñarte cómo funciona esto. Digamos que tienes cuatro años y dibujas algo de lo que te sientes muy orgulloso. Llegas a casa emocionado de preescolar y le enseñas el dibujo a tu mamá, que está ocupada tratando de terminar sus propias tareas y cuida de tu hermana mayor. Te sonríe y enseguida te pide que lo pongas en otro lado y que te prepares para cenar. Este tipo de escenas se repite en otros escenarios diferentes esa misma semana porque tu papá está fuera de la ciudad trabajando y tu mamá está preocupada por todas las responsabilidades que tiene. Puedes sentirte rechazado y no darte cuenta de que tu mamá simplemente está ocupada; sin embargo, tú te percibes como un terrible artista. Entonces, empiezas a buscar evidencia de esto conforme creces. Tu mente subconsciente se queda en esta nueva regla que te has impuesto: soy terrible en arte. Después, vas por la vida con esa perspectiva, dirigiendo tu comportamiento de acuerdo con tu creencia. Esta experiencia puede traducirse en que te cierras a la creatividad, sintiéndote avergonzado de expresarte a través del arte. Sanar es, en parte, desaprender o dejar de creer en cualquier cosa que no te ayude a sentirte bien. Tu yo más joven vio las cosas de una manera, pero ahora eres mayor. A menos que permitas que un niño de cuatro años guíe tu vida (¡oh no!), probablemente sea tiempo de actualizar tus recuerdos mentales.

La mente subconsciente no es crítica, ni juiciosa; no analiza, ni razona. Simplemente recopila información y luego actúa de acuerdo con el condicionamiento, la programación, las instrucciones y los mensajes que recibe. Miles de estas interpretaciones de experiencias de cuando eras joven se convierten en creencias que, entonces, se convierten en reglas para nuestra vida. Conforme vamos volviendo a esos recuerdos, experiencias e interpretaciones del pasado, creamos nuevas células junto con esos caminos neurales que refuerzan esa vieja creencia y patrón de respuesta. Esas creencias son unos de los más grandes impedimentos para sanar. Las buenas noticias son que liberar esas creencias ayuda a crear nuevos patrones saludables.

Las creencias dañinas funcionan así:

Crean una lente contaminada a través de la que empezamos a ver nuestras vidas y a nosotros mismos, desviando nuestras percepciones.

Esta lente nos mantiene atorados en pensamientos y patrones que limitan nuestra vida.

Al creer en estos límites, seguimos viviendo dentro de sus confines, reforzando esa creencia, la cual ayuda a crear nuestra realidad.

Las creencias crean patrones de auto sabotaje.

Permíteme darte un ejemplo de este fenómeno. Joe era un nuevo cliente que también era nuevo en el trabajo con energía. Está casado con el amor de su vida desde hace 10 años, pero ha estado experimentando algo de ansiedad y problemas digestivos graves. Su esposa parece ser muy divertida y él la considera "el alma de la fiesta", que suele robar el show en cualquier grupo. Esto era algo que realmente amaba de ella, dado que él tendía a ser un poco tímido. Sin embargo, conforme Joe y yo hablábamos, admitió que se volvió tímido en la infancia después de un baile de la escuela. Todos los demás chicos estaban en grupos y ninguno invitó a Joe a reunirse con ellos. Pasó todo el baile dando vueltas solo por la mesa de la comida, yendo al baño e incluso atando y volviendo a atar su agujeta con tal de parecer ocupado.

He oído variantes de esta historia de muchos, muchos clientes y creo que la mayoría de nosotros nos sentimos identificados. Desde entonces, Joe se ha sentido incómodo en las situaciones sociales y aterrorizado de sentirse excluido. Sintió que era tiempo de volver a ser él mismo y no el chico raro de las fiestas. Trabajamos en liberar la experiencia no procesada del baile de la escuela en nuestra primera sesión. Esta experiencia pudo haber creado una idea como: "Me abandonarán en las fiestas". Le hice el test muscular para revisar algunas creencias, incluida ésa, y obtuvimos un "no" para todo aquello en lo que pudiera pensar. Entonces empezamos a hablar de otras ideas no relacionadas con ese baile específico.

Conforme hacíamos lluvia de ideas, realizamos el test muscular de una creencia que veo con frecuencia: "Si soy mi verdadero yo, arriesgaré una relación". Sí, eso era. Su cuerpo respondió "sí". Así que hicimos el test muscular para relaciones y descubrimos que su cuerpo estaba relacionando este miedo con su esposa. Joe me dijo que, de hecho, esta creencia también la tenía a un nivel consciente, así que incluso sin el test muscular probablemente hubiéramos concluido lo mismo. En realidad, estaba bloqueado para dejar esto atrás porque en el fondo creía que si era él mismo, peligraría su esposa y la magnífica personalidad de ella. Creía, a nivel subconsciente, que ambos no podrían ser "el alma de la fiesta". Me dijo que había percibido este patrón en la relación de sus padres, pues durante las reuniones la "platicadora" era su madre y su padre era quien no participaba. Pero cuando una vez su padre se decidió a hablar, su madre regañó a su marido en frente de los invitados. Independientemente de que esa situación se pudiese o no presentar en su matrimonio, era muy estresante para el cuerpo de Joe estar suprimiendo su propia personalidad, y todo por el bienestar de su esposa.

Despejar la experiencia no procesada del baile utilizando el test y golpeteo del timo, así como la Técnica de Liberación Emocional, fue un gran comienzo. Luego despejamos dos experiencias más que recordó acerca de su mamá avergonzando a su papá por hablar demasiado alto y tratar de participar en las conversaciones. Seleccionamos una eligiendo el recuerdo más actual y fuerte, y el otro utilizando el test muscular para irlo afinando poco a poco. Luego, trabajamos en la creencia "Si soy mi verdadero yo, arriesgaré la relación con mi esposa", utilizando técnicas que aprenderás pronto. Esto ayudó a que Joe se sintiera mucho más cómodo en situaciones sociales.

Dado que ya sabes cómo interpretar el lenguaje del cuerpo en relación con los síntomas (del capítulo 6), te compartiré esta nota al margen. Los problemas digestivos de Joe eran muy específicos de esta experiencia. Aunque el sistema digestivo resulta muy afectado por reacciones de estrés de todo tipo, el de Joe también estaba actuando como mecanismo de protección, dado que le ayudaba a evitar lugares donde tal vez tendría que esperar en la fila para ir al baño. Esto era muy conveniente, de cierta manera, pues le evitaba situaciones que detonaran sus miedos sociales. ¿Puedes ver ahora lo íntimamente relacionados que están las experiencias no procesadas, las creencias dañinas y los síntomas físicos? Somos rompecabezas complejos que deben ser amorosamente resueltos.

La mente subconsciente puede tener una programación que nos hace creer que un desafío, síntoma, padecimiento o problema es, de hecho, mejor para nosotros que estar libres de él. El miedo de Joe en las situaciones sociales y sus problemas digestivos se manifestaron en un esfuerzo por proteger su matrimonio.

Las creencias pueden afectarnos de muchas maneras diferentes. Conforme te vuelves consciente de las creencias en tu propia vida cuando estás atento a las experiencias que vienen a ti, procura mantener la mente abierta y barajar todas las posibilidades. En mi trabajo con los clientes escucho con frecuencia: "¿En serio? ¿Es eso?", cuando encontramos algunas de las creencias.

EL PODER DE CREER

Quiero que veas lo importante que es dedicar tiempo a las creencias, como si tu vida y salud dependiera de eso. De hecho, sí dependen.

Una de las historias más convincentes del poder de creer que he escuchado es la historia de Sam Londe, quien fue diagnosticado con cáncer de esófago.1 En 1974, este tipo de cáncer era considerado mortal. Unas semanas después de su diagnóstico, Sam murió. Cuando se hizo la autopsia, se supo que Sam tenía muy poco cáncer en su cuerpo, al menos no el suficiente para matarlo. Había algunos puntos esparcidos en su cuerpo, pero ningún cáncer en su esófago. El doctor Clifton Meador, su médico, declaró: "Pensé que tenía cáncer. Pensó que tenía cáncer. Todos a su alrededor pensaron que tenía cáncer... ¿eliminé la esperanza de alguna manera?"

En 2014, el New England Journal of Medicine publicó una prueba mostrando que fingir una cirugía puede ser tan eficaz como hacerla realmente.2 En este estudio, los pacientes eran candidatos a cirugía de rodilla, por un desgarre o rotura de menisco y dolor que debilitaba la zona. Cuando llegaban a la sala de operación, los cirujanos en Finlandia realizaban una meticulosa reparación del cartílago roto o hacían creer que la habían hecho. Se hacían las incisiones y se cerraban, sin ningún otro tipo de intervención. En el caso de pacientes anestesiados que pudieran escuchar o entender, los médicos y las enfermeras pasaban los instrumentos haciendo los típicos sonidos y pretendían estar operando durante el tiempo que normalmente dura una de estas cirugías. Los pacientes que se sometieron a cirugías reales y aquellos cuya cirugía fue ficticia tuvieron los mismos progresos.

En el libro The Biology of Belief: Unleashing the Power of Consciousness, Matter, and Miracles, su autor Bruce Lipton cuenta una historia que demuestra el poder absoluto del acto de creer. La diseñadora de interiores Janis Schonfeld fue parte de una prueba clínica para verificar la eficacia de los medicamentos antidepresivos.3 Las píldoras aliviaron los problemas de depresión que tenía desde hace 30 años, y los escaneos de cerebro confirmaron que la actividad del córtex prefrontal de su cerebro mejoró drásticamente. Sólo al final de la prueba Janis supo que había estado tomando un placebo, y no el medicamento real. Su creencia sobre lo que el medicamento sería capaz de hacer por ella fue la responsable de su mejora.

Existe un sinfín de hallazgos que ahora demuestran que nuestras creencias realmente crean nuestra realidad. La innovadora investigación del doctor Lipton es quizá uno de los ejemplos más inspiradores que prueba que tu mente cambiará la biología de tu cuerpo de acuerdo con tus creencias subconscientes. La química de tu cuerpo busca ser guiado por esa parte dominante de tu cerebro. ¿Ves por qué es esencial que las creencias que tengas sean buenas para ti?

Despejar creencias dañinas para que puedas estar en total alineación con tu sanación es tu nueva herramienta hacia la libertad. Ahora, ¿estás listo para empezar?

AVERIGUA LO QUE ESTÁ detrás de tus creencias

Aprenderemos a despejar creencias dañinas al final de este capítulo, pero primero necesitamos descubrir qué hay detrás de tus creencias. Conforme trabajes en descubrir bloqueos, te recomiendo que tengas una libreta a la mano para que la uses como tu propio diario de "No puedo creer que eso esté en mi cerebro". Escribirlos conforme piensas en ellos te ayudará a que fluyan las ideas y también a crear una lista, a partir de la cual trabajes en la desobstrucción.

Las creencias que bloquean la sanación, debido a que el subconsciente no está alineado con la sanación, se crean típicamente alrededor de conceptos principales.

Seguridad (no es seguro sanar). Si parte de nosotros no se siente segura de sanar en lo profundo de nuestro ser, esto puede actuar como un bloqueo gigantesco. Éste es el bloqueo que veo con mayor frecuencia. Sé que puede parecer ilógico, dado que cualquier problema de salud física o emocional suele hacernos sentir muy inseguros. Sin embargo, en ciertos aspectos también sentimos que nos mantiene a salvo. Este tipo de problemas suele dejarnos fuera del enorme y malvado mundo de allá afuera, y estar en casa, en nuestra zona segura; nos ayuda a decir no a las cosas, que de otra manera no tendríamos que negarnos a dejar ir.

Disposición (no estoy dispuesto a sanar). Esto abarca la idea de que no estamos dispuestos a hacer lo que sea por sanar, a nivel energético, financiero o de cualquier otro tipo. Este bloqueo tiene que ver, primero que nada, con el "trabajo" que implica sanar. No es una creencia basada en flojera, pero en ocasiones proviene de una sensación de estar agotado al haber lidiado con este problema durante un largo periodo.

Merecimiento (no me merezco sanar). Este bloqueo tiene todo que ver con creer que no merecemos sanar o ser felices porque no lo valemos. Suele centrarse en nuestra sensación de no sentirnos lo suficientemente buenos.

Preparación (no estoy listo para sanar). No sentirse listo para sanar puede jugar un gran papel cuando sentimos que las cosas cambiarán demasiado pronto o hay más que hacer antes de estar preparados para volver a la vida.

Habilidad (soy incapaz de sanar). Este bloqueo se centra en creer que no tienes dentro de ti, o no posees, las herramientas necesarias para sanar; que no eres capaz de sanar porque no tienes los recursos internos o externos para hacerlo. Este bloqueo está relacionado con el pensamiento o creencia de que "otros pueden sanar, pero yo no".

Posibilidad (es imposible sanar). Sentir que no es posible sanar es una creencia que proviene, en muchas ocasiones, de los médicos profesionales que trata de ayudarte. Escuchar cosas como "tienes el caso más grave" de algo o que tu problema es "incurable" te dará el arma perfecta para tener este tipo de creencias. Este bloqueo se crea por el sentimiento de que tus circunstancias son simplemente demasiado malas.

Deseo (no quiero sanar). No desear sanar se debe a que tu problema tiene una ventaja.

Todo lo que percibimos como negativo en nuestras vidas (como la enfermedad) también tiene un aspecto positivo (un beneficio). A veces, aunque sea a nivel subconsciente, el beneficio que ganamos por tener este problema nos evita querer salir de él.

Lo importante es saber que puede haber millones de creencias sobre las cuales trabajar. Despejar creencias es un maratón, no una carrera de dos kilómetros. Sólo puedes empezar a desbloquear tan pronto como las creencias se te revelen por sí mismas. No tendrás que conocer hasta la última de las creencias para sanar. Sólo necesitas hacer una buena búsqueda dentro de la pila de creencias.

Reduce tu lista de creencias

Supongamos que tienes la creencia dominante de que "no es seguro sanar". Tal vez tengas que explorar muchas sub creencias, o muchos por qué, para llegar a tu creencia dominante. En otras palabras, tal vez existan razones de peso por las que tu cuerpo se siente inseguro de sanar. Algunos ejemplos son cosas como "Alguien resultará perjudicado si sano", "Tendré que encontrar un nuevo trabajo" y "No obtendré el mismo apoyo de mamá y papá". ¿Ves cómo todo esto son creencias, pero cómo algunas también pueden considerarse beneficios o ventajas por tu problema? Siempre estás buscando tener ambas partes.

El siguiente ejemplo de lista abrirá tus ojos a la enorme cantidad de posibles creencias dañinas que podrían estar dificultando tu sanación. Recuerda que la mayoría tenderán a caer en una de las categorías grandes (seguridad, disposición, merecimiento, preparación, habilidad, posibilidad y deseo), pero las razones detrás de ellas pueden ser miles y muy variadas. Comenzaré con una lista para que puedas hacer una lluvia de ideas a partir de ella. También siéntete libre de utilizar cada creencia como una sugerencia y cambia algunas de las palabras por aquellas que sean más adecuadas para ti. Tal como lo expliqué cuando desobstruimos experiencias no procesadas, en el capítulo anterior, no debes despejar o liberar todas tus creencias para sanar. Estoy segura de que aún podría encontrar algunas mías escondidas. No permitas que este proceso te sobrepase. Sólo comienza en algún punto.

He aquí algunos ejemplos de creencias que bloquean la sanación:

Sólo seré amado si estoy enfermo. Sólo seré amado si soy perfecto. Es imposible que me quieran.

No soy merecedor de amor. Yo no importo.

No valgo nada.

Siempre tomo una mala decisión.

Cuando las cosas empiezan a ir bien, algo malo sucede.

Si hago lo que quiero, otras personas pueden ser infelices. Estar sano y feliz al mismo tiempo es imposible.

Necesito este problema o enfermedad para cubrir mis necesidades. Necesito estar enfermo para sentirme seguro.

> Merezco estar enfermo/infeliz por algo malo que hice en el pasado. Estar enfermo/infeliz es mi castigo por hacer algo malo en el pasado. Si sano, simplemente volveré a enfermar.

Si sano terminaré solo (la gente sólo se queda cerca porque se sienten mal por mí).

No es seguro relajarse. No es seguro ser feliz.

Si hago algo bueno por mí, alguien más estará molesto. Querré dejar mi relación si sano.

Sólo puedo sanar con mayor apoyo.

Sólo valgo la pena cuando para otros, etcétera).

Sólo puedo sanar con más dinero.

(Soy perfecto, estoy haciendo las cosas

Si sano y aun así no puedo encontrar pareja, ya no tendré excusa. Sanar probará que esto era mi culpa desde el inicio.

Estaré demasiado vulnerable si sano.

De todos modos no tendría nada que hacer si sanara.

No hay razón alguna para sanar (no tengo ningún propósito por el que valga la pena sanar).

Tengo que perdonar a otros para sanar y entonces estarían libres de culpa. Perderé mi identidad si sano.

Necesito esta enfermedad o problema porque me hace especial. Estoy muy atrasado en todo para recuperarme si sano.

Tendré que cumplir con las expectativas de otras personas (o las mías propias) si sano.

Tendré que ser perfecto para compensar todo esto que he hecho. Me voy a defraudar.

Perderé a mis amigos si sano. No sé cómo sanar.

La gente sólo se preocupará por mí cuando esté enfermo. Tendré que ser más asertivo si sano.

No soy suficientemente fuerte para sanar. No tengo lo necesario para sanar.

Soy demasiado sensible para sanar. Soy demasiado delicado para sanar.

Soy incapaz de soportar los tratamientos.

Necesito este problema o esta enfermedad como distracción (de mi vida infeliz, mi matrimonio, mi trabajo, etcétera).

Es injusto para las demás personas que aún están sufriendo que yo sane. Mi vida cambiará si sano (y eso me asusta demasiado).

Lastimaré los sentimientos de mi médico/amigo/familia si no sano a su manera. Tendré que ser exitoso si sano.

Tendré que dejar una relación nociva si sano.

Es demasiado trabajo y no tengo la suficiente energía para sanar. Perderé mis beneficios financieros si sano.

Tal vez pierda mi círculo de apoyo si sano. De cualquier manera, nada funcionará.

La gente sólo cree que tengo dolor si me ven sufriendo físicamente. Siempre he tenido este problema y siempre lo tendré.

No soy lo suficientemente bueno para sanar.

Todos los demás son más inteligentes que yo, por eso es más fácil para ellos. Estoy demasiado lastimado para sanar.

Alguien tiene que sufrir y tal vez yo nací para eso.

Sólo puedo crecer espiritualmente cuando estoy enfermo/infeliz.

Necesito esta enfermedad o problema como un escape de la familia, el trabajo, etcétera.

Necesito esta enfermedad o problema porque es la única manera en que puedo decir no.

Mejorar lastimará mi relación con alguien a quien amo. Mi vida será demasiado estresante si estoy sano.

Tendría que ser sociable si sanara.

No tendré excusas si fallo o renuncio a algo. Tendré que vivir a mi máximo potencial si sano. Nadie se preocupará por mí si sano.

Necesitaré enfrentar mi vida si sano. Tendré que intimar con mi pareja si sano.

Tendré que estar presente para mis hijos si sano.

¿Te empiezas a dar cuenta de que nada está tan fuera de los límites como las creencias? Bien. Esto ayudará mucho durante este proceso.

Preguntas clave para identificar creencias dañinas

Durante las sesiones con mis clientes, me surgen todo el tiempo, e intuitivamente, creencias "casuales". Aunque a veces parecen tontas e inverosímiles, en ocasiones resultan ser ciertas para mi cliente y realmente nos ayudan a seguir adelante.

Ahora que ya tienes una buena base, observa qué más viene para ti cuando te haces las siguientes preguntas, diseñadas para detonar ideas de creencias. Si alguna surge en tu mente, ve con ella, algo significa. Si una respuesta parece ridícula, también acéptala, es tu mente subconsciente tratando de encontrar una pista para ti. Cuando un recuerdo o creencia surge, escríbela. Aprenderemos a desobstruirla en el siguiente paso.

¿POR QUÉ PARTE DE MÍ podría creer que necesito esta enfermedad/lesión/situación/problema?

Si renuncio a esto, ¿quién dejará de ser castigado, pero pienso que no lo merece?

¿A quién lastimaré si supero esta situación?

¿Me siento de alguna manera más poderoso teniendo este problema?

¿Soltar esto significa que estoy olvidando algo o perdonando a alguien?

¿Qué perdería si no tuviera esta "historia"? ¿Cuál es el lado negativo?

¿Qué creo que debo hacer para desaparecer esta situación? ¿Existe un lado negativo de esto?

DURANTE MI PROPIO PROCESO de sanación, me pregunté a mí misma varias veces: "Si mi cerebro tiene alguna idea loca de por qué no debería sanar, ¿cuál sería?" Te sorprenderá el tipo de respuestas que obtendrás de ti mismo.

Otra excelente manera de identificar creencias es utilizar el súper poder del test muscular. Simplemente hazle a tu cuerpo las preguntas que acabo de sugerirte y sigue preguntándotelas hasta que llegues directo a la creencia. Recuerda que tu cuerpo te dirá lo que es verdad para ti. Si crees que no es benéfico lo que dice acerca de algo, entonces necesitas liberarlo o modificarlo, lo cual haremos pronto.

El test muscular para identificar una creencia podría ser de la siguiente manera: Pregúntate: "¿Lastimaría a alguien si sanara de ?

Si tu cuerpo dice "sí", puedes seguir preguntando. Pregúntate: "¿Lastimaría a papá si sanara?"

Si tu cuerpo dice "no", sigue adivinando con familiares, amigos, colegas o con quien sea que venga a tu mente.

Tip: ésta es una actividad en que las creencias generacionales pueden salir a la luz. Si sospechas esto, tal vez quieras usar el test muscular para trabajarlas. Pregúntate algo como: "¿Existe alguna creencia generacional que cause estrés en mi cuerpo?" (Recuerda que puedes adecuar la pregunta para llegar a alguna situación sobre la que estés trabajando, a fin de ser más específico que sólo "estrés en mi cuerpo".) Si obtienes un "sí", tendrás que descubrir en qué está basada esa creencia, sobre todo aquello que sepas sobre las generaciones pasadas.

Cuando trabajes con creencias, trata de utilizar declaraciones positivas, como lo hicimos en el test muscular, para que no confundas a tu cuerpo durante el proceso de desobstrucción. Esto significa que en lugar de "No cubriré mis necesidades sin esta enfermedad o problema", debes trabajar con la creencia "Sólo puedo cubrir mis necesidades cuando tengo esta enfermedad o problema". Otro ejemplo: "Siempre tomo la decisión incorrecta" es más acertado que "Nunca tomo la decisión correcta". Con el test muscular, utilizar la forma más clara de la creencia ayudará a que todas tus respuestas sean más exactas.

Con suerte ahora tu cabeza está llena de creencias dando vueltas. La mente subconsciente suele tener muchas ideas "increíbles" (¡eso cree ella!) Del porqué no deberíamos superar nuestros problemas.

Ahora vamos a hablar sobre qué hacer exactamente con esas creencias dañinas.

Descubre si necesitas saber más

Con algunas creencias, el único requerimiento de nuestro cuerpo para despejarlas será estar simplemente alerta acerca de las creencias mismas. Para otras, en primer lugar, nuestros cuerpos no permitirán que se vayan hasta que identifiquemos el punto de origen. Dado que las creencias provienen de nuestras experiencias cuando éramos jóvenes, cuando acumulábamos la mayoría de nuestra información sobre la vida, entonces necesitaremos encontrar la experiencia no procesada original sobre la que se creó cada creencia.

No he podido encontrar una razón específica del porqué el cuerpo nos necesita para identificar algunas experiencias antes de dejar ir las creencias relacionadas con ellas, pero no nos requiere para hacer lo mismo con otras experiencias. Lo interesante es que he visto, una y otra vez, que somos más propensos a entender y diseccionar creencias cuando comenzamos con este trabajo, pero conforme pasa el tiempo, el cuerpo se enfoca más en sólo despejar y dejar ir. Es como si la mente subconsciente dijera: "No necesito saber cada detalle. ¡Ahora confío en este proceso!"

De cualquier manera, es importante descubrir cuánto le costará a tu cuerpo dejar ir cada creencia, con el fin de seguir adelante. De hecho, realmente sólo existe una manera de saberlo, y es a través del test muscular.

Esto es lo que hay que preguntarle a través del test muscular: "¿Debo saber más acerca de la creencia (declara la creencia) antes de que pueda liberarla?"

Si obtienes un "sí", tu cuerpo está diciendo que hay más cosas que debes traer a tu consciente antes de realmente sanar de ella, y está bien. En ocasiones bromeo con mis clientes sobre esto, reconfortándolos con la idea de que simplemente ese día su subconsciente anda muy entrometido. No es gran cosa. Utiliza el test muscular y pregúntate: "¿Necesito encontrar una experiencia no procesada que haya creado esta creencia?"

Si obtienes un "sí", lo que debes hacer es regresar al capítulo 7, en el que aprendiste a encontrar y despejar experiencias no procesadas. Utiliza el proceso de encontrar experiencias no procesadas, pero altera la pregunta del test muscular para referirte a la creencia con la que trabajas ahora. Podría resultar algo así: "¿Esta experiencia está ligada a otra que ocurrió entre mis cero y 20 años?" Sigue así hasta que descubras de dónde sacó tu cuerpo la idea de que esta creencia era cierta. Luego, una vez que hayas encontrado y despejado la creencia, regresa y habrás hecho todo lo que necesitabas para continuar.

Si obtienes un "no" de tu cuerpo sobre la necesidad de trabajar con una experiencia no procesada, te dice que necesitas saber algo más acerca de la creencia. En ocasiones, éste es un proceso de adivinar y verificar. Con el test muscular, pregunta si la creencia está ligada a una persona. O quizá está relacionada con la escuela. Sólo mantente adivinando hasta obtener más detalles.

Cuando obtienes un "sí" para alguna de tus preguntas, repite esta pregunta: "¿Necesito saber más sobre la creencia (declara la creencia) antes de que pueda liberarla?"

Al final obtendrás un "no", lo que significa que tu cuerpo está listo para liberar la creencia. Ha traído a la luz todo aquello que necesitaba traer.

Nota: si aún sigues trabajando en el arte del test muscular y no te sientes seguro para obtener buenos resultados, puedes pecar de precavido y asumir que tu cuerpo te dice: "Sí, soy entrometido y necesito saber más". Regresa al capítulo 7 para encontrar y despejar las experiencias no procesadas relacionadas con la creencia, luego vuelve aquí cuando estés listo para continuar. Recuerda que nunca dolerá despejar experiencias, así que aun cuando no sea absolutamente necesario para este proceso, puedes estar seguro de que te beneficiará de alguna manera.

Para las creencias generacionales, no siempre es necesario encontrar una experiencia relacionada, pero puede ser bueno verificar.

Despejar creencias dañinas con dos técnicas

Al igual que la mayoría de los desequilibrios, las creencias dañinas son capaces de crear fuertes bloqueos, pero por lo general no son tan difíciles de liberar. ¡Uuuuf! Sólo hay algunas partes que debemos reprogramar exitosamente.

Reconocimiento. ¿Estás viendo algún patrón aquí? Necesitamos reconocer que tenemos esta creencia y ya no funciona para nosotros. A veces necesitamos reconocer el origen de esta creencia: ya sea un suceso específico en nuestras vidas, algo que alguien más dijo de nosotros o proveniente de alguna otra fuente. Confianza. Habla con tu mente subconsciente como con un compañero confiable, compasivo y amable. Necesitamos que la mente subconsciente se sienta lo suficientemente segura para relajarse y aceptar las indicaciones que le das para liberar viejas creencias.

Remplazo. Encuentra una nueva o más sana creencia que quieras que la mente subconsciente instale o remplace en lugar de la vieja. Queremos ofrecerle una opción más gratificante, en vez de dejarla sin nada.

Vas a aprender dos maneras muy eficaces de despejar creencias: el barrido y el golpeteo de chakras. Éstas son dos increíbles opciones que pueden usarse de manera independiente o, de ser necesario, como una poderosa combinación.

El barrido

El barrido es una técnica simple que despeja creencias fuera de la mente subconsciente.

Las mentes subconsciente y consciente están diseñadas para trabajar juntas, como un sistema de camaradas. Como sabes, la programación de la mente subconsciente se originó basándose en experiencias, pensamientos y mensajes. En otras palabras, está abierta a la influencia de la mente consciente y nuestras percepciones, indicaciones y más. Recorremos el mismo camino que nos llevó aquí para poder salir de él. Con el barrido estaremos enviando señales a la mente subconsciente para que libere esas creencias que no nos sirven. Puedes adaptar esto a una meditación enfocada, en la que pedimos a tu mente subconsciente que permita a las viejas ideas ser amablemente guiadas hacia fuera y a que acepte de manera gentil la entrada de una nueva idea.

Usaremos el lenguaje específico para esto. El barrido no es una forma de hipnosis, pero utiliza las palabras que relajarán lo suficiente a tu cuerpo y tu cerebro para permitirnos cambiar su programación. La oración "Ahora soy libre...", que aparece en casi cada frase, es clave para el proceso. La libertad es un deseo humano natural y es contra intuitivo, pues como humanos nos resistimos a ella. Dado que la mente subconsciente se resiste tanto, hablaremos el idioma del cuerpo para que trabaje con nosotros.

Quizá quieras grabar las palabras en tu teléfono celular u otro dispositivo para escucharlas mientras las dices y relajarte profundamente mientras vives este proceso.

Sólo tómalo con calma, tratando de penetrar en las palabras. Si tu mente divaga, está bien. Eso puede ocurrir a veces con esta técnica. Además, tu mente dispersa puede ser

una señal de que hay energías asociadas con esos pensamientos que tratamos de despejar. Sólo déjate ir y permite que el proceso se desenvuelva por sí solo.

Bostezar, suspirar, sentir escalofríos, ponerte emotivo, eructar o escuchar sonidos en

Tu estómago son todas buenas señales de liberación. Si lo necesitas, sólo desacelera para permitir que tu cuerpo lo vaya procesando. No hay ninguna prisa.

Paso 1: conecta con tu ser interior o poder superior. Tengo clientes que suelen colocar sus manos sobre el corazón para conectar con su ser interior o ser superior. Sin embargo, si sientes la necesidad de colocar tus manos en algún otro lado, tal vez sobre un área que requiera sanación, siéntete libre de hacerlo.

Paso 2: repite el fragmento del barrido. Simplemente repite el siguiente fragmento lentamente, haciendo pausas, si las necesitas, para procesar (bostezar, respirar profundo, etcétera). Asegúrate de no apresurarte con nada de esto, ya que debes hacerlo de tal manera que la mente subconsciente se sienta segura e invitada a participar.

Aunque tengo esta (declara la creencia), reconozco que ya no funciona para mí.

Le doy total permiso a mi subconsciente de ayudarme a despejarla de cada una de mis células de todo mi cuerpo, permanente y completamente.

Ahora soy libre para agradecerle por haberme servido en el pasado. Ahora soy libre para liberar todas las resistencias y dejarla ir.

Ahora soy libre para liberar todas las ideas acerca de que necesito esto para sentirme seguro. Ahora soy libre para liberar todas las ideas acerca de que necesito esta creencia por alguna razón. Ahora soy libre para liberar todos los sentimientos acerca de que no merezco liberar esta creencia.

Ahora soy libre para liberar todas las causas conscientes y subconscientes por las que originé esta creencia. Ahora soy libre para liberar todas las razones conscientes y subconscientes por las que seguía manteniendo esta creencia.

Ahora soy libre para liberar todos los patrones, emociones y recuerdos dañinos conectados con ella.

Ahora soy libre para liberar todas las energías generacionales y de vidas pasadas que se mantenían atoradas. Ahora todo mi ser está sanando y despejando esta energía, incluyendo cualquier respuesta estresante acumulada en mis células.

Sanación, sanación, sanación.

Desobstrucción, desobstrucción, desobstrucción.

Ahora es tiempo de instalar (insertar una creencia que es opuesta a todo aquello que liberaste; por ejemplo, si la creencia era "Estoy demasiado lastimado para sanar", puedes mejor instalar "Soy perfectamente capaz de sanar").

Instalar, instalar, instalar. Instalar, instalar, instalar. Y que así sea.

Una vez que termines, respira profundamente un par de veces.

Paso 3: verifica. Es buena idea utilizar el test muscular para confirmar que despejaste por completo la creencia. Simplemente declárala una vez más, en su forma original, y observa si tu cuerpo sigue vibrando con ella (o necesitará un poco más de trabajo) o ya no es cierta para ti (¡bravo!).

Si, por alguna razón, la creencia no se despejó por completo, no te preocupes.

Puedes repetir el barrido y hacer de nuevo el test. Este proceso puede llevarte algunos minutos de intención y concentración suave y deliberada. De modo alternativo, puedes pasar al golpeteo de chakras, que aprenderás ahora. Esto te ayudará a seguir despejando o desobstruyendo las capas de energía. Cada creencia será diferente, también se desobstruirá de manera distinta.

Tip: el barrido también puede usarse de manera eficaz para desobstruir capas de energía que contribuyen con los síntomas. Tal vez quieras experimentar con esto. En lugar de insertar una creencia en el fragmento, puedes usar algo así: Aunque tengo este (inserta el síntoma, temor, emoción o cualquier otra cosa), reconozco que ya no funciona para mí. Luego revisa tus palabras para que funcionen con tu objetivo específico. Utilizo esta técnica para despejar casi cualquier cosa, sea una emoción que siento con fuerza en ese momento o un pensamiento estancado en mi cabeza.

Golpeteo de chakras

Los chakras, la energía giratoria centrada en el cuerpo, guardan viejas historias y experiencias en sus energías. Éstas se relacionan directamente con programación y condicionamiento de la infancia temprana, que las hace un punto de acceso ideal para las creencias dañinas.

Durante mi propia sanación, empecé utilizando la Técnica de Liberación Emocional para desobstruir las creencias. Esto funcionó bastante bien. Sin embargo, conforme fui descubriendo más sobre los chakras y cómo guardan nuestro historial energético, empecé a utilizarlos para desobstruir creencias. Recuerda que las creencias son sólo viejas historias, generalmente creadas años atrás en nuestras vidas.

Con esta conexión entre creencias y el sistema de chakras, me pregunté si podría tener sentido golpetear directamente sobre los chakras, en lugar de utilizar los puntos de golpeteo de la TLE, asociados con el sistema meridiano. Lo intenté y ¡funcionó! Me enamoré de la técnica. Sentí como si tuviera incluso más claridad que con la TLE al tiempo que le ponía atención a los chakras, tan importantes en nosotros. Vamos a utilizar un proceso muy similar a lo que aprendiste para la TLE, pero golpetearemos en los puntos de los chakras para trabajar con su sistema, en lugar del meridiano. ¡Fácil!

Revisión de los chakras y puntos de golpeteo

Hablamos de los chakras en el capítulo 6, pero revisémoslos brevemente para tener presente cómo esas viejas historias pudieron encontrar su hogar energético en varios lugares de tu cuerpo. Para cada chakra que revisamos aquí, también añado sus puntos de golpeteo para que sepas exactamente dónde golpetear con esta técnica para desobstruir.

Chakra de la corona o coronilla (séptimo). Localizado en la parte superior de la cabeza, este chakra simboliza la espiritualidad y tu conexión con un poder superior. Está relacionado con la energía de saber que puedes confiar en la vida, de que te cuidan y guían. El objetivo del chakra de la corona es ayudarte a conectar con tu propósito en la vida y tu conexión con una fuente más poderosa. Punto de golpeteo: parte superior de la cabeza.

Chakra del tercer ojo (sexto). Este chakra se localiza directamente entre las cejas.

Representa intuición, imaginación, reflexión y capacidad de ver las cosas como son o por lo que significan (interpretación). Su objetivo es la visión y la guía interna. Punto de golpeteo: entre las cejas (sé sumamente gentil en este punto).

Chakra de la garganta (quinto). Localizado en el centro de la garganta, este chakra se relaciona con la expresión, la comunicación y la verdad. Su objetivo es regular la comunicación y la expresión. Punto de golpeteo: parte frontal de la garganta.

CHAKRA DEL CORAZÓN (cuarto). El chakra del corazón se ubica en el centro de tu pecho.

Está relacionado con amor, intimidad, perdón y capacidad de enviar y recibir amor. También es responsable de los deseos de tu corazón y te ayuda a manifestarlos. Su objetivo es regular el amor, las relaciones y la sanación interior. Punto de golpeteo: centro del pecho, a la altura del corazón.

Chakra del plexo solar (tercero). Localizado justo debajo del esternón, gobierna tu sentido de poder personal, incluidas tus elecciones y acciones personales en el mundo. Su energía está atada a la confianza en uno mismo, la autoestima y la sensación de tener el control de tu vida. Guarda tus juicios y opiniones acerca del mundo y de ti mismo. Su objetivo es regular el poder personal y una mentalidad positiva. Punto de golpeteo: justo debajo del esternón, en el plexo solar.

Chakra sacro (segundo). También conocido como el chakra del útero, se localiza en la pelvis, detrás del ombligo. Se relaciona con tu creatividad y sentimientos, así como con tu alegría infantil. Representa la sexualidad y está íntimamente ligado a tus historias y condicionamientos de la infancia. Su objetivo es regular sentimientos, creatividad y alegría. Punto de golpeteo: justo debajo del ombligo.

Chakra raíz (primero). Se localiza en la base de la columna vertebral. Representa tus sentimientos de seguridad y tu instinto de supervivencia. Está conectado con creencias de la infancia temprana, dinero e identidad. Trabaja con los problemas de abandono, falta de merecimiento e inseguridad. Su objetivo es regular seguridad, confianza y supervivencia. Punto de golpeteo: a la altura del sacro bajo o parte superior de tus caderas. (Con las manos abiertas, golpea gentilmente tus caderas y simula que llamas a un perrito para que se siente en tu regazo).

DESPUÉS DE CREAR Y utilizar una declaración de inicio, de la cual volveré a hablarte, vas a golpetear en todos los puntos anteriores. Comienza por la parte superior de la cabeza y habla sobre la creencia con tanto detalle como puedas. Si antes, con el test muscular, descubriste que necesitabas identificar y despejar una experiencia no procesada, tendrías que haber regresado al capítulo 7 para hacerlo. Ahora puedes trabajar sólo con la creencia misma.

Conforme avanzas en este proceso, sólo finge que me hablas sobre la creencia, o se lo dices a tu mejor amigo. Dinos cómo te hace sentir la creencia, recuerdos que tengas que puedan estar conectados con ella, dónde la sientes en tu cuerpo y todo lo que venga a tu mente. Esto te será familiar, pues lo has trabajado con la Técnica de Liberación Emocional.

Nota: si se trata de una creencia generacional, habla sobre de dónde crees que provenga, cómo te hace sentir y cualquier otro detalle que espontáneamente venga a ti. Adivinando y reflexionando en voz alta funcionará bastante bien para este proceso.

Paso 1: crea una declaración de inicio. Así como con la Técnica de Liberación Emocional, vamos a comenzar por crear una declaración de inicio. Recuerda que esta declaración tiene dos partes.

Aunque (declara la experiencia), yo (inserta la idea positiva).

Para la primera parte, sólo deberás insertar la creencia. Para la segunda, incluirás cualquier declaración positiva para balancear la primera. Esencialmente, te dices a ti mismo que aunque algo malo suceda (primera parte), también hay un lado positivo (segunda parte).

Primera parte de la declaración: Aunque (declara la creencia)...

SEGUNDA PARTE DE LA declaración: ... yo (inserta la idea positiva).

A manera de recordatorio, he aquí algunas ideas positivas que podrías utilizar para la segunda parte de la declaración de inicio.

Me amo y me acepto totalmente. Puedo relajarme ahora.

Estoy bien de cualquier manera. Elijo liberarla.

Permito a mi subconsciente dejarla ir ahora.

Éste es un ejemplo de creencia que tomé de la larga lista que vimos al principio de este capítulo:

Terminaré solo si sano (la gente sólo se queda cerca porque estoy enfermo).

La declaración de inicio completa para esta creencia podría ser:

Aunque terminaré solo si sano, elijo liberar esta creencia.

Paso 2: utiliza la declaración de inicio mientras golpeteas el punto de golpe de karate. Ahora te golpetearás continuamente en ese punto mientras repites completa tres veces la declaración de inicio.

Paso 3: golpetea en todos los puntos restantes. Ahora simplemente golpea el resto de los puntos de los chakras y habla sobre tu creencia. Puedes utilizar una mezcla entre declarar la creencia, hablar sobre cómo te sientes respecto a ella, imaginar en voz alta cómo se instaló en ti, entre otras. En esencia, ¡esto ya es una mejora!

El objetivo es concentrarte en la creencia para atraer a ti la energía y despejarla. Está bien enfocarse temporalmente en la creencia, no se quedará estancada en tu sistema sólo por el hecho de reconocerla. De hecho, esto es básico para liberarla. Las palabras que usas no son tan importantes para esta primera ronda. Sólo necesitas hablar de ella y traerla a ti.

Para mostrarte cómo podría funcionar esto, usemos el ejemplo de la creencia:

Terminaré solo si sano. Así es como podría ser:

Ronda 1

Parte superior de la cabeza: tal vez termine solo.

Tercer ojo: no he cuidado de mí por tanto tiempo que ni siquiera recuerdo cómo hacerlo.

Garganta: si nadie me ayuda, volveré a enfermar.

Corazón: me recuerda a mí mismo cuando cumplí 18 y mamá dijo: "Ahora debes velar por ti mismo".

Plexo solar: estoy tan frustrado de que esto evite que sane.

Ombligo: pero creo que si mejoro, la gente sólo me dará la espalda.

Parte superior de las caderas: parte de mí realmente cree que no puedo cuidarme.

Rondas 2, 3 y 4

Ahora vas a repetir lo que hiciste en la ronda 1 varias veces más. Harás algo muy similar a lo que hicimos con el proceso de desahogo que utilizamos para la TLE. Está bien, y en ocasiones incluso es benéfico, no utilizar las mismas palabras y frases de la primera ronda. Sólo déjate ir con aquello que venga a ti naturalmente.

Pasó 4: pausa. Deja de golpetear por un momento y haz algunas respiraciones profundas. Bosteza o suspira si lo requieres. Este breve lapso ayudará a tu cuerpo a procesar la energía y liberarla por completo.

Paso 5: última ronda (quinta). Por último, golpetearás por todos los puntos una vez más mientras declaras una afirmación positiva que quisieras adoptar. Idealmente esta frase debe ser opuesta a la energía que acabas de liberar. Por ejemplo: es seguro sanar ahora. De manera alternativa, puedes utilizar la palabra sanación en cada punto de golpeteo.

Paso 6: revisión. Tal vez para este momento hayas despejado perfectamente la creencia.

Con el test muscular, simplemente declara la creencia una vez más en su forma original y observa si tu cuerpo sigue vibrando con ella (lo que significa que sigue ahí) o si ya no es verdadera para ti (lo cual significa que está despejada).

Si está despejada, entonces puedes aplaudirte. De lo contrario, no pasa nada, ya que es normal que tome algo de tiempo y perseverancia. Puedes repetir el proceso de golpeteo de chakras algunas veces más. Si estás cómodo con el test muscular, puede ser más fácil para ti preguntarle a tu cuerpo qué técnica sería mejor repetir para lograr una desobstrucción completa: el barrido o el golpeteo de chakras. Una vez que me sentí segura con el test muscular, éste se convirtió en una parte esencial de mi proceso: simplemente pregunté a mi cuerpo qué técnica sería la mejor para mí, en lugar de estar adivinando. Ahora también hago eso en mis sesiones con clientes.

Tip: el golpeteo de chakras y la Técnica de Liberación Emocional pueden ser intercambiables en ocasiones. Ambas técnicas son magníficas: una trabaja con el sistema meridiano y la otra con el sistema de chakras. Es un ejercicio divertido estar jugando con una y otra técnica para ver cuál funciona mejor para ti y cuándo.

Puedes golpetear en los chakras para mover cualquier tipo de energía estancada. Sólo sé gentil con el golpeteo por varios minutos en cualquier chakra que sientas que podría estar bloqueado, de acuerdo con lo que aprendiste en el capítulo 6.

Una observación final sobre creencias dañinas

Conforme nos hemos enfocado en despejar o desobstruir creencias dañinas que se oponen directamente a tus objetivos de sanación, existe otro tipo de creencia que me gustaría resaltar. Éste que tal vez no está directamente opuesto a tu sanación, puede causar una reacción de bastante estrés en tu cuerpo, ya que oculta esa creencia. Esto significa que tu relación estresante con o tu reacción a este tipo de creencias no es benéfica para ti.

Éstos son algunos ejemplos de este tipo de creencias:

Mamá ama más a mi hermano que a mí.

Siempre estaré un paso atrás en mi carrera profesional. Soy estúpido.

Siempre estaré solo.

Todo el mundo me excluye siempre. Estoy dañado.

Siempre me dejas aparte. Siempre soy el último.

Si me permito sentir mis sentimientos, moriré.

Si me permito sentir mis sentimientos, nunca más volveré a ser feliz. Sólo me siento seguro cuando los otros están felices.

Necesito permiso para ser quien realmente soy. Algo malo sucederá si expreso mis sentimientos.

¿Puedes ver cómo creer en estas cosas podría entorpecer tu ambiente de sanación? Quizá estas de creencias no produzcan el mismo tipo de auto sabotaje para sanar que aquellas con las que hemos trabajado hasta ahora, pero definitivamente no son benéficas. Aun cuando la creencia es en realidad factual en el momento, como: "No genero suficiente dinero", utilizar la técnica para despejar la reacción de estrés alrededor de esta creencia hará maravillas por ti.

Recuerda que tu realidad está directamente relacionada con tus creencias, así que puede parecer un escenario del tipo: "Qué fue primero: el huevo o la gallina", en cuanto a qué ocurrió primero, ¡pero cambiar una, cambia la otra! Estamos en un baile constante de energía con el universo, siempre co-creando. Nuestras creencias son una increíble parte de ese baile. Un excelente ejercicio para encontrar creencias no benéficas es echar un buen vistazo a tu realidad. Dado que nuestra realidad es un reflejo de nuestras creencias, podemos fácilmente descubrir en qué creemos con sólo mirar a nuestras vidas. Si tu realidad es que no tienes suficiente dinero o amor, tal vez tengas una creencia de que "no tengo mucho que aportar" o "siempre seré pobre". Si sientes que nada va bien para ti, tal vez tengas la creencia de que "las cosas buenas le pasan a todo el mundo, menos a mí". En otras palabras, si detectas cierto patrón en tu realidad, tal vez tengas la creencia de que ese patrón es verdad.

Quiero compartir una última historia contigo para demostrarte cómo despejar creencias puede realmente transformar tu bienestar por el resto de tu vida.

Cuando regresé de India después de nueve semanas de terapia con células madre, mis médicos me estuvieron bombardeando con mensajes que se convirtieron en creencias para mí, causándome mucho estrés. Me decían constantemente que si me resfriaba, hacía demasiado de "algo", comía azúcar o me sometía a mucho estrés, recaería. Ésta es una declaración o creencia asociada con la enfermedad de Lyme. Sin embargo, este discurso se convirtió en estrés por sí mismo. No puedo manejar el estrés. Me enfermaré de nuevo si me resfrío. Recaer es inevitable.

Estoy segura, sabiendo lo que sé ahora, que esas creencias afectaron a mi cuerpo físico. Ahora sé esto. Una vez que haces el trabajo interior y fortaleces tu ser a nivel central, que incluye cambiar tus reacciones frente al estrés (recuerda que el estrés no es el problema; es tu relación con él), no serás la frágil persona que te sentiste anteriormente. Es básico actualizar tus recuerdos mentales sobre este tipo de diálogo interno y sobre creencias para que no sigas cayendo en el mismo patrón que ya no es verdadero o ha dejado de ser necesario para ti.

Tras haber sanado completamente utilizando la terapia energética, pasé por muchas experiencias difíciles en mi vida, incluida la muerte de varios miembros de la familia en un lapso muy corto. Pero aun así, me mantuve sana. Mi sistema permaneció en equilibrio gracias a todo el trabajo hecho. Me aseguré de reconocer y procesar las emociones difíciles conforme surgían y no mantuve la creencia de que esas experiencias me derrumbarían. Estoy convencida de que ésta es la razón por la que no recaí, incluso durante una de las épocas más difíciles de mi vida.

Mi respuesta a este tipo de experiencias ha cambiado completamente en comparación con aquellos días cuando estaba prácticamente a punto de tocar fondo, y de igual manera con la creencia de que esto podría convertirse en mi realidad. Estás bien en tu camino hacia esa libertad. Sólo ten siempre en mente que puedes estar bien sin importar lo que suceda a tu alrededor.

Capítulo 9

Transforma los patrones emocionales nocivos

Descubrirás que es necesario dejar ir las cosas; simplemente por el hecho de que pesan.

—C. JOYBELL C.

El bienestar se da a partir de ser quien realmente eres y aceptarte a ti mismo en ese espacio, sin importar cuál sea. Hay varios patrones nocivos de la vida que considero como "destructores del espíritu" que hacen que ese nivel de amor, aceptación y bienestar sea muy difícil de lograr. Ésta es una pregunta que suelo abordar antes de empezar a hablar sobre patrones emocionales nocivos: "Si se supone que debemos amarnos y aceptarnos por quienes somos, ¿por qué intentamos cambiar tanto de nosotros mismos?" La respuesta es sencilla: no queremos cambiar quiénes somos, pero sí cualquier cosa de nuestra vida que no esté funcionando. No necesitamos mantener patrones nocivos que se han convertido en parte de nuestras vidas, pero que no son parte de lo mejor de nosotros. Por ejemplo, por naturaleza a veces soy una persona impaciente. Cuando mis clientes me escuchan decir eso, se preguntan por qué no lo "arreglo". Pero lo cierto es que es parte de quien soy, y no tengo problema con ello. No inhibe mi calidad de vida. No quiero pasar toda mi vida escudriñando mi personalidad. Quiero pasar mi vida viviendo de la manera más libre posible, aceptando todo lo que puedo sobre mí misma y cambiando solamente lo que afecta mi calidad de vida.

Quizá hayas puesto en práctica algunos de esos patrones por mucho tiempo, posiblemente toda tu vida. Probablemente te han determinado hasta el grado en que cuando los leas, quizá ni siquiera reconozcas que no tienen por qué ser así. Pero eso es lo increíble. Puedes cambiar cualquier patrón que no te esté funcionando, sin importar dónde lo aprendiste.

Estos patrones de vida nocivos incluyen los siguientes:

Vocabulario menguante. Hablar mal de ti mismo. Mentalidad de víctima.

Tomar las cosas personalmente. Círculos de pensamiento negativo.

Si te suena alguno de estos patrones, sería inteligente detenerte y preguntarte si estás listo para dejarlos ir. No te reproches si no estás listo. Puede dar miedo cambiarlos. No obstante, si recibes como respuesta un suave sí, es momento de "darle vuelta a esa porquería" (como suelo decirme), y en ese caso estoy lista para ayudarte.

Para cada patrón que aplique, te daré ideas sobre qué tipo de experiencias no procesadas (capítulo 7) y creencias nocivas (capítulo 8) pueden relacionarse con ellos. Entonces podrás desobstruirlas utilizando las técnicas que aprendiste en esos capítulos. Al final de éste también te compartiré una técnica nueva (el Método de 3 corazones) para desobstruir energía emocional. He esperado a presentártelo hasta ahora porque no quería agobiarte con demasiadas técnicas a la vez. Una vez que lo aprendas, quizá quieras combinar el Método de 3 corazones con las otras prácticas, o usarlo de manera independiente.

Vocabulario menguante

MI LEMA: TEN CUIDADO con lo que te dices porque siempre estás escuchando. ¿No es cierto? Mientras que esto definitivamente aplica a hablar de ti mismo, también aplica a tu lenguaje del día a día para con los demás, y eso también afecta cómo nos sentimos. Aquí hablaremos de ambos tipos de lenguaje: el vocabulario que usamos en nuestras conversaciones diarias con otros y en cómo nos hablamos a nosotros mismos.

Cuando me convencí del inmenso poder del enfoque de sanación mente-cuerpo, también me di cuenta de cada faceta de mi persona que no estaba alineada con ayudarme a sanar. Entonces empecé a notar frases y oraciones que solía enunciar y las calificaba según si me acercaban al lugar en el que quería estar o si me alejaban de él. Con esa nueva perspectiva, elegí varias palabras que decidí eliminar de mi vocabulario, y te invito a hacer lo mismo.

Lo único que necesitas para cambiar patrones de lenguaje que ya no quieres utilizar es hacerte consciente de cuándo los usas y detenerte en el acto. Simplemente no los uses. Estos patrones de lenguaje del día a día son simplemente un hábito, y puedes deshacerlo formándote uno nuevo con lenguaje que genere una mejor sensación.

Ocupado. Implica tener muchas cosas que hacer. El estar ocupado es una adicción.

Nuestra sociedad se enorgullece de estar ocupada: significa que estamos produciendo, haciendo que las cosas sucedan, siendo "útiles". La excusa común de "estoy demasiado ocupado..." implica que no tienes opción. No es cierto. No tener una opción es estresante. Elegir desde un punto en el que te sientes bien, resulta calmante.

Mejor, usa comprometido. "Realmente tengo muchos compromisos esta semana, así que elijo dedicar mi tiempo libre a hacer lo que realmente quiero hacer".

SOBREPASADO. ESTO SIGNIFICA estar sepultado o ahogado en un gran caos; estar rebasado o derrotado. Sí, no es agradable.

Olvídate del prefijo sobre y quédate con pasado, que puede interpretarse como "abundante". Nada puede derrotarnos, y decirle a tu cuerpo que está "sobrepasado" no le da un buen mensaje. Nunca pensarías en repetirte constantemente "estoy siendo derrotado", ¿o sí?

Mejor, usa colmado. "Estoy colmado de una magnífica lista de oportunidades".

Ansiedad. Es una sensación de incertidumbre, normalmente relacionada con un acontecimiento inminente o con un resultado incierto. La palabra ansiedad no dice exactamente cómo te sientes. Utilizar la palabra general de "ansiedad" nos quita el compromiso de pensar qué algo implica realmente, y enfrentarlo. En mi opinión, la ansiedad es emoción contenida. No usarla te ayudará a enfrentar el reto de descubrir "qué" hay debajo de esa situación que requiere ser reconocido y procesado.

Mejor, usa emocional o incertidumbre. Esto no es negativo, ni positivo. Simplemente es. "Me siento emocional (o tengo incertidumbre) y quiero saber por qué".

Crónico. Esta palabra significa persistir por mucho tiempo o que es recurrente. Yo estoy a favor de alinearnos con creencias que promueven lo que realmente queremos. La palabra crónico implica básicamente que el asunto o cosa no tiene un final visible. Utilizar esta palabra y adjuntar su etiqueta a tu persona no es en manera alguna alinearte con la creencia de que pasará, ¿cierto?

Mejor, usa experimentando. Esta palabra sirve perfectamente como sustituto y no indica para nada que planees aferrarte a esa situación por mucho tiempo o tenerla como algo recurrente. "Estoy experimentando este (reto)".

Debería. Esta palabra se usa para indicar una obligación, deber o forma correcta respecto de las propias acciones. Debería haber implica un error, algo que se hizo mal y alguien tiene la culpa de ello. Es más fácil ser comprensivos con nosotros mismos cuando no estamos calificando una acción como "equívoca", sino simplemente como pudo haber sido en otro caso.

Mejor, usa podría haber. Éste es un paso pequeño en la dirección correcta. Podría haber implica elección, y las elecciones siempre surgen a partir de estar en un buen lugar. Si una elección no resulta bien, podemos elegir, y volver a elegir. "Podría haber hecho esto o eso".

Mi (inserta el nombre del reto). Mientras que los adjetivos posesivos son necesarios para explicar algo, lo mejor es no reclamar como tuyo algo que no quieres que sea tuyo, como emociones, enfermedades u otros retos. Ejemplos de esto incluyen mi cáncer, mi ansiedad o mis problemas de enojo, entre otros. Esto se puede decir de manera distinta utilizando lenguaje que relaje al cuerpo, en lugar de estresarlo.

Mejor, usa palabras como él o este. Una manera de parafrasear puede ser el cáncer o este cáncer, la tristeza que siento o el enojo que estoy experimentando. Todas estas frases promueven la separación del problema o determinan su condición pasajera, implicando que está pasando a través de ti, así que no lo posees.

Estoy (inserta emoción). Hay una línea delgada entre sentir algo y ser algo. Así como sustituiste la palabra mí, estoy es otra palabra que implica propiedad de las cosas que quizá no queremos como nuestras.

Mejor, usa sentir. "Siento tristeza". "Me siento enfermo".

Una sugerencia adicional: aunque no solemos considerar estas cosas como "lenguaje", asegúrate de que tu dirección de correo electrónico, contraseñas, nombre en foros y otros distintivos no establezcan una propiedad energética de lo que no quieres. Esto incluye ser chica lyme, fatiga crónica x siempre, sobreviví en te de ansiedad, o cualquier otra cosa similar que pueda usarse en el ciberespacio. No puedes ser algo y a la vez separarte de ello.

Una manera de cambiar el patrón de utilizar el vocabulario menguante es corregirte de manera inmediata. Replantea la frase en voz alta, si te sientes cómodo con ello, pues ésta es una manera perfecta de "borrar" la energía que acabas de poner en ella. O simplemente di algo como "borrar" o "¡ay!" en tu cabeza. Eso te ayudará a enviar el mensaje de notificar a todas tus partes inconscientes de que es momento de reprogramar tu lenguaje.

Energías que debes considerar desobstruir

Otra manera de trabajar con el vocabulario menguante es buscar creencias o experiencias no procesadas que te hagan usar este lenguaje. Por ejemplo, si estás obsesionado con usar la palabra ocupado, quizá te convenga analizar creencias que tienes sobre estar "demasiado ocupado" para elegir tus necesidades, en lugar de las de los demás. ¿Qué crees que pudiera pasar si te eligieras a ti? ¿Alguien se enojaría contigo? ¿Tienes una experiencia pasada en tu historia en la que esté arraigada esta creencia?

Hablar mal de ti mismo

Imagina por un momento que nuestro cuerpo obedece cada cosa que nos decimos a nosotros mismos como si fuera una orden. No filtra ni traduce; simplemente lo toma como un hecho. Lo terrible de esto es que no tienes que imaginarlo. Con lo que te dices a ti mismo en tu interior das órdenes a tus células de que crean o hagan lo que dices, sea verbal o internamente. Asegúrate de no tener un "comité de villanos" en el cerebro dirigiendo tus pensamientos. Tenemos que darnos órdenes que complementen nuestra sanación. Las únicas órdenes que se alinean con sanar son las que nos recuerdan que vale la pena que sanemos porque somos geniales, no que somos un asco.

Después de practicar por mucho tiempo un patrón con el que te abates a ti mismo, sería casi imposible transformarte de manera instantánea en una obra de arte que se ama a sí misma, así que ve paso a pasito. En lugar de intentar pensar que todo lo que haces es maravilloso, empieza ayudándote a ser menos severo contigo mismo y aceptando tu humanidad. La meta es reírte más de ti mismo y regañarte menos.

Acepta tu humanidad

Mi enfoque para aceptar mi humanidad vino de algo que mi querida amiga Julia me dijo cuando tenía veintitantos años. Le estaba contando una historia sobre alguien en mi vida que me había hecho daño. Quería escuchar una reacción de enojo de su parte, y que ella viniera a mi rescate actuando en mi defensa. Pero lo que sucedió cambió toda mi perspectiva, y la forma en que juzgaba no sólo a otros y sus acciones sino también las propias. Casi sin pausa después de que enuncié mi última oración, me dijo con voz calmada: "Pues me parece algo muy humano". En ese momento, me rescató de mí misma, y todo lo que había juzgado antes como "bueno" o "malo", "correcto" o "incorrecto", de repente cayó en la categoría única de "ser humano". Esas palabras me ayudaron a dar los primeros pasitos hacia transformar la manera en que me trataba a mí misma. Cuando me daba cuenta de que estaba juzgando, criticando o calificando mis experiencias o a mí misma, levantaba los brazos y decía: "¡Eso fue muy humano!" Eso impidió que juzgara algo como bueno o malo, porque simplemente era verdad. ¿Cómo podía discutir con ello?

Hasta el día de hoy, utilizo las palabras de Julia en las sesiones con mis clientes. Muchas veces, ellos me dicen nerviosamente que quieren compartir conmigo algo que nunca le han dicho a alguien. Y después de que me lo dicen, respondo con calma: "Me parece algo muy humano". Reconocer al ser humano es una pequeña chispa milagrosa que da paz y alivio de manera casi inmediata. Con ello, puedo sentir que la energía cambia por completo. Y afortunadamente para ti, esas palabras siempre estarán disponibles. Pero recuerda, úsalas con frecuencia y aplícalas en todo lo que puedas.

Dilo en voz alta

Esta pequeña gema es un truco sencillo que usaba con frecuencia para evitar caer en un patrón de hablar mal de mí misma. En cuanto reconocía estar perdida en un montón de negatividad en mi cerebro, me llamaba la atención en voz alta. Porque a estas alturas, todos somos conscientes de que no debemos dejar que ese círculo gire y gane inercia, ¿cierto? Lo decía en voz alta, en un tono divertido y cariñoso: "¡Eso es mierda!" Así como así. Es una manera sencilla y tonta de hacerte responsable de cambiar ese patrón.

Recuerda, tu cuerpo siempre está escuchando. Si escucha algo por mucho tiempo, empezará a creerlo. Así fue a lo largo de todos esos años en que le dijiste cosas feas, y éste puede ser el momento para enviarle los mensajes contrarios.

Energías que debes considerar desobstruir

Mientras que usar vocabulario menguante en tu día a día es un hábito malo que se puede alterar de manera consciente, hablar mal de ti mismo puede provocar un daño mucho más profundo.

Puede convenirte despejar experiencias pasadas en las que...

Cometiste un error o tomaste una decisión por la que no puedes perdonarte. Otros te dijeron cosas negativas sobre ti.

Sentiste vergüenza de ti mismo.

Es más, quizá te aferras a creencias negativas que generan esa negatividad hacia ti mismo. Éstos son algunos ejemplos:

-Necesito castigarme.

-Ser cruel conmigo mismo me motivará a ser mejor. No debería ser perdonado por el pasado.

-Le debo a los demás ser perfecto.

Mentalidad de víctima

Éste es un patrón que de alguna manera había dominado, aunque me tomó años darme cuenta de ello. Mi patrón personal era bastante sutil, pero una vez que lo vi, ¡vaya que lo vi! Lo que te puedo decir es que este patrón puede ser una adicción para algunas personas: el patrón de culpar a las circunstancias externas, hacer el papel de "pobre y desgraciado de mí" o no aceptar responsabilidad alguna sobre las circunstancias propias de la vida. Lo difícil para identificar este patrón es que se presenta de muchas maneras distintas que no siempre son obvias.

Este patrón suele manifestarse como hablar todo el tiempo sobre una enfermedad o reto, sacarlo como tema de conversación en el que siempre acabas diciendo que has sido el afectado: los doctores te hicieron un daño, la enfermedad es injusta, una persona arruinó tu vida, tu pasado "te provocó esto", y más. Claro, es bueno compartir experiencias, pero hay una línea delgada entre compartir y ponerte en una posición de impotencia. La gente con este patrón suele percibirse como estando peor que cualquier otra persona y necesita que otros los vean de esta forma. Buscan confirmación de otros que han luchado más que sus amigos y familia. Quizá tengan la necesidad de ser un héroe, un sobreviviente, una persona que ha "vivido un infierno", pues a veces sienten que esto acrece su valor. No es vergonzoso tener un patrón de mentalidad de víctima. Es muy común, pero también es extremadamente dañino.

La enfermedad de Lyme, al ser muy controversial y poco entendida, me ofreció la oportunidad perfecta para mantener este patrón (y, posteriormente, liberarlo). No sólo hay dos tipos de médicos, cada uno profesando una verdad distinta sobre el medio de contracción, diagnóstico y tratamiento, sino que las aseguradoras no suelen pagar el tratamiento que recomiendan los médicos que se especializan en enfermedad de Lyme. Así que ahí estaba yo, no sólo de la nada me había mordido un horrible insecto, sino que además me decían que los tratamientos que mi médico recomendaba (algunos costando miles de dólares al mes) no estaban cubiertos por mi seguro. Esto me hizo sentir muy frustrada. Al principio, compartí esta injusticia con quienes me rodeaban. Advertí obsesivamente a las personas sobre las garrapatas, les hablé sobre la dificultad de obtener un diagnóstico y les compartí mis batallas con el tratamiento. Me sentía bien por tener un lugar al cual dirigir la culpa de mi miserable situación.

No obstante, conforme pasó el tiempo, me di cuenta de que esta energía no estaba haciendo más que crear más lucha interior e impotencia. Aunque quizá todas las experiencias que me habían generado esta mentalidad y comportamiento de víctima eran válidas, el hecho de que yo alimentara esa energía constantemente al incluir a otros en ella, hablar de ella e investigar sobre ella definitivamente no afectaba a la garrapata o a las aseguradoras. Yo era la afectada... por mí misma.

De repente vi las cosas con claridad. Estaba empeorando la injusticia al hacer que la enfermedad de Lyme fuera una parte de mi vida, más importante que la que debía tener. La incluí en mis pensamientos internos y en mis conversaciones externas. Dejé que la percepción de que todos y todo estaba en mi contra se apoderara de mí. Si analizas este patrón con un corazón abierto, te darás cuenta de que mientras es posible que hayas experimentado una injusticia alguna vez o incluso muchas veces, cada vez que actúas desde un lugar de energía de víctima te vuelves a victimizar. Chris Grosso, autor de Indie Spiritualist: A No Bullshit Exploration of Spirituality, ofrece una pregunta en su libro acorde con esta discusión. Él escribió: "¿Vamos a seguir en piloto automático, permitiendo que nuestros pensamientos negativos incesantes y nuestras emociones dicten nuestro bienestar mental y emocional? ¿O vamos a poseer nuestros problemas y retomar el poder?"

Desechar la mentalidad de víctima consiste en retomar el poder. Quizá no sea fácil, pero es tu trabajo, y hasta que te hagas responsable de ese trabajo no llegarás a toda tu capacidad de sanación.

Quejarte, sea abierta o sutilmente, es un patrón de víctima. Es dirigir energía hacia lo que no queremos. Necesitamos dejar de quejarnos, no porque no nos pasen cosas malas o no sean horribles ni nos acongojen, sino porque quejarnos es destructivo. ¿Qué mensaje estamos enviando a nuestro cuerpo, a cada órgano y célula, cuando nos alineamos con la idea de ser una víctima? Debemos considerar, con cada acción y cada palabra, qué mensaje nos enviamos.

Compartir mis pensamientos en torno a la energía de víctima es una conversación que tengo con muchos, muchos de mis clientes. Algunos rechazan de inmediato la idea de que participan en este tipo de energía, y yo he estado en su lugar, así que los entiendo a la perfección. Pero para quienes están listos, hacer el esfuerzo de cambiar este patrón ofrece grandes recompensas.

Compartiré contigo un ejemplo. En una sesión difícil que tuve con Maggie, con quien estuve trabajando alrededor de un mes para solucionar varios retos emocionales, le dije: "Comprendo que te sientas triste y te hayan pasado muchas cosas en la vida que desearías nunca haber experimentado, pero cargas tanta energía de víctima, que ése es el mayor bloqueo de todos". Luego le expliqué a Maggie que en cada sesión ella estaba tan concentrada en recordar cosas que no eran justas en su vida y en demostrarme que eran tan horribles y peores que los problemas de sus amigas, que estaba añadiéndoles energía y peso. Estaba mucho más interesada en culpar, que en desobstruir desequilibrios de energía. Claro, espero que los clientes compartan conmigo aquello que no está funcionando en sus vidas para ayudarlos, pero esto fue mucho más allá que compartirlo. Ni siquiera concebía cuánto hacía ella afuera de las sesiones. Con razón siempre estaba al borde del pánico.

Ni siquiera era que Maggie estuviera hablando de sus sentimientos, sino que estaba haciendo que su vida girara en torno a lo afectada, enferma y abandonaba que estaba. Maggie no se sentía feliz conmigo cuando le compartía mis observaciones, pero una vez que tuvo tiempo de pensarlo, me mandó un correo. Me explicó que nunca se había puesto a pensar que estuviera generando tanta energía de "pobre de mí" y dijo que realmente quería ayuda para solucionarlo. Entonces empezamos a concentrarnos en eso durante las sesiones, y Maggie se volvió más consciente de ello por cuenta propia. Simplemente ya no se dejaba llegar a ese punto. Su vida entera cambió cuando cambió este patrón. Su salud cambió por completo en la dirección adecuada, finalmente llegó a un estado de vida saludable para ella, dejó de atraer a amigas que le hacían daño y consiguió un trabajo increíble, todo lo cual, admitió, nunca podría haber imaginado que vendría a partir de este cambio. Pero todo se debía a que dejó de tratarse como víctima. Como Maggie, todos tenemos una opción.

Hay una pregunta sencilla que puedes hacerte para ayudarte a determinar qué elección haces: ¿Esta acción, lenguaje o comportamiento desgastará mi energía de sanación o la alimentará? Eso es todo. Nueva regla, si la va a vaciar, bórrala.

Considera hacer un pacto contigo mismo: no mantengas conversaciones (contigo o con otros) que sustenten este patrón. Simplemente rehúsate a permitirte llegar a ese punto. Más bien, cuando descubras que estás hablando de tu vida en una manera que te haga sentir impotente, siéntate en silencio e intenta descubrir por qué debes hacer esto.

¿Estás buscando apoyo y confirmación? ¿Necesitas ayuda, pero no puedes pedirla? Intenta usarlo como una oportunidad para desobstruir energía en torno a estos problemas.

Energías que debes considerar desobstruir

Con frecuencia, hay experiencias no procesadas detrás de esta mentalidad de víctima. Vale la pena identificar y despejar experiencias de tu pasado que contribuyan con esta forma de pensar.

Estos tipos de experiencias pueden incluir...

Sentiste que la gente no "pagó" por algo que te impactó. Te sentiste superado en poder y no contaba tu opinión. Sentiste que la vida no era justa contigo.

También es posible que haya creencias detrás de este patrón. Trabajar en despejar creencias que te pusieron en un sitio de impotencia te ayudará en gran medida. Éstos son algunos ejemplos:

Solamente puedo seguir adelante si quienes me lastimaron se sienten arrepentidos. Otras personas son las responsables de solucionarme/solucionar este asunto. Necesito culpar a otros para sentirme seguro.

Necesito ser recompensado por lo que he pasado. La vida no es justa conmigo.

Siempre me toca lo peor.

La gente me debe (sentido de merecimiento).

Tomar las cosas personalmente

Todos nacemos siendo hermosas obras de arte centradas en nosotros mismos. Como seres humanos, solemos concentrarnos en nosotros, y eso está bien en muchas ocasiones. Pero también puede meternos en problemas, porque tendemos a interpretar todo como algo personal. Desde nuestra perspectiva humana es fácil ver las opiniones y acciones de otros como reflejos directos de nuestras propias equivocaciones.

Solía ser la reina del síndrome de "es mi culpa". Si alguien a quien amaba o que me importaba parecía estar molesto, temía haberlo provocado de alguna manera sin darme cuenta. Si alguien parecía estar enojado conmigo, inmediatamente intentaba solucionarlo, a expensas de mi pobre y sobrecogida alma. Hasta ahora, no tengo idea de dónde salió esa actitud. De niña no me culpaban, ni me ridiculizaban, aunque ahora definitivamente puedo ver el patrón de mi madre de culparse a sí misma por las cosas.

Hasta que cumplí veinte años examiné este patrón de mi vida. La mayoría de nosotros piensa que el mundo entero gira a nuestro alrededor, y ése es un gran problema. Hacerme consciente de cómo eso me afectó, cambió mi manera de percibir todo. Hasta entonces, vivía la vida con paranoia de que otros estuvieran enojados conmigo o enojados debido a mí. Pero por primera vez, se me ocurrió que el mundo no giraba en torno a mí. Empecé a ver que cada uno de nosotros reacciona desde su espacio emocional: por el simple hecho de tener un mal día, sentir inseguridad, estar frustrado respecto a otra persona, etcétera.

Mis días de tomarme las cosas a pecho empezaron a cambiar lentamente. Cuando temía haber hecho enojar a alguien o me enojaba por cómo pensaba que me trataban, me preguntaba, normalmente entre risas: "¿Qué te hace pensar que el mundo entero gira en torno a ti?"

Hagamos un ejercicio rápido. Piensa en algo relacionado con tus interacciones personales recientes cuando alguien en tu vida parecía estar enojado o molesto. ¿Qué te hizo sentir? ¿Asumiste que habías hecho algo malo? ¿Intentaste solucionarlo de inmediato? ¿Pediste disculpas cuando la gente se portaba impaciente contigo? Si es así, quizá en tu mente pensabas que se trataba de ti. Esto puede hacer que andemos con tiento con otros y temamos ser nuestro verdadero yo. Y ya sabemos el gran impacto que eso puede tener en nosotros, ¿cierto? Por eso es un patrón muy importante en el que debemos trabajar.

Visualización de un incendio forestal

Utilizo la visualización de un incendio forestal cuando tengo problemas al tomarme las cosas de manera personal. Imagino que la persona por la que me siento afectada es un fuego en un gran bosque. En esta visualización, dibujo un círculo a mí alrededor con una vara. Luego sé que puedo estar en cualquier parte del bosque (simbólico de mi vida y mi propio campo de energía) y estar a salvo del calor y las llamas. También dejo que el fuego (simbólico de la persona involucrada en esta situación específica) esté enojado o haga lo que tenga que hacer para arder hasta apagarse o disolverse. Sin embargo, no dejo que me afecte. Es algo muy poderoso para mantenerme en calma cuando otros están molestos, sea en general o conmigo.

Con el patrón de tomarse las cosas a pecho, resulta muy útil preguntarte: "¿De dónde pudo haber venido este patrón?" En otras palabras: "¿De dónde saqué la idea de que era responsable de todos los demás y de cómo se sienten?"

Energías que debes considerar desobstruir

Algunas experiencias no procesadas de tu pasado podrían estar desempeñando un papel directo en este patrón de tomarte las cosas de manera personal. Quizá quieras pensar en experiencias en las que...

Sentiste que te echaron la culpa o que te avergonzaron. Percibiste que la felicidad de otro era tu responsabilidad.

COMO SIEMPRE, LAS CREENCIAS dañinas también pueden contribuir con este patrón. Aquí tienes unos ejemplos de creencias dañinas que debes liberar:

Algo está inherentemente mal en mí. Cuando alguien más es infeliz, es mi culpa. Siempre estoy equivocado.

Es mi responsabilidad mantener la paz.

Es mi responsabilidad solucionar las cosas por los demás. Si me rechazan, quiere decir que hay algo mal en mí.

Círculos de pensamiento negativo

Puede ser fácil quedarte atorado en un círculo de pensamiento negativo, el cual no sólo nos vuelve un poco locos, sino que además provoca reacciones estresantes en nuestro cuerpo, las cuales pueden aparecer como síntomas.

Como sabemos, los pensamientos son energía pura. La técnica de Lanzar Piedras la creé en un momento de desesperación. Se basa en "lanzar" energía del cuerpo. Es un gran transformador de patrones de pensamiento nocivo.

Hace algunos años, y sin motivo aparente, justo antes de hacer mi viaje a la infame y espiritual ciudad de Sedona, Arizona, empecé a sentir un malestar extremo. Me inundó el miedo y la incertidumbre, lo cual me hacía sentir muy incómoda conmigo misma. Le daba vueltas a pensamientos negativos a una velocidad que parecía ser más rápida que la luz.

Las personas viajan de todas partes para visitar Sedona y, específicamente, sus vórtices que se cree tienen altas concentraciones de energías promotoras de sanación. Sedona ha sido famosa desde hace cientos de años como un lugar sagrado. Mientras nos preparábamos para el viaje, usé mis mejores trucos, pero muy al estilo Amy no estaban funcionando de manera inmediata. Me funcionan extremadamente bien, pero a veces no tan rápido como quisiera. Sedona, un lugar reconocido para la sanación, resultó ser, para mí, un lugar en el que me estaba volviendo loca. Muy espiritual, ¿verdad? Estaba en un lugar en el que se decía que ocurrían milagros, y no quería salir de la habitación de mi hotel. No podía dejar de llorar.

No obstante, después de unos días, me rendí ante lo que estaba sintiendo y dejé de combatirlo con tanto ahínco. Sabía que tenía que dejar que toda esa energía fluyera. Algo dentro de mí cambió, como suele pasar cuando dejamos de luchar con tanta fuerza. Me calmé lo suficiente para disfrutar una caminata a orillas de un hermoso arroyo. Del agua sobresalían piedras de distintos tamaños. Mientras estaba sentada en una de las más grandes tomando un momento de descanso, metí las manos, aún temblorosas, en el agua para jugar con algunas de las rocas más pequeñas. Entonces pensé: "Y si pudiera

'arrojar' o 'lavar' la energía de lo que sea que me está atacando y dejarla ir por el arroyo"

Por cada roca que levantaba, cerraba los ojos y me imaginaba transfiriendo un pensamiento, sentimiento o emoción en ella. En silencio, le decía a la roca que, por favor, "se llevara esa energía" de cada cosa: miedo de lo que estaba pasando, enojo, incertidumbre, náuseas, el sentimiento de "no estar suficientemente bien para solucionarlo", entre otras. Luego lanzaba la roca al agua, observando cómo se alejaba hasta perderse de mi vista. Una por una, asigné a cada roca una energía que no quería en mí; luego de lanzarlas sentí que mi energía regresaba a su estado de equilibrio. Energéticamente, estaba transfiriendo los sentimientos, pensamientos y emociones a esas rocas para que se los llevara y lavara. Sentí un gran alivio a partir de este proceso, y tú también puedes sentirlo.

Lanzamiento de piedras

Es fácil hacer esto y no tienes que usar rocas. Puedes usar granos de café, piedritas, bolas de nieve o cualquier otra cosa que no haga daño a la tierra si la lanzas en un cuerpo de agua.

Cuando tengas un buen montoncito, tómalos de uno en uno, asignado a cada uno un pensamiento o emoción que quieras liberar. Simplemente concéntrate en infundir ese pensamiento o emoción a la piedra o al objeto. Tómate tu tiempo, pero cuando estés listo, lanza el objeto al agua con tanta fuerza como desees, y libera todo lo que esté asociado con ello.

Ésta ya se había convertido en una de mis técnicas favoritas cuando leí un artículo sobre un concepto similar. En un estudio de la Universidad Estatal de Ohio, 1 los investigadores descubrieron que cuando la gente escribía sus pensamientos en un trozo de papel y luego tiraban el papel a la basura, mentalmente se deshacían también de esos pensamientos.

Creo que esto funciona como una técnica de energía porque estamos indicando a la mente subconsciente que debe liberar la energía de ese pensamiento o emoción. Así que tira todo lo que desees. Lo más que puedes perder es energía que de todas maneras no necesitabas.

Energías que debes considerar desobstruir

Los círculos de pensamiento negativo surgen a partir de una creencia o experiencia no procesada que no dejamos ir. Con el fin de liberarla, resulta útil prestar atención a los pensamientos y encontrar su fuente. ¿A qué le estás dando vueltas? ¿Es una experiencia que se puede despejar? ¿Es algo que crees crea negatividad? Profundizar en estos pensamientos puede producir cambios grandes y positivos.

Método de 3 corazones

Has aprendido cuatro técnicas principales hasta este momento: el test y golpeteo del timo, la Técnica de Liberación Emocional, el barrido y el golpeteo de chakras. Como mencioné antes, estas técnicas pueden usarse para ayudarte a liberar los diversos patrones emocionales nocivos, aprendidos en este capítulo. El Método de 3 corazones es otra técnica que considero muy importante. Es la quinta (y última) técnica principal que aprenderás.

Aprendí el Método de 3 corazones a través de una guía superior en un momento de dificultad. Una noche estaba recostada en un sillón, con la cabeza colgando del mueble (una pose usual para mí), y de manera espontánea empecé a trazar, con las manos, tres corazones de cabeza sobre mi rostro. Parecía casi involuntario. No tenía idea de qué estaba haciendo, pero sentía energéticamente que estaba haciendo algo.

Empecé a explicar y a usar esta nueva técnica, y probó ser extremadamente poderosa para liberar energía emocional guardada y asociada con esos incesantes pensamientos negativos. Mientras el procesamiento emocional se da en el cerebro, la expresión de la emoción está limitada primordialmente a la cara. Los movimientos musculares que se dan bajo la piel provocan expresiones. Ciertas expresiones faciales asocian con emociones específicas. Y las emociones, como sabemos, simplemente son energía. Debido a que nuestras células y músculos tienen "memoria", es lógico que parte de la energía que causa pensamientos negativos fácilmente se puede quedar guardada en el lugar de la expresión.

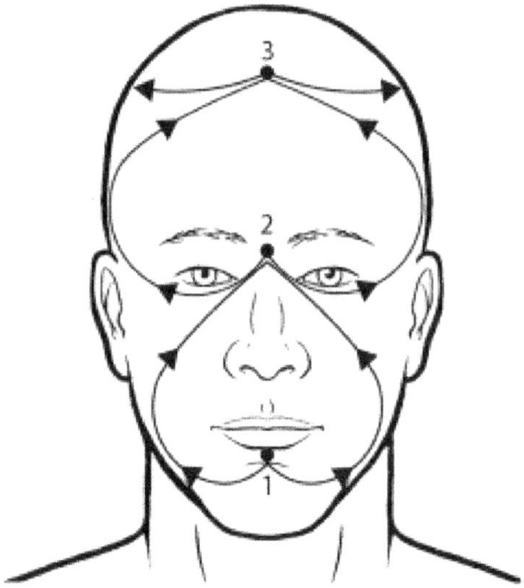

Método de 3 corazones

La figura del corazón, simbólica del amor, tiene una vibración altamente curativa. Cuando dibujamos líneas alrededor de los ojos y la boca trabajamos sobre las áreas más emocionalmente expresivas de la cara. Esencialmente estamos "borrando" o "dibujando sobre" cualesquiera que sean los pensamientos negativos, utilizando amor. Es indispensable que los corazones se dibujen de cabeza, de tal manera que la "punta" siempre dirija la vieja energía lejos del cuerpo. En la secuencia del tercer corazón, específicamente dibujamos alrededor de la cabeza donde se procesan las emociones y acabamos la secuencia en la parte posterior de la cabeza. Aquí, de nuevo, la dirección de la punta es crucial porque enviamos esa energía detrás de nosotros, lo cual simboliza avanzar y dejar atrás esas experiencias y las emociones relacionadas. Es ahí, en el cuerpo energético, donde se guardan de manera saludable los recuerdos y pensamientos, incluso los negativos.

Con el fin de demostrar esta técnica, te la explicaré utilizando como ejemplo el círculo de pensamientos negativos. Luego, te daré consejos para usar el Método de 3 corazones para desobstruir otras energías, tales como experiencias no procesadas y creencias dañinas.

Paso 1: califica tu intensidad. Cierra los ojos y concéntrate en los pensamientos negativos. En una escala del 0-10, date una calificación para determinar qué tan intensa la sientes, siendo 10 la más alta. Si puedes ubicar dónde la "sientes" en tu cuerpo, también toma nota de ello. No importa en qué punto estés, simplemente vale la pena tener una idea de tu punto de inicio para medir tu progreso conforme desobstruyes energía.

Si tienes muchos pensamientos negativos y no son sólo sobre un tema, puedes dejar que recorran tu mente o concentrarte en ellos de uno en uno y realizar este proceso para cada patrón de pensamiento. Quizá quieras intentarlo de ambas formas para ver qué te funciona mejor.

Pasó 2: dibuja los corazones. Como se muestra en la ilustración del Método de 3 corazones, mantén los ojos cerrados y concéntrate en los pensamientos negativos conforme dibujas, con presión media, tres corazones de cabeza en tu rostro. Usa ambas manos. Haz el mismo movimiento de cada lado de tu cara de forma simultánea.

Al dibujar los tres corazones de forma continua (equivale a una "serie"), repite el trazo hasta completar cuatro series, o dibujar un total de 12 corazones. No tengo una explicación lógica para decirte por qué hay que dibujar 12 corazones, pero después de hacer muchos test musculares, ¡descubrí que es el número mágico!

Para hacer el primer corazón, empieza apoyando todas las puntas de tus dedos en la base de tu labio inferior. Arrastra los dedos hacia abajo por tu mentón, alrededor de él y hacia arriba de tu quijada, acabando en el segundo punto: el puente de la nariz. Para el segundo corazón, empieza en el puente de la nariz, baja rodeando los ojos y sube hacia el centro de tu frente, donde empieza la línea del cabello. Para hacer el último corazón, haz un movimiento similar bajando por la frente y luego subiendo por ambos lados de tu cabeza, pasando por tus sienes, hasta acabar en punta en la parte posterior de tu cabeza. Los tres corazones se deben dibujar de manera consecutiva en un movimiento fluido.

Realmente debes pensar en el asunto que quieres desobstruir. Deja que surja toda la emoción y analiza el problema en tu mente, pensando en los detalles de la experiencia.

Paso 3: analiza tus resultados. Haz una pausa, abre los ojos y respira profundamente.

Cierra los ojos y analiza qué tan fuertes son los pensamientos negativos ahora. ¿Te molestan menos? ¿Sientes menos apego a ellos? Vuelve a calificar tus pensamientos del 0-10 para medir su intensidad.

Paso 4: sigue. Repite el proceso durante varios minutos más. Puedes continuar tanto como desees, descansando tras varias rondas y asegurándote de respirar profundamente y de dar tiempo a tu cuerpo para procesar la energía.

Con los círculos de pensamiento negativo suele requerirse bastante tiempo para notar un cambio. Quizá quieras seguir con tu día y ver cómo te sientes al respecto. Al hablar de círculos de pensamiento negativo, suelo preguntarme si se logra algo para la desobstrucción, pero luego me doy cuenta de que me ayuda mucho.

Aunque esta técnica puede parecer muy simple (¡sí, he recibido esa queja!), es extremadamente efectiva. Que no te angustie que sea "muy fácil de hacer". Es una buena práctica para permitir que la vida sea fácil.

Tip: recuerda que la mayoría de los patrones emocionales están relacionados con creencias dañinas o experiencias no procesadas. Por ejemplo, si no puedes dejar de pensar en esa cosa cruel que te dijo tu jefe la semana pasada, te convendría trabajar en esa experiencia o en experiencias previas. Quizá también te convenga identificar y despejar una creencia que genere ese desencadenamiento, tal como: "No valgo nada en el trabajo". Además de usar técnicas que ya sabes que sirven para trabajar experiencias no procesadas (TLE) y creencias (golpeteo de chakras), puedes explorar utilizando el Método de 3 corazones para liberarlas.

Para usar el Método de 3 corazones para experiencias no procesadas, simplemente modifica los pasos 1 y 2 para concentrarte en una experiencia no procesada, en lugar de un pensamiento negativo específico. Intenta usar la analogía de la cápsula de cristal de la que hablamos antes, asegurándote de concentrarte en todos los detalles (imágenes, sonidos, olores) relacionados con esa experiencia.

Para usar el Método de 3 corazones para creencias, usa un proceso similar al del golpeteo de chakras, pero en lugar de golpetear en los puntos de los chakras, dibuja los tres corazones. Recuerda preguntar a través del test muscular, como harías al despejar cualquier creencia, si necesitas regresar y descubrir una experiencia no procesada con la que debas trabajar primero. Si no, al dibujar los corazones puedes usar claves verbales como las usadas para el golpeteo de chakras, o puedes simplemente concentrarte en la creencia en sí misma sin decir nada. De nuevo, aprópiate de este método.

A continuación, hablaremos de un importante elemento transformador: el enfrentamiento del miedo.

Capítulo 10

Enfréntate al miedo

Cada uno de nosotros debemos confrontar nuestros propios miedos, debemos estar cara a cara con ellos. Cómo manejemos nuestros miedos determinará a dónde podremos llegar el resto de nuestras vidas.

—JUDY BLUME, TIGER EYES

Cuando la gente me pregunta, como suele, si tuviera que elegir una cosa que contribuya más que nada a las enfermedades, inmediatamente respondo que el miedo. El miedo no es malo, pero lo hemos aprendido a usar de todas las maneras erróneas. No hay nada en nuestra experiencia que esté presente de manera más constante y destructiva que el miedo, una energía que se opone directamente al bienestar. Casi cada reto, en su origen, puede ser rastreado hasta miedo, al no estar a salvo en este mundo (física o emocionalmente).

En este capítulo aprenderás exactamente qué es el miedo, qué lo causa y cómo se presenta en nuestras vidas. Luego compartiré contigo las dos partes que debes abordar para liberarte por completo del miedo.

Despejar experiencias no procesadas y creencias que causan miedo. Para cada ejemplo de cómo puede estarse manifestando el miedo en tu vida, te daré ideas sobre cómo desobstruirlas.

Utilizar técnicas para reprogramar la respuesta de miedo en tu cuerpo. Hacia el final del capítulo, aprenderás varias herramientas maravillosas para hacerlo.

Qué es el miedo

Creo que el miedo es un denominador común, hasta cierto punto, de toda enfermedad. El miedo es, quizá, la energía más practicada en nuestras vidas, desde que somos niños y nuestros padres bien intencionados nos recuerdan que debemos ser cuidadosos, nos dicen que no hablemos con extraños y nos convencen de que los Reyes Magos no nos traerán juguetes si nos portamos mal. A veces incluso heredamos el miedo de nuestros padres. Vivimos en un mundo de "alimentadores de miedo": los medios de comunicación, los seres queridos bien intencionados, la gente que admiramos como médicos y abogados, y la lista sigue. En cada espacio de nuestras vidas estamos bombardeados por el mensaje de que necesitamos del miedo.

Lo interesante es que entre más energía de miedo liberas, más claramente verás que gobierna a los que te rodean. Hacerte menos miedoso quizá incluso provoque miedo en otros porque es muy contradictorio con lo que hemos practicado toda nuestra vida. De hecho, solemos tomar decisiones a partir del miedo. Si te tomas un minuto para pensar en todas tus acciones y decisiones basadas en el miedo, quizá no tardes en ver cuánto de tu vida está determinado por él. Esto incluye aceptar un trabajo porque tememos no conseguir uno mejor, escuchar a un médico solamente porque tememos no hacerlo, no decir nuestra verdad porque tememos perder a un ser querido, y más. El miedo puede aparecer de la manera más agresiva respecto a cuestiones de supervivencia: relaciones, dinero y salud.

En muchos casos, excepto en situaciones de peligro real, el miedo simplemente es energía sin mérito. Es un sistema indicador de disfunciones comunes. El miedo, en su forma más cruda, es una respuesta en el cuerpo que surge a partir de sentirse profundamente inseguro en el mundo. Esta respuesta está conectada con el patrón de pelear, huir o quedarse helado, gobernado por el meridiano de triple calentador (es decir, tu "guardián" interior). Hablamos sobre esto en el capítulo 2.

Qué provoca el miedo

No importa cómo se manifieste el miedo en tu vida, usualmente hay dos razones por las que se queda.

Primero, tu cuerpo conserva cierto tipo de razón para justificar la respuesta de miedo. Esto quiere decir que hay "evidencia" en forma de creencias dañinas y experiencias no procesadas.

Segundo, el miedo es un patrón de energía. Probablemente por cierto tiempo ha desempeñado un papel en tu sistema. Así que la respuesta de miedo en sí misma puede estar en piloto automático. Saber qué lo provoca nos ayudará a desobstruir lentamente este patrón. Cuando sigues despejando experiencias no procesadas y creencias dañinas que te causan miedo haces parte de este trabajo. Estás despejando la raíz o "evidencia" del miedo. Pero también necesitas técnicas para cambiar ese patrón de energía.

Conforme se desarrolle el patrón de miedo, aprenderás a hacer cosas específicas para reentrenarlo o redirigirlo. Deberás trabajar como un amigo aliado del meridiano de triple calentador para lograrlo, siendo paciente y amable.

Tenemos que encontrar la manera de atravesar el miedo si queremos tener vidas enriquecedoras. Es algo que definitivamente resulta esencial desobstruir para poner a nuestros cuerpos en un estado de relajación.

Formas comunes en las que aparece el miedo

Quizá pienses: "No soy una persona miedosa". Pero el miedo es mucho más que estar asustado. Al determinar las maneras específicas en que el miedo puede presentarse en tu vida, espero que descubras lo importante que es trabajar con amor sobre esto.

Simplemente sígueme. Analicemos tu cerebro y veamos si se activa con alguno de estos miedos comunes. Luego trabaja en liberarlos.

Miedo a ser quien verdaderamente eres

YA HABLAMOS MUCHO DE esto, pero creo es importante reiterarlo. Nuestros miedos más profundos se relacionan con quien realmente somos. Y éstos están íntimamente conectados con el miedo central con el que empezamos esta discusión: el miedo a no estar seguro en este mundo (física o emocionalmente). El miedo a ser quien realmente somos se reduce a estas preguntas: Si soy quien realmente soy, ¿no estaré seguro? Si soy quien realmente soy, ¿no seré amado?

En muchos de los ejercicios y prácticas de este libro, sea al despejar experiencias no procesadas, creencias dañinas u otras energías, desobstruiste de manera simultánea energía relacionada con el miedo. Simplemente sé consciente de cuando surjan desencadenantes, raíces y energías relacionadas con él, y hazte a la idea de que es momento de seguir adelante sin él.

Miedo a no tener el control de tu vida

En mis últimas semanas en India aprendí más sobre mí misma, me hice dolorosamente consciente de mi miedo a confiar en el flujo de la vida. Este país que me acogió tan hermosamente con amor y me ofrecía la oportunidad de tener una nueva vida, también me empujó a los límites de mi cordura.

La temperatura del agua en las regaderas era templada, como máximo. Las calles eran como tornados de polvo agitándose entre el gentío que se pegaba entre sí a causa del calor y la humedad. Los perros ladraban toda la noche y la gente tocaba el claxon sin cesar. Las barreras culturales y lingüísticas generaban una sensación de aislamiento nunca experimentado. Había una rata viviendo en mi habitación en el hospital. Y la mayor parte del tiempo sentía que moría lentamente y no había manera de saber si el tratamiento me estaba matando o curando.

Llegué a ese país que se rige por el caos y la incertidumbre lista para controlar y manipular mi vida como si fuera un chicle que quisiera escupir. India, como al final reconocí, no era el lugar adecuado para hacerme cargo. Pero lo intenté.

El miedo de no tener el control de mi vida surge a partir de la preocupación de que las cosas no están bien, a menos que sucedan exactamente como queremos o necesitamos y/o como una energía de falta de "algo", por ejemplo, sentir que no tenemos suficiente dinero, apoyo, amor, seguridad o lo que sea, así que debemos tomar todo en nuestras manos para estar bien. Pero ¿qué pasa si dejamos nuestros hermosos egos humanos a un lado por un minuto y consideramos que todo podría resultar bien? ¿Que el universo, Dios o cualquier fuente superior con la que resonemos podría tener un plan para ayudarnos si se lo permitimos? Noté un gran cambio en mi ser cuando finalmente dejé de temerle a la vida. Aprendí a confiar en que si iba a estar alineada con algo, y estaba destinado a ser, me encontraría de cientos de diferentes maneras.

Vivir con miedo a no tener el control es como intentar remar en una canoa contra corriente, en lugar de dejar que la corriente te ayude a fluir sin esfuerzo por el río. El río va adonde tenga que ir y te lleva gratis, pero quieres hacerlo a tu manera, ¿cierto? Quieres controlar tu avance. Puedes encontrar un millón de cosas para no sentirte seguro con ello. ¿Cuánto tiempo podrás mantener esto? Y ¿qué pasa si la gran olla de oro hacia la que avanzas está en la otra dirección? Solamente tienes que... soltar... los... remos. Tu cuerpo te lo agradecerá.

Aprende, en lo más profundo de tu ser, que puedes manejar lo que sea que se te presente. Puedes sobrevivir. Puedes sobrevivir. Puedes sobrevivir. Puedes sobrevivir. Puedes soltar los remos y estar bien. Intentar controlar y manipular las circunstancias de tu vida para obligarte a tener una sensación de seguridad solamente te funcionará por un tiempo. Aprender que puedes estar bien, sin importar qué creará una sensación verdadera y duradera de seguridad.

Cuando te sientas atorado en algo, pregúntate: "¿Es porque estoy enfocado en hacerlo como creo que debe ser, en lugar de fluir con lo que realmente es?"

Siempre digo: Cuando fluyes, sabes. En otras palabras, si las cosas parecen demasiado difíciles, quizá vas contra la corriente de la vida, y el miedo a no tener el control quizá sabotea tus remos. Es tu decisión, ¿vas a pelear o a fluir?

Energías que debes considerar desobstruir

Éstos son ejemplos de energías (sobre las que ya aprendimos) que quizá estén relacionadas con el miedo a no tener el control.

Experiencias no procesadas:

-Cuando te relajaste y algo malo sucedió. Cuando alguien te culpó porque algo salió mal.

-Cuando desilusionaste a alguien y esa persona te hizo pagar por ello.

> -Cuando no tenías suficiente comida, dinero, amor o seguridad (controlar todo puede parecer una buena manera de evitar que eso vuelva a suceder).

Creencias dañinas:

Solamente estoy a salvo cuando tengo el control. Tener dinero es la única manera de tener el control. No hay suficiente para salir adelante.

Necesito entender las cosas para estar bien con como son. Puedo evitar que sucedan cosas malas.

No puedo lidiar con las cosas malas.

Miedo a dejar a otros ser quienes son o como son

Intentar controlar las vidas de otras personas también trae tanta, o incluso más, infelicidad que intentar controlar la tuya. Puedes alegar e intentar justificar esto de la manera en que quieras, pero nunca, jamás, resulta bien. Simplemente no es tu responsabilidad ni tienes derecho de cambiar a otros.

Aquí hay algunos ejemplos de cómo intentamos cambiar a otros:

-Ayudar a otros cuando no quieren ayuda.

-Ayudar a otros para sentirte bien contigo mismo.

-Ayudar a otros a costa de tu propio bienestar (tener "ayuditas obsesiva").

-Necesitar algo de otros (perdón, reconocimiento o validación) para tener paz interior.

-Necesitar que otros se comporten de determinada manera para relajarte o ser feliz.

Si cualquiera de estos casos te parece familiar, estás drenando tu propia energía. No puedes atravesarte en el camino de otro por ningún motivo. Si somos completamente honestos con nosotros mismos, solemos descubrir que los miedos provocan nuestra necesidad de controlar a otros. Y estos miedos evitan que avancemos. Quizá temamos que se equivoquen y entonces tengamos que corregir lo que arruinaron. Quizá temamos que si alguien no valida o se responsabiliza de habernos lastimado, significa que es nuestra culpa. Quizá temamos no obtener lo que necesitamos de otra persona y acabaremos siendo lastimados. Quizá temamos que otros acaben lastimándose a sí mismos de una forma innecesaria. Todas estas cosas son comprensibles, pero no son sanas.

Cuando la gente te amé, lo hará de la manera que sepa hacerlo. Puedes concentrarte en lo que no hacen o en cómo no están siendo, lo cual hace que tu vida sea incómoda. Quizá sientas que no te dan suficiente apoyo o que no son suficientemente compasivos o siempre dicen lo que no deben. Pero el hecho es que tú no decides eso. Todos tenemos la capacidad de amar, pero nuestra capacidad y voluntad de hacerlo es única. Para liberarte verdaderamente, necesitas dejar de exigir que la gente se comporte de la manera en que crees que podrían o deberían. Definitivamente puedes y debes alejarte de cualquier relación que no sea saludable para ti, pero intentar cambiar a otra persona es una mala estrategia.

De niña, había en casa de mis padres una silla antigua color rojo que rechinaba, del tamaño de una muñeca. La pintura estaba levantada, y se podía ver la madera vieja y desgastada. A mi mamá le encantaba todo aquello que tuviera la apariencia de haber quedado fuera de uso desde hacía años, y a pesar de que la molestábamos mucho por la silla, la llevaba con nosotros en cada mudanza, incluso después de haber crecido.

Un día, mientras luchaba no sólo por mi débil salud sino a causa de una difícil relación personal, mi papá acercó la vieja silla adonde yo estaba sentada. Ya era una mujer adulta. Puso la silla frente a mí y preguntó: "¿Qué es esto?"

"Una tonta silla roja", respondí.

Asintió. "Ahora intenta convertirla en una silla grande y azul." "¡Papá!", rogué. "Eso no es posible."

"Inténtalo con más fuerza. Vuélvela azul." "Papá, por favor..."

Insistió. "Que te importe más. Haz más. Resuélvelo." "¡No puedo! ¡No puedo!", grité al final.

Se sentó junto a la silla. "Exacto, cariño. No puedes. Es una pequeña silla roja. No importa cuánto desees que sea azul o grande y fuerte. Solamente tiene la capacidad de ser una pequeña silla roja, y nada de lo que hagas podrá cambiarlo."

La gente es como esa silla. Desde que recibí la lección de la silla roja, cada vez que me enfrento a una situación en mi vida que me frustra o me hace perder mi sentido de equilibrio, reviso si estoy intentando convertir una silla roja en azul. ¿Y qué crees? Siempre es así.

Debes permitir que las personas sean quienes son, no por ellas, sino por el bien de tu alma que no puede sostener la carga de controlar a otro ser. Quizá no sean quienes quieres que sean y tal vez incluso sean unos patanes. Pero la gente puede ser insoportable y aun así tú puedes estar bien con ello.

Comunícate con el yo superior de los demás

Cuando me siento frustrada por querer convertir la silla roja en azul, simplemente uso algo que mi amigo Scott me enseñó. Me siento en silencio y "envío" mi mensaje al yo superior de esa persona, el cual quizá esté más dispuesto a recibirlo. ¿Puedes pensar en alguien que simplemente no te escuche o con quien te sea imposible comunicarte? Siéntate en silencio con los ojos cerrados, imaginando a la persona y estableciendo la intención de que el ser superior de esa persona o su ser interior recibirá tu mensaje. Luego, simplemente di en voz alta lo que necesites decir.

Con esta práctica, suelo sentir alivio inmediato. Quizá sientas, como yo, que la energía se libera de ti y puedes avanzar, libre de "necesitar" llegarle a esa persona. La gente puede cambiar y lo hará, sin duda. Pero hay peligro cuando necesitamos o esperamos que lo hagan otras personas, simplemente por nuestra propia paz interior. Louise Hay dice algo que realmente explica este punto: dejo ir toda expectativa. La gente, los lugares y las cosas son libres de ser ellos mismos, y yo soy libre de ser yo.

Energías que debes considerar desobstruir

Por miedo a dejar que otros sean quienes son y como son, es importante analizar experiencias y creencias con las que hayas batallado debido a alguien más. Aquí tienes unos ejemplos.

Experiencias no procesadas:

Cuando el comportamiento de otra persona te hizo sentir inseguro. Cuando otra persona, por ser quien es, te lastimó (sin querer).

Cuando alguien más se rehusó a escuchar tu versión de las cosas y te sentiste rechazado.

Creencias dañinas:

Solamente me siento seguro cuando estoy controlado por otros. Es mi responsabilidad hacer que otros se sientan necesitados. Tengo que cambiar a otros para sentirme seguro.

Miedo al dolor y al sufrimiento

A nadie le gusta experimentar dolor y sufrimiento. De hecho, pasamos gran parte de nuestras vidas intentando evitarlo. Pero creer que el sufrimiento es malo, causará muchos más estragos en tu vida, que experimentarlo. El sufrimiento se siente mal mientras sucede, y debido a ello luchamos contra él como si fuera una plaga. Pero el sufrimiento también tiene un punto positivo que nunca recibe el crédito que merece: nos ayuda a crecer y a llegar a otro sitio en la vida. Seamos honestos, si no fuese por el sufrimiento, nunca haríamos una pausa en nuestras ajetreadas vidas para expandirnos en formas que nos hacen mejores personas.

Sufrir puede ser un escalón fenomenal para estar en un sitio mejor, física, emocional o espiritualmente. Las relaciones fallidas nos ayudan a conseguir relaciones exitosas; las enfermedades nos ayudan a examinar quiénes somos en realidad y qué importa, cuando quizá, si fuera distinto, no nos daríamos cuenta; la tristeza nos recuerda que somos humanos y podemos sobrevivir después de una pérdida inevitable, y la lista sigue. Evitar el sufrimiento no hace más que prolongar el sufrimiento.

Gran parte de la lucha innecesaria en nuestras vidas surge no sólo a partir de evitar nuestro propio dolor, sino al evitarlo o cargar el de otros. El dolor es parte de la vida, y está bien que así sea. Evitarlo o intentar solucionar el sufrimiento de otra persona, en lugar de simplemente estar presente para enfrentarlo, es un patrón emocional dañino.

Algunos ejemplos de cómo el miedo al sufrimiento se puede manifestar incluyen sentirte responsable por los sentimientos de otras personas, sentir que tienes la responsabilidad de asegurarte de que las vidas de otras personas están yendo bien, evitar emociones difíciles, permitirte distraerte de tu propio cuidado, pensar que sabes más que otros y sentir que tienes que salvar a las personas de su dolor y sus errores.

Es importante recordar que los otros son capaces de trabajar a través de su sufrimiento, igual que tú. Es una parte necesaria y benéfica de la vida. Cuando sobreprotegemos a otra persona, desgastamos nuestra energía y le robamos a esa persona todo el bien que le puede hacer vivir completamente su experiencia.

Tenemos una obligación en la vida no sólo de llamarnos hacia nuestra propia grandeza, sino también de llamar a otros. A veces eso sucede a partir de experiencias dolorosas que son una parte normal de la vida. Retener a nuestro verdadero yo es el mayor acto de traición que podemos provocar. Genera estrés en nuestros cuerpos físicos y no ayudamos a quienes intentamos salvar.

Este concepto me resultó evidente mientras vivía en Delhi. Cuando me encontraba demasiado enferma para salir del hospital, me sentaba frente a una puerta de cristal de piso a techo que había en el edificio. Durante semanas, observé a un hombre con una discapacidad en sus piernas que pasaba frente al hospital. Usaba sus brazos para moverse, empujándose con los puños apoyados en el piso, arrastrándose sobre el pavimento y la tierra. Sus pantalones estaban completamente desgarrados y sus manos hinchadas y cortadas.

Me hundí en mi silla preguntándome cómo había acabado en ese estado y hacia dónde iba. Finalmente pregunté a uno de los médicos por qué el hombre no tenía una silla de ruedas. "Porque cuesta mucho dinero, señora. Aproximadamente cuesta setenta y cinco dólares".

"Dios mío, ese hombre estaba sufriendo por algo que setenta y cinco dólares podían solucionar", pensé. Decidí que le compraría una silla de ruedas. Pedí al médico que saliera y le dijera sobre Operación Silla de Ruedas, pues yo estaba segura de que no hablaba inglés, mientras yo sabía poco hindi. El doctor bajó rápidamente las escaleras y se puso en cuclillas frente al hombre mientras yo observaba con ilusión.

Después de una rápida conversación, el doctor regresó al edificio y dijo: "Se lo agradece, pero rechaza tu ofrecimiento de una silla de ruedas". Me sentí sorprendida. Explicó que el hombre había preguntado qué estaba mal con su condición. "Está bien así, señora. Ésta es su vida y es feliz".

Se me hizo un hoyo en el estómago y sentí que todo mi ego occidental se desmoronaba y se caía en pedazos. Desde su punto de vista, no había nada de malo en el hombre, solamente lo había desde mi punto de vista.

Aunque la caridad es obviamente algo muy positivo, esta situación se dio a partir de mi propia necesidad de sentirme mejor respecto de la vida de ese hombre, la cual a él no le molestaba, según descubrí. A partir de ese día, redirigí mi enfoque de intentar salvar a otros y a mí misma del sufrimiento a sentirme cómoda con el sufrimiento como parte de la vida. Esto me ayudó mucho, y estoy segura de que esta historia también podría ayudarte.

Energías que debes considerar despejar

Nuestras creencias sobre el dolor y el sufrimiento surgen a partir de cómo se sienten nuestros padres respecto del mismo. También solemos entender el sufrimiento a partir de nuestra educación religiosa. Aquí unas ideas sobre lo que debes desobstruir en relación con los miedos y el sufrimiento.

Experiencias no procesadas:

Ocasiones en que sentiste impotencia mientras alguien a quien amabas sufría. Ocasiones en que sufriste y te sentiste atrapado en el sufrimiento.

Ocasiones en que alguien cercano a ti te hizo sentir que merecías sufrir. Ocasiones en que creíste que sufrir era un castigo de algo malo que hiciste. Ocasiones en que alguien a quien amabas (quizá un padre) evitó sus sentimientos difíciles o te distrajo de los tuyos.

Creencias dañinas:

Es mi responsabilidad librar a otros.

Los otros no pueden manejar el dolor como yo. Nadie debería sufrir.

Alguien tiene que sufrir, así que quizá deba ser yo. El sufrimiento es malo.

Moriré si sufro.

Miedo a no ser perfecto o suficientemente bueno

Mis clientes que experimentan síntomas emocionales y físicos más intensos son quienes más se reprochan a sí mismos, normalmente por no ser "perfectos" o suficientemente buenos (lo cual significa que han establecido un nivel de perfección con el que tienen que cumplir para ser suficientemente buenos). Es lo mismo. Normalmente la idea de ser perfecto (suficientemente bueno) es igual a ser amado. Percibimos que necesitamos ser perfectos para ser amados. Imagina el miedo a no ser perfecto como mamá de los patitos: el líder. Los miedos adicionales de ser juzgado y rechazado son como los pequeños patitos que van detrás. ¡Todos se pegan uno al otro como con pegamento!

El miedo a no ser perfecto puede surgir a partir de tus propias expectativas o porque internalizas las expectativas de otros. No importa dónde se originó ese patrón, pero sí importa que dediquemos tanto tiempo y energía como se requiera para cambiarlo. No podemos ser nosotros mismos, abrazarnos a nosotros mismos y amarnos a nosotros mismos cuando estamos dominados por este miedo. Estos dos sentimientos simplemente no pueden coexistir. Debemos aprender a ser menos severos con nosotros mismos para ser felices y estar sanos. Y esto es, en gran parte, nuestra meta.

¿Qué sucede si tememos a nuestras imperfecciones tanto que continuamente nos reprendemos por ellas? La investigación del doctor Masaru Emoto demuestra lo que le sucede a las moléculas de agua (como las que conforman gran porcentaje de tu cuerpo) cuando están expuestas a la negatividad por cierto tiempo. Incluso el simple ejercicio de escribir palabras negativas en un papel y pegarlas en botellas de agua tuvo un impacto negativo significativo en la estructura de las moléculas. ¿Qué pasa si esa energía de autocrítica está presente dentro de ti de manera constante? Si nuestras mentes son nuestros líderes, ¿cómo esperar que surja algo bueno del líder que constantemente se juzga a sí mismo por no ser perfecto? ¿O un líder que acepta las críticas de otros como una verdad? Exacto. No podemos. Debemos amarnos a nosotros mismos y asegurarnos de que nuestros cuerpos se sientan amados, a pesar de todas nuestras imperfecciones, con el fin de invocar un cambio positivo. No tenemos que ser perfectos en ello tampoco, pero sí ser mejor de lo que podemos ser.

Se cree que la frecuencia energética del amor es la más alta que existe. Practicar el amor a nosotros mismos, a pesar de nuestras "imperfecciones", tiene sentido para nuestro bienestar general. Y, hasta donde sé, es imposible recibir demasiado amor, así que es un enfoque bastante seguro.

Amarte a ti mismo es simplemente tratarte como ser humano: ser capaz de reírte de ti mismo, encogerte de hombros cuando te equivocas, darte un descanso y darte cuenta de que estás perfectamente bien siendo como eres. Pero para lograrlo, debes olvidarte de la gran suposición de que deberías, o incluso podrías, ser perfecto. Y debes olvidarte de la necesidad de que otros te vean como perfecto.

Amarnos surge desde dentro de nosotros de manera natural, aunque a veces sea lentamente, como una cacerola que parece que nunca hervirá. Al principio no hay nada, pero luego aparece la primera burbuja. Solamente se necesita de la primera burbuja. Y conforme nos sentimos mejor en ese sitio, nos hacemos menos temerosos de no alcanzar los ideales perfeccionistas a los que dimos tanto valor antes. Luchamos únicamente por ser nosotros mismos, incluso si nos da miedo que a otros no les guste.

Debemos permitirnos ser humanos, llenos de imperfecciones, y abrazarnos de esa manera. Despejar experiencias no procesadas y creencias dañinas nos ayudará a lograrlo con más facilidad.

Energías que debes considerar desobstruir

Explorar y despejar "evidencia" que alimenta este miedo de no ser perfecto es una muy buena manera de empezar. Aquí tienes unas ideas para reflexionar.

Experiencias no procesadas:

-Ocasiones en las que alguien te hizo enojar por cometer un error.

-Ocasiones en las que percibiste que tu valor estaba atado a ser una "buena chica" o un "buen chico".

> -Ocasiones en las que alguien te castigó por no hacer algo a su manera. Ocasiones en las que te sentiste juzgado o rechazado por expresarte.

Creencias dañinas:

Me pasarán cosas malas si no soy perfecto. A nadie le gustará mi verdadero yo.

No tengo nada que ofrecer si soy imperfecto.

Necesito ser perfecto o seré rechazado.

Necesito ser un

(Padre, esposo, empleado, etcétera) perfecto para ser amado/digno de ser amado.

Perderé mi identidad si no soy la persona "perfecta" que la gente cree que soy.

Reacciones ambientales basadas en miedo

Así como puedes reaccionar a la comida y a otras sustancias (las alergias son un buen ejemplo), tu cuerpo puede tener una reacción basada en miedo a casi cualquier cosa en tu entorno. Esto incluye alimentos, sustancias, personas, lugares y cosas. Esta reacción surge a partir de que tu cuerpo padece un estado de miedo y se pone a la defensiva frente a algo con lo que entras en contacto. He visto a personas tener reacciones energéticas negativas hacia su madre, el dinero, un color en específico, ¡y más! Esta reacción solamente quiere decir que tu cuerpo ha decidido que esa persona, lugar o cosa es peligrosa para ti. Es muy común.

Las reacciones de miedo son un desequilibrio energético que provoca casi cualquier "síntoma" en el cuerpo. Algunos ejemplos de esto pueden incluir sentirse tembloroso y "confundido", tener dolores de cabeza, comezón, fatiga y ataques de pánico. Esto sucede porque en algún momento entraste en contacto con una persona, lugar o cosa mientras sentías una emoción fuerte o estrés, relacionado directamente o no con ello. Permíteme explicarlo.

Tomemos como ejemplo una reunión familiar, ya que es uno que he visto muchas veces. Todos están sentados tomando café y platicando en el Día de Acción de Gracias cuando tu hermano Billy empieza a hablar de su postura política. En ese momento, comes almendras cubiertas con chocolate, preguntándote cuándo empezará a atacar tus posturas, como siempre hace. Conforme crece el miedo, quizá se te esté disparando una creencia, como "no estoy segura cuando Billy no está feliz". O quizá recuerdes, de manera subconsciente, una vieja pelea que tuviste con él en el pasado (una experiencia no procesada). A lo largo de este tiempo tu cuerpo se estresa cada vez más.

Mientras que la amenaza de un problema familiar es lo que realmente te afecta, tu cuerpo decide culpar a las almendras cubiertas con chocolate que comías porque estás en contacto con ellas todo el tiempo. Tu sistema de energía crea un programa para "reaccionar" al chocolate y las almendras y protegerte de ese estrés en otra ocasión. O quizá no relacione el chocolate o las almendras, pero "culpe" al perro mal portado de tu hermano que corre por toda la casa, así que te vuelves reactivo a los perros. Otro ejemplo: hace poco cuando un nuevo gatito llegó a nuestra casa, inmediatamente me empecé a sentir fatigada o con pesadez. Después de darme cuenta de que era una reacción a nuestro pequeño y esponjoso Stanley, trabajé para despejarlo. Liberé miedo sobre la responsabilidad de tener una nueva mascota y también despejé un par de experiencias no procesadas relacionadas con mascotas previas. En unas horas, los síntomas casi habían desaparecido por completo. Si tu sistema percibe que algo representa un peligro para ti, puede crear esta reacción negativa en un esfuerzo por mantenerte alejado de ello en el futuro. Simplemente es un mecanismo de protección mal dirigido.

Tu cuerpo puede volverse temeroso o reactivo a cualquier cosa con la que estés en contacto en momentos de gran estrés si la energía emocional no se reconoce y se procesa de manera saludable. Todas estas reacciones negativas se despejarán si trabajas en experiencias no procesadas y creencias dañinas. No obstante, también puedes trabajarlas de manera directa.

Cómo liberarte del miedo

Liberarte de este tipo de reacciones puede ser algo complejo, pero me gustaría ofrecerte una técnica básica que puedes usar, ya que suele funcionar bien. Aunque no hay una fórmula clara para saber qué está detrás de estas reacciones, te puede servir adivinar posibilidades y hacer test musculares.

Utilizando el test muscular, pregunta: "¿Acaso (persona, lugar o cosa) está causando una reacción negativa en mi cuerpo?" Luego, como hemos hecho con anterioridad, utiliza el test muscular para preguntar si necesitas saber más antes de despejar esa reacción negativa.

Si recibes un "sí", tal vez necesites manejarlo de una de las siguientes maneras:

Descubre y despeja una experiencia no procesada relacionada con ello utilizando el test y golpeteo del timo y/o la Técnica de Liberación Emocional.

Encuentra una creencia dañina causada por el miedo, tal como "las almendras son peligrosas para mí", y libérala utilizando el golpeteo de chakras.

Si recibes un "no", quiere decir que no necesitas saber más sobre por qué se da esta reacción, antes de despejarla con éxito. Puedes usar este guion para la Técnica de Liberación Emocional que utilizo con mucho éxito para despejar reacciones basadas en el miedo. Puedes alterar las palabras siempre y cuando estés abordando el mismo tema, pues al cuerpo no le gusta estar a la defensiva frente a y sentirse inseguro con la sustancia o el asunto frente al que estás reaccionando. Si el elemento al que reaccionas es algo tangible (como un tipo de comida o tela), es útil colocarlo sobre tu regazo mientras usas este guion.

Punto de golpe de karate. Aunque tengo esta reacción a , elijo cambiar este patrón. Repítelo tres veces mientras golpeteas el punto de golpe de karate de forma continua.

El resto de los puntos:

Parte superior de la cabeza. A mi cuerpo no le gusta .

Ceja. Mi cuerpo tiene miedo de .

Costado del ojo. Por alguna razón, a mi cuerpo no le gusta . Debajo del ojo. Me siento muy a la defensiva estando cerca de . Debajo de la nariz. ¡A mi cuerpo se le ocurrió que esto da miedo! Barbilla. Este es peligroso para mí.

Clavícula. Mi cuerpo no soporta .

Debajo del brazo/costado del cuerpo. Esta fuerte reacción a .

Dorso de la mano. Haz lo siguiente mientras sigues golpeteando:

Cierra los ojos, abre los ojos, mira hacia abajo y hacia la derecha (sin mover la cabeza), mira hacia abajo y hacia la izquierda (sin mover la cabeza), da vuelta a tus ojos formando un gran círculo frente a ti, luego hazlo en la dirección opuesta, murmura durante unos segundos una canción (¡cualquiera!) cuenta hasta cinco rápidamente en voz alta (1,2,3,4,5), luego canta unos segundos más.

Vuelve al punto de golpe de karate. Mi cuerpo puede relajarse al estar cerca de ahora. (Conviene seguir golpeteando el punto de golpe de karate de forma continua mientras repites esto varias veces).

Conviene repetir el proceso varias rondas completas.

Cuando acabes de desobstruir la energía, es importante ver si realmente está despejada. La mejor manera de confirmar que tu trabajo está hecho es volver a hacer el test muscular. Normalmente lo hago con una afirmación Este es ciento por ciento seguro ahora para mí. Una vez que recibas un "sí" como respuesta de tu cuerpo, la persona, lugar o cosa ya no debe provocar una reacción negativa en ti. Si es posible, conviene esperar veinticuatro horas antes de entrar en contacto con esa energía reactiva.

Asimismo, la próxima vez que entre en contacto con esa energía reactiva, te sugiero usar tus puntos de golpeteo de la Técnica de Liberación Emocional y golpetear durante más o menos un minuto antes y después del contacto. NO necesitas decir nada; más bien, golpetea los puntos estando en presencia de la energía, con el fin de reforzar el estado de calma y equilibrio. Solamente necesitas hacerlo en tu primer contacto después de la desobstrucción.

También puedes usar los puntos de golpeteo de la Técnica de Liberación Emocional para reducir una reacción repentina que tengas a algo, como un alimento o sustancia. He ayudado a muchas personas a ya no tener la lengua hinchada, comezón en la cara y sarpullido, simplemente con el hecho de golpetear en estos puntos a lo largo de varias rondas (no es necesario decir nada en voz alta mientras lo haces). Estos golpeteos pueden hacer maravillas para calmar el sistema, en especial mientras determinas qué ayuda médica requieres, en caso de necesitarla.

Aunque he trabajado con muchos clientes que han desobstruido reacciones graves con éxito, no te recomiendo confiar solamente en este proceso si hay algo a lo que eres altamente reactivo. Las reacciones alérgicas se consideran un problema médico y pueden ser bastante severas, así que lo ideal es ser muy cauteloso.

Tip: no debes temer crear miedos ambientales negativos cada vez que te sientas estresado. Ése es el punto del trabajo que estamos haciendo: cambiar nuestra relación interna con el estrés y con el caos, de tal manera que nuestro sistema pueda lidiar mejor con las cosas para estar bien.

A través de la exploración de todas estas maneras en las que el miedo puede aparecer en tu vida, quizá ahora veas al miedo de diferentes maneras. Ya te di algunas ideas de experiencias no procesadas y creencias dañinas con las que puedes trabajar, lo cual te ayudará a disolver el miedo.

Ahora, profundizaremos en el proceso de desobstrucción.

Cómo enfrentar el miedo por completo

Las experiencias no procesadas y las creencias dañinas se resguardan en el cuerpo como punto de referencia del miedo. En otras palabras, las experiencias y las creencias que vienen a partir de ellas son la "prueba" que tiene el cuerpo de que hay algo a lo cual temer, aunque la situación original del miedo haya pasado hace mucho tiempo. Las creencias y experiencias son esencialmente "desencadenantes de miedo". Liberar experiencias y creencias que actúan como desencadenantes de miedo es una parte del proceso de liberación total del miedo. El cuerpo también tiene una respuesta fisiológica al miedo (la respuesta de pelear, huir o quedarse helado), y eso puede ser un patrón muy arraigado. Necesita calmarse, reentrenarse y redirigirse a algo distinto de lo que ha estado haciendo durante, quizá, mucho tiempo. Cambiar esta respuesta fisiológica al miedo es la segunda parte de liberar el miedo por completo. He visto fracasar muchos planes de "conquistar el miedo" porque uno de estos aspectos no se llevó a cabo. Déjame decirte exactamente cómo logramos el éxito de liberación del miedo en dos partes.

Parte 1. Despeja desencadenantes de miedo

Ahora sabemos todas las cosas que pueden causar miedo. Recuerda, los miedos suelen surgir de una preocupación central de que no estarás seguro en alguna forma. Así que si piensas en términos de qué cosas te hacen sentir así, estarás en la ruta correcta. Despejar esas causas es una gran parte del proceso general de confrontación del miedo. Haremos esto utilizando las técnicas que ya aprendiste para liberar creencias dañinas y experiencias no procesadas.

Aquí desarrollo el proceso:

Libera experiencias no procesadas. Identifica y despeja experiencias no procesadas de tu pasado en las que quizá hayas entrado en modo pelear, huir o quedarte helado. Éstas pueden incluir experiencias en las que sentiste miedo, pánico, humillación o algún tipo de inseguridad (emocional o física). Puedes volver al capítulo 7 para hacer esto. Asimismo, puedes usar el Método de 3 corazones que aprendiste en el capítulo 9. Éstas pueden incluir experiencias generacionales o de vidas pasadas, de las cuales hablamos antes.

Libera creencias dañinas. Observa cada una de las maneras comunes en las que puede presentarse el miedo, que son las que acabamos de mencionar. Intenta identificar creencias dañinas que pudieran estar detrás de ellas. Puedes usar las sugerencias que te ofrecí, o quizá generar otras por tu cuenta. Puedes regresar al capítulo 8 para revisar ese proceso, o usar el Método de 3 corazones que aprendiste en el capítulo 9. Estas creencias pueden incluir experiencias generacionales o de vidas pasadas.

Tómate tu tiempo y trabaja en calma en la desobstrucción de energía utilizando los métodos aprendidos. Incluso encontrar un pequeño alivio de un miedo puede ayudar a catapultar tu cuerpo en dirección a la sanación. Ve a donde te diga tu corazón y avanzarás más lejos del miedo con cada paso.

Parte 2. Reprograma la respuesta de miedo en tu cuerpo

Aunque es importante despejar las causas raíz de la energía del miedo, también necesitas reentrenar en tu cuerpo tu respuesta de pelear, huir o quedarte helado. Te diré algunas maneras de hacerlo para que veas cuál te funciona mejor. Recuerda que podemos manipular y calmar la energía del meridiano de triple calentador (tu protector), la cual está íntimamente conectada con la respuesta de miedo. Al hacerlo una y otra vez, podemos generar un nuevo patrón.

Al utilizar estas sencillas técnicas cuando sientas miedo, esencialmente le dirás a tu cuerpo: "Oye, mejor hagamos esto que nos relaja". No necesitas usarlas todas, pero quiero ofrecerte varias opciones para encontrar algunas que sientas podrías utilizar. Debes recordar usarlas, y hacerlo de forma consistente, cuando entres en modo de miedo. Es la única manera en que funcionará este proceso de reprogramación.

Golpeteo del timo al ritmo del corazón. En el capítulo 4 hablamos de la importancia de la glándula timo y del golpeteo en esta zona. Luego lo exploramos más en el capítulo 7 cuando aprendimos el test y golpeteo del timo. Golpeteos suaves sobre la glándula timo a un ritmo específico de 1-2-3 para imitar el latido del corazón es una de mis técnicas favoritas para calmar el miedo. Estimula el sistema inmune y calma al cuerpo. Es una combinación perfecta.

Para hacerlo, uso la palma de mi mano sobre mi pecho y golpeteo sobre el timo con los dedos, dando el tercer golpeteo con un poco de más fuerza que el resto. Puedes hacerlo durante unos segundos o durante unos minutos.

Usa el punto de pánico. ¿Recuerdas el punto "dorso de la mano" o escala? Está en la hendidura entre el meñique y el anular, como a mitad del dorso de la mano. Simplemente usa tres o cuatro dedos de tu otra mano y golpetea o soba ese punto. Hazlo haciendo respiraciones profundas cuando necesites calmarte. Es fácil hacerlo bajo la mesa en un restaurante o escritorio. Como trabaja directamente sobre el meridiano de triple calentador o vía de energía, trabajar en él envía el mensaje a esa fuerza de energía que debe calmarse y "retroceder" de ese modo sobreprotector.

Respiración por la nariz. Cuando entramos en pánico, solemos respirar rápidamente a través de la boca. Si alguna vez has tenido un ataque de pánico, sabrás el tipo de respiración al que me refiero.

Una de las maneras de dar la señal al cuerpo de que estamos a salvo es ajustar nuestra respiración para que coincida con el patrón de respiración natural de sentirnos a salvo. Para lograrlo, recomiendo concentrarte en respirar por la nariz. Respira profunda y lentamente, inhalando y exhalando a través de la nariz. Intenta inhalar en un periodo de tres segundos, luego exhala considerando ese mismo tiempo como meta. Es imposible respirar rápidamente con este método, lo cual te ayuda a regresar tu cuerpo a un estado de calma. Aunado a ello, desacelerar tus movimientos físicos en actividades como comer o caminar da la señal a tu sistema nervioso de calmarse y desacelerar.

Pose de pánico. Cruzar los brazos, lo cual imita el hecho de sostenerte o abrazarte, es bastante calmante y protector. De hecho, si haces un cuenco con cada mano para abrazar tu codo del brazo opuesto y te meces con suavidad, duplicarás su súper poder liberador de pánico. Al mecerte estás disparando la respuesta calmante que nos es familiar a nivel primario, desde que nos mecían de bebés.

TLE o golpeteo de chakras. Sin decir nada, golpetea los puntos de la Técnica de Liberación Emocional (TLE) o los puntos de golpeteo de chakras; esto te ayudará a calmar tu cuerpo cuando estés en un estado de miedo. Las palabras que usamos en los procesos de golpeteos vistos en los capítulos 7 y 8 nos ayudaron a desobstruir la energía. No obstante, si estás en un estado de miedo, no necesitas decir nada. Simplemente déjate estar donde te halles, y da golpecitos hasta que cambie la energía. Una vez que te hayas calmado, podrás ver qué disparó esa respuesta (¿una experiencia no procesada?) y volver a trabajar en ello.

Línea del meridiano de triple calentador. Como aprendiste en el capítulo 2, el meridiano de triple calentador o energía "protectora" interna es responsable de tu respuesta de pelear, huir o quedarse helado. Cuando este meridiano se sobrecarga, es probable que tu cuerpo se sienta lleno de adrenalina y pánico. Afortunadamente, hay una manera increíble de domar este meridiano. Puedes hacerlo trazando el meridiano de triple calentador en reversa. Esto liberará suavemente o extraerá el exceso de energía que no se requiera en ese momento. Puede ayudarte volver a la imagen del meridiano de triple calentador del capítulo 2 antes de comenzar.

Coloca las manos con las palmas extendidas a ambos lados de tu cara, de tal manera que las puntas de tus dedos descansen sobre tus sienes y las palmas sobre tus cachetes. Ahora, lenta y conscientemente mueve tus manos hacia arriba y alrededor de tus orejas (manteniendo el contacto con tu cabeza), como si estuvieras empujando hacia atrás el cabello de un niño para consolarlo si está triste. Una vez que hayas hecho este trazo hasta debajo de los lóbulos, continúa arrastrando las manos hacia abajo por los costados de tu cuello hasta llegar a tus hombros. Todo esto debe hacerse en un movimiento fluido. Ahora separa tus manos, cruza los brazos para que cada mano quede apoyada en el hombro opuesto y sigue deslizando cada mano por tus brazos hasta estar en una posición de abrazo, y acabar sosteniendo tus manos. Respira profundamente. Repítelo varias veces más.

Crea un lugar seguro. Tener un plan fácil de seguir o un espacio metafórico seguro puede hacer una gran diferencia, incluso en mitad del caos y la duda. Aquí tienes algunas sugerencias para crearte un espacio seguro, sin importar dónde estés.

Elige una frase o símbolo. Es buena idea crear una frase código o símbolo para enviarnos instantáneamente un recordatorio de estar a salvo. Mis aseveraciones favoritas o mantras para esto son "Estoy a salvo" y "Todo está bien". Puedes elegir la que quieras, pero asegúrate de decir algo en lo que creas hasta cierto punto, incluso si es "Puedes superar este momento". Para usar símbolos que te den consuelo, asígnate una imagen calmante en la que puedas pensar cuando estés en apuros. Puede ser cualquier cosa, siempre y cuando tenga únicamente una connotación positiva para ti: un símbolo religioso, la playa o la sonrisa de un bebé que sea parte de tu vida. Si quieres "establecer" esta imagen como tu lugar seguro, simplemente atráela a tu mente y di: "A partir de ahora, cuando piense en esta imagen, me traerá paz, calma y consuelo". Ahora puedes pensarla en cualquier momento y atraer su energía positiva directamente a tu cuerpo y espacio.

Utiliza la música. La música, al tener sus propias frecuencias energéticas, puede ser muy calmante y curativa. Se cree que cierto tipo de terapia curativa de sonido llamada Frecuencias Solfeggio proveniente de los antiguos cantos gregorianos contiene frecuencias especiales. Muchas personas que las usan han experimentado grandes beneficios. No obstante, creo que cualquier música con la que resuenes puede tener una inmensa capacidad curativa.

Aunque no soy una persona religiosa, me encantan los cantos de iglesia y la música góspel para sentirme en calma y centrada. Las escucho con frecuencia para elevar mi vibración. La música de Smokey Robinson es mi favorita para cambiar mi estado de ánimo. Cuando me siento vulnerable o con incertidumbre, escucho la canción de Sara Bareilles Brave. Me cambia todo. Tener varias canciones para crear un lugar seguro o cambiar tu vibración puede ser una gran herramienta.

Una vez que tu cuerpo esté "entrenado" para entrar en modo de relajación cuando uses las canciones de tu preferencia, éstas pueden ser un indicador calmante instantáneo para tu cuerpo.

Ya tienes muchas herramientas para calmar el miedo. Úsalas en momentos en que lo sientas y con el tiempo tu cuerpo estará entrenado para sentirse en calma, en lugar de acudir a su usual respuesta de miedo. Aunque te he ofrecido muchas opciones, quizá resuenes solamente con algunas. Está bien utilizar las que te atraigan más en tu práctica e ignorar aquellas con las que no resuenes.

A continuación, aprenderás a crear un mapa único de tu propia sanación utilizando todo lo que aprendiste. Te ayudará a amarrar todo para tener un plan claro con el cual avanzar.

Sección III

Consideraciones finales y motivación

Capítulo 11

Crea tu propio mapa de sanación

Da el primer paso como un acto de fe. No tienes que ver la escalera entera, simplemente da el primer paso.

—MARTIN LUTHER KING JR., LET NOBODY TURN US AROUND

RECONOCERÁS ESTE GRANDE y hermoso árbol (¡tú!) de antes. Ahora que aprendiste cada punto de mi trabajo de sanación, te ofrezco esta ilustración de árbol de sanación como una herramienta increíble para visualizar todo el proceso. Es tu mapa para convertirte en quien realmente eres. En este capítulo aprenderás a usar esta ilustración, junto con las técnicas de la parte tres. Este sencillo proceso será tu nueva guía.

Al final de este capítulo aprenderás a establecer una nueva rutina utilizando técnicas ya aprendidas, para anclar todo este trabajo increíble que estás haciendo.

Uso de la ilustración del árbol de sanación

Ahora tienes el conocimiento y la conciencia para sanar. Al utilizar la ilustración del árbol de sanación, junto con el test muscular y tres preguntas sencillas, tendrás un nuevo mapa que te servirá de guía.

Si aún no te sientes cómodo con el test muscular, simplemente analiza la ilustración del árbol de sanación (en lugar de usar el test muscular que se describe en la siguiente sección) y deja que tu instinto te guíe. Confía en lo que te llama y no fallarás.

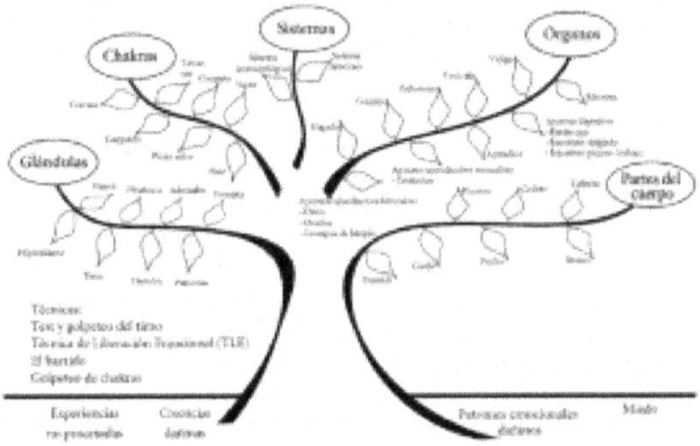

El árbol de sanación

Pregunta 1

Pregunta a través del test muscular: "¿Sería más benéfico que trabajara en ?" Llena la línea en blanco con algo de la sección superior o la sección de la tierra de la Ilustración del árbol de sanación. Cualquiera está bien, pero necesitas empezar con uno o con otro. En un momento entenderás por qué.

Éstos son algunos ejemplos de cómo empezar (elige solamente uno):

-"¿Sería más benéfico que trabajara en un órgano?" (Sección superior del árbol.)

> Si recibes un "sí", empieza a preguntar por cada órgano. Por ejemplo: "¿Sería más benéfico que trabajara en mi hígado?"

-"¿Sería más benéfico que trabajara en mi vejiga?" (Sección superior del árbol.)

-¿Recibiste un "no"? Entonces inténtalo de nuevo.

-"¿Sería más benéfico que trabajara en mi hígado?" (Sección superior del árbol.)

O BIEN

-"¿Sería más benéfico que trabajara en una creencia?" (Sección de la tierra.)

O BIEN

-"¿Sería más benéfico que trabajara en una experiencia pasada?" (Sección de la tierra.)

O BIEN

-"¿Sería más benéfico que trabajara en una glándula?" (Sección superior del árbol.)

¿Comprendes cómo hacerlo? No tienes que ir en un orden específico. Si continuamente tienes infecciones de vejiga, quizá simplemente quieras empezar con la vejiga. Si trabajas en revertir un proceso autoinmune, tal vez decidas preguntar primero por tu sistema inmune. ¿Tienes problemas de tiroides? Prueba eso primero. ¿Tienes ataques de pánico? Pregunta primero por miedos, creencias dañinas y experiencias no procesadas. Puedes volver al capítulo 6 para encontrar más ideas.

Recuerda que con cualquier padecimiento o reto hay varios componentes que contribuyen a que exista un problema mayor. Por ejemplo, si quieres trabajar en algo como glándulas adrenales con mal funcionamiento, es probable que haya otros desequilibrios en tu cuerpo relacionados con ello, quizá sea estrés en el sistema nervioso y un mal funcionamiento de la tiroides, entre otras cosas. Tendrás más éxito si además de trabajar en el reto más importante, también piensas en las "cosas pequeñas" y trabajas a menor escala. Insisto, simplemente sigue lo que tu cuerpo te indique. ¿Recuerdas la historia de mi cliente con problemas digestivos que perdió su miedo a hablar por teléfono sin trabajar directamente en ese miedo? Que te sirva de recordatorio de que también vale la pena trabajar en las cosas que aparentemente no se relacionan con tu problema más importante. Desobstruir energía relacionada con cualquier cosa que veas en la ilustración del árbol de sanación te ayudará a avanzar en la dirección adecuada. Y recuerda, no necesitarás desobstruir todo para sanar.

Una vez determinado por dónde empezar, estarás listo para dar el siguiente paso. Necesitas más claves para encontrar algo específico en lo que debas trabajar. El hecho de saber que quieres empezar con una creencia o con tu vejiga no es suficiente. Necesitas más detalles.

Si empezaste en la sección superior del árbol, ahora descubre qué de la sección de la tierra en la ilustración provoca un desequilibrio en esa área de tu cuerpo.

Si empezaste con la sección de la tierra en la ilustración, detente ahí. Por ahora no necesitas hacer más.

Pregunta 2

Si empezaste con la sección superior de la ilustración del árbol, haz un test muscular con esta pregunta: "¿Hay algún(a) (menciona algo de la sección de la tierra) que esté provocando estrés a mi vejiga?"

Cuando descubras qué es —una creencia, una experiencia no procesada, un miedo o un patrón emocional dañino— debes hacer una pregunta más antes de empezar.

Pregunta 3

Siempre debemos dar al cuerpo la oportunidad de que nos diga por qué algo nos causa un problema. Recordarás haber hecho esto en los capítulos pasados. Haz esta pregunta de test muscular: "¿Necesito saber más sobre esto antes de desobstruirlo?"

Si recibes un "no", tú cuerpo te dice que está listo para despejar esto cuanto antes. Si recibes un "sí", simplemente considera que es parte del proceso de reconocimiento que requiere tu cuerpo para dejarlo ir. Esto requerirá un poco de trabajo de detective. Básicamente puedes hacerte preguntas, como harías con un amigo que tuviera este problema. Adivina cuál podría ser el problema relacionado.

Para obtener esa información, puedes hacer preguntas como: "¿Está relacionado con?" (También puedes usar palabras como "conectado con", "provocado por" o cualquier otra palabra que te parezca adecuada.) Aquí tienes algunas posibilidades con las que puedes llenar la línea en blanco:

-una persona (familiar, amigo, profesor, colega, vecino)

-carrera profesional colegio

-un lugar (casa, ciudad, etcétera)

-una cosa (un alimento, auto, etcétera)

Repite la pregunta para cada clave que descubras en el test muscular: "¿Necesito saber más sobre esto antes de desobstruirlo?"

Cuando tu cuerpo te diga "no", o no se te ocurran más claves de manera consciente, empieza utilizando esa información. Ahora ve al capítulo que necesites y desobstruye lo que hayas encontrado. Quizá puedas trabajar todo a la vez, o tal vez tengas que volver en diferentes ocasiones, trabajando lentamente conforme tu cuerpo sea capaz de hacerlo.

Recuerda, cuando acabes, revisa que ese problema se haya liberado de tu sistema. Pregunta algo como: "¿El sigue causando estrés en mi cuerpo?"

Cuando acabes, regresa a la ilustración del árbol de sanación. Respira.

Repite.

TIP: ANTERIORMENTE mencioné que si te sientes cómodo con el test muscular, te recomiendo preguntar a tu cuerpo cuál de las cinco técnicas principales te sería más benéfica para desobstruir esa energía. Como recordatorio, las cinco técnicas son: test y golpeteo del timo, Técnica de Liberación Emocional, el barrido, golpeteo de chakras y el Método de 3 corazones.

Para descubrir qué técnica te funcionará mejor, puedes preguntar: "¿Sería más benéfico que desobstruyera este (menciona el problema) con (menciona la técnica)?" Continúa preguntando hasta obtener un "sí".

Quizá necesites usar varias técnicas para desobstruir la energía, así que mantente abierto a hacer de nuevo esta pregunta, en caso de ser necesario. Puedes modificar la técnica para que se ajuste a tu situación específica y explorar qué te funciona y cuándo. Así es exactamente como desarrollé mis propios protocolos efectivos. Simplemente seguí probando nuevas cosas y revisando los resultados.

Un ejemplo de árbol de sanación

Ésta es la forma en que utilizar el concepto de la ilustración del árbol de sanación me permitió ayudar a un cliente con migrañas severas y persistentes.

Cuando Janet vino a mí, no tenía idea de qué le provocaba los dolores de cabeza que padeció recientemente. Janet era una ejecutiva poderosa, y aunque los dolores de cabeza eran un síntoma nuevo, sus niveles de estrés eran algo con lo que había lidiado por mucho tiempo. Pensé que su cuerpo estaba ofreciendo ciertas claves (del capítulo 6). Identificamos que constantemente estaba "dando vueltas en su cabeza" a lo que otras personas pensaban de ella. Aunque dirigía una empresa grande, le preocupaba mucho cómo la juzgaban sus clientes, así como sus propios empleados.

Trabajando con esa idea plausible, para empezar elegí por intuición un elemento de la ilustración del árbol de sanación. Suelo usar el test muscular, pero a veces mi intuición toma las riendas y simplemente trabajo con eso primero. Nunca temas usar tu intuición, ya que será más acertada conforme estés más en sintonía con tu cuerpo. Pensé que quizá se trataba de una experiencia no procesada (de la sección de la tierra en la ilustración) y el test muscular lo confirmó: "¿Los dolores de cabeza están relacionados con una experiencia no procesada?" (Si no tienes idea de cuál elegir primero, simplemente pregunta de una en una). Su cuerpo respondió con un "sí". Entonces nos pensamos en la experiencia. Preguntamos si estaba relacionada con una edad específica. Recibimos un "no". Luego preguntamos si la experiencia se relacionaba con una persona. Recibimos un "sí". Después de preguntar más y de hacer más test musculares, descubrimos que la experiencia tenía que ver con su maestra de primero y segundo año de primaria. Esta profesora la había hecho pasar frente a la clase a leer una historia que había escrito y luego pidió a otros niños que dieran una calificación a la historia. Janet aún se sentía afectada cuando recordaba esto. Ya sabíamos que tenía una experiencia no procesada con la que había que trabajar. Despejamos eso usando el test y el golpeteo del timo y la Técnica de Liberación Emocional, y simplemente seguimos preguntando y desobstruyendo.

Preguntas adicionales para desatar tu sanación

Conforme practiques los conceptos y técnicas aprendidos en este libro, te sentirás más relajado y serás menos metódico. Verás que esto se desarrolla de forma muy orgánica y no requiere organización, ni orden. Todos los caminos llevan a tu sanación. Tu intuición surgirá con más frecuencia, y quizá no necesites usar la ilustración del árbol de sanación cada vez. Se te ocurrirán cosas (suele ser tu subconsciente enviándote ideas) y tendrás más pistas propias para seguir. Quizá uses algunas de las siguientes preguntas para encender tu intuición. Con el tiempo, descubrirás que tienes tu propia serie de preguntas que te ayudan a obtener las respuestas para sanar.

"¿TENGO UNA CREENCIA que provoca estrés en mi sistema inmune?" Puedes sustituir

"sistema inmune" con "glándulas adrenales", "sistema nervioso", etcétera.

"Hay una creencia que esté provocando disfunción en mi órgano, músculo o glándula de tu preferencia)?"

"¿Hay una experiencia de mi pasado que esté haciendo que me cueste trabajo sanar?"

"¿Hay una relación dañina en mi vida que provoque estrés en mi cuerpo?"

Nota: Es importante saber que aunque una persona que esté en tu vida pueda ser el problema, lo más probable es que tu reacción a esa persona sea lo que provoque el problema. Por ejemplo, el hecho de que tu hermano se rehúse a escucharte sobre cómo debe educar a sus hijos, no quiere decir que tu hermano sea un problema. Puedes despejar creencias, experiencias no procesadas y patrones de miedo causados por ciertas personas usando las diversas técnicas que ya conoces.

"¿Tengo una creencia que me hace sentir que necesito este enfermedad, problema o reto)?"

"¿Mi dificultad para sanar se relaciona con un patrón emocional negativo?" Pregunta por cada patrón mencionado de manera individual.

(Menciona un órgano, músculo, glándula o parte del cuerpo que manifieste síntomas) está intentando darme un mensaje"

"¿Hay alguna experiencia específica que mi cuerpo esté guardando que me mantiene en modo de pelear, huir o quedarme helado?"

"¿Necesito perdonarme por algo de mi pasado para sanar?"

"¿Hay un beneficio en padecer este (menciona la enfermedad, problema o reto) que dificulta mi sanación?"

"¿Hay una experiencia que debo sanar para incrementar la vibración de mi cuerpo?"

"¿Hay una frecuencia en mi cuerpo que sea correspondiente con (parásitos, virus, bacterias, etc.)?"

Nota: Esta pregunta se inserta en el concepto de la ley de la atracción. Liberar energía emocional que coincida energéticamente con el parásito, virus o bacteria te ayudará a sanar.

"¿Llevo en mí energía generacional que afecta de forma negativa mi cuerpo?"

"¿Llevo en mí energía de una vida pasada que impacta de manera negativa mi cuerpo?"

"¿Sería benéfico que libere energía relacionada con?" Éstas son unas posibilidades con las que puedes llenar esta línea en blanco: una persona (familiar, amigo, profesor, colega, vecino carrera profesional colegio un lugar (una casa en la que viviste, una ciudad o cualquier cosa que se te ocurra) una cosa (un alimento, un auto)

Al realizar el proceso mediante la ilustración del árbol de sanación, las preguntas adicionales que te sugerí y tu propia intuición en desarrollo, tienes una gran cantidad de ideas con las que puedes trabajar. Ahora debes aprender a promover un nuevo patrón positivo en tu cuerpo.

Crea una nueva rutina

Ahora sabes que una parte importante de sanar depende de liberar energía negativa de nuestros sistemas. Al generar un cambio en ese trabajo, lentamente nos reconstruimos para ser como debemos ser. Crear una rutina para a establecer un patrón positivo es tan importante como librarnos de uno negativo.

La rutina nunca ha sido un punto fuerte para mí. Soy más bien espontánea. Pero he descubierto que establecer cierta rutina puede ser muy benéfico para mantenernos en el camino correcto. Así como siempre me fue más fácil mantener mi peso que ganar kilos para luego perderlos, mi experiencia con la sanación ha sido similar. Es mucho más fácil para mí cuidar el equilibrio de mi energía que dejarme caer en malos hábitos y luego tener un montón de cosas que trabajar de nuevo.

He aprendido esta lección más veces de las que puedo contar con ambas manos. Es así. Llevo un ritmo. Me siento bien. Me ocupo. Creo que no necesito hacer nada para permanecer en este flujo de bienestar. Pero luego, poco a poco, empiezo a ignorar las cosas pequeñas, trabajo de más, en vez de permitirme tener el tiempo que necesito, dejo de hacer cosas que son importantes para mí, y así recaigo. Empiezo a sentirme un poco enfermiza, y luego un poco más. Finalmente, acabo pensando, "Vaya, eso hubiera sido mucho menos molesto si simplemente hubiera hecho lo que necesitaba hacer desde el principio". Ahora bien, esto no significa que ya sea perfecta en esto, incluso con estos recordatorios, y es improbable que tú logres serlo. No pasa nada. La vida a veces implica tropezar, desvelarnos, recordarnos que no somos completamente invencibles y pasarnos de copas, divertirnos mucho y comer un poco más chocolate del adecuado. Definitivamente, esto no nos hace daño, a menos que se convierta en una rutina. No te agobies. Simplemente di: "Bueno, ahí está de nuevo. ¡Es algo muy humano!" Y vuelve a empezar.

Si tienes prácticas que acostumbres, como yoga, meditación o respiración profunda, considera usarlas junto con cualquier técnica o parte de ella aprendida en este libro. De manera ideal, serán pequeños ajustes, en lugar de una versión completa de una técnica de desobstrucción. Muchas cosas se pueden hacer en la ducha, así que no hay excusa para no incluirlas en tu agenda. Simplemente cuando estés viendo televisión, intenta trabajar en una. Cuando vayas al baño, tárdate unos minutos de más para calmarte o sanar. Esto no tiene que ser una carga o un proyecto. Tu único error es no hacer nada. Puedes hacer algunas de estas cosas antes de levantarte de la cama por la mañana.

Propongo que integres estas técnicas en tu vida, en vez de añadirlas en tu lista de quehaceres. Puedes encontrar unas prácticas y hacerlas todas como ritual matutino, rutina previa para irte a la cama o repartidas a lo largo del día.

Aquí tienes algunas sugerencias de técnicas para integrar a tu día:

-Conexión con la tierra

-Trazo del contorno de los ojos

-Golpeteo del timo

-Golpeteo en los puntos de la Técnica de Liberación Emocional

-Unos minutos de canto

No importa en qué consista tu rutina; solamente importa que crees una con la cual tu cuerpo se sienta cómodo. Esta práctica de crear patrones de energía saludables utilizando una rutina es como un proceso de reentrenamiento de tu cuerpo. Te devolverá recompensas superiores al esfuerzo.

Capítulo 12

Sigue avanzando

Cuando nada parece ayudar, vuelvo y observo al picapedrero golpeando su piedra, quizá cien veces sin que aparezca ni una grieta en ella. Sin embargo, en el centésimo primer golpe se parte en dos, y sé que no fue ese golpe el que lo provocó, sino todos los que había dado antes.

—JACOB RIIS

Mientras mi propia travesía de sanación fue errática, con muchos sube y baja y puntos intermedios, la de cada persona será distinta. Sea como sea que resulte la tuya, está bien. Habrá momentos que se sientan como si navegaras en aguas tranquilas, y otros que se sientan como si los mares de la curación estuvieran tan revueltos que sientes mareo. Todo es parte de tu sanación total.

Normalmente es imposible saber qué pasa dentro de tu cuerpo durante el proceso de sanación, y resulta fácil sentir que no pasa nada. Ahora me río, a la vez que me estremezco, al recordar todos los momentos en que hubiera cambiado todos mis ahorros por ver qué estaba sucediendo dentro de mi cuerpo y de mi cerebro. Frecuentemente sentía que intentaba ver lo que había dentro de una pecera con agua turbia, aunque fuera un vistazo de mí y descifrar qué diablos estaba pasando. Y a veces tú también te sentirás como esa pecera de agua turbia.

Cuando atravieses esos momentos, sé consciente de los patrones y de la información que recibes para ver qué puede estar sucediendo que pueda resultarte inmensamente útil. Aquí te explicaré esos patrones.

Patrones de sanación

Aunque debemos aprender a estar bien con no siempre ser capaces de monitorear constantemente nuestro progreso, hay algunos patrones de sanación comunes que he notado a lo largo de los años y que te darán un poco de inspiración para seguir avanzando. Quizá reconozcas uno de ellos, o todos, como propios. Nuestros patrones de sanación no sólo pueden ser muy diferentes entre nosotros, sino también distintos para nosotros mismos en diferentes momentos de nuestras vidas. Recuerda, para cuando tu cuerpo llegue al punto de manifestar síntomas físicos, los desequilibrios energéticos ya habrán estado ahí por bastante tiempo. La misma idea aplica a la manifestación de la sanación física. El trabajo de reparación suele continuar por mucho tiempo antes de que tu cuerpo llegue a presentar cambios físicos. Hay muchas personas que dicen que de repente, y de forma milagrosa, sanaron. Mientras esa sanación puede parecer repentina, normalmente no lo es. Simplemente es la culminación de todo lo que ha sucedido y aparece todo a la vez.

Suelo asemejar el proceso de sanación con el crecimiento de un bebé. Imagina que una mujer embarazada, desesperada por ver a su bebé crecer, exigiera que su médico le hiciera un ultrasonido diario para comprobar el progreso del bebé. Sería imposible ver los diminutos cambios sucediendo en el crecimiento del bebé, pero al final de los nueve meses, el bebé tendrá piernas, brazos y órganos internos. Tu sanación sucede de la misma manera. Suele ser imposible ver o sentir estos diminutos cambios, pero eso no quiere decir que no están sucediendo.

Estás sanando. Está sucediendo, incluso si aún no puedes verlo.

Patrón A: Subidas, (abatimiento) bajadas e intermedios

Hay una clave infalible que indica que de manera casi segura estás sanando. Ésta equivale a sentir una mejora en tu estado emocional.

Puede ser incluso del uno por ciento. Sentirte mejor o más fuerte emocionalmente es evidencia sólida de que estás en camino de tener más mejoras. La clave está en dejar que eso baste hasta que aparezcan las manifestaciones físicas.

Conforme avances en tu travesía de sanación, habrá momentos o quizá minutos o días en que sientas que estás volviendo a ti mismo o los síntomas están desapareciendo. Tendrás un profundo sentido de bienestar, sabiendo que de alguna manera, inevitablemente, estarás bien. Esta sensación puede ir y venir, durará solamente unos segundos al principio, pero la reconocerás. Es señal de lo que vendrá y será. Quizá al principio solamente haya señales ocasionales, pero con el tiempo, se darán con mayor frecuencia y quizá duren un poco más. Un día te darás cuenta de que aunque aún tienes muchos momentos poco deseables, es como si alguien estuviera cosiendo juntas las señales para formar la imagen de salud que deseas. Si logras disfrutar esos momentos cuando se presenten, sin que te aferres a ellos por miedo a que desaparezcan, te juro que reaparecerán. Piensa en ellos como tus ángeles diciendo: "Sigue. Vas bien. Te estamos ayudando a que esto sea permanente".

Como ejemplo, te compartiré la historia de una persona con la que trabajé durante unos meses. Cindy tenía fibromialgia. Al inicio de cada sesión, cuando la llamaba, no sabía qué tipo de reporte recibiría. Parecía que las cosas estaban en total caos para ella. Se sentía estable un día, pero al siguiente que el mundo se estaba desmoronando. Luego rebasaba el obstáculo y volvía a su punto base (que no era, por cierto, sentirse bien). Pero seguimos haciéndolo, sabiendo que el trabajo sería fructífero.

Un día, cuando estábamos hablando en una sesión, dijo: "Amy, tuve una experiencia muy extraña. Estaba paseando a mi perro el otro día y por unos minutos me pareció estar bien en el mundo. Tuve una profunda sensación de paz y bienestar. Luego la perdí".

"¡Genial!", exclamé. "Tuviste tu primera señal de lo que vendrá para ti". Luego Cindy recayó en el mismo patrón en el que había estado previo a esto, y ahí se quedó por cierto tiempo. Luego tuvo otra señal. Con el tiempo, recibió señales con más frecuencia y éstas se empezaron a presentar con apenas unos días de separación. Finalmente, pero no sin antes pasar por más recaídas, su cuerpo empezó a "mantenerse" o a estar alineado con estas señales, más y más. Unos meses después, su punto de referencia de estabilidad mejoró. Su "nuevo normal" era un normal de mayor bienestar que el que había tenido en el pasado, y las señales siguieron presentándose. Cuando dejamos de trabajar juntas, Cindy sabía que solamente tenía que seguir avanzando de la misma manera en que lo habíamos hecho juntas. Sus días buenos ahora eran más que los malos. ¿Y los días de abatimiento? Aún los tiene, pero trabaja para superarlos, imaginando que cada uno, en su experiencia, abre el campo para tener una "señal" más larga.

Es muy común avanzar y de repente sentir que vuelves a estar abajo, continuando en este mismo patrón a lo largo del proceso de sanación hasta la siguiente recaída. De hecho ¿acaso la vida no es así? Éste es el patrón de sanación con el que la mayoría de las personas resuenan: arriba, abatimiento, arriba, abatimiento, y así sucesivamente; pero eventualmente, el "arriba" se mantiene. Caer en ningún sentido significa que vuelves a empezar. Sanar puede ser como escalar una cima. Es probable que te tropieces algunas veces mientras subes, pero volverás a levantarte y seguirás. Te esperan grandes cosas.

Patrón B: Retracción física y emocional

La retracción es un concepto que realmente empecé a entender, aunque con cierta duda, en mi tiempo en India. Los quiroprácticos, homeópatas y naturópatas reconocen este concepto, pero los practicantes de medicina tradicional raramente lo hacen. Algunas personas dicen esto porque los enfoques médicos más populares raramente producen reacciones de retracción.

El proceso de retracción es, en esencia, aquel en que una enfermedad se revierte, y no siempre es divertido. Consiste en periodos de retracción del pasado (junto con los síntomas que los acompañaron) hasta que el individuo llega al punto a partir del cual empezaron.

Al sanar, es posible que "vuelvas sobre tus pasos" o experimentes síntomas que no habían estado presentes por meses o incluso años. Esto puede ser muy confuso, y puede hacerte sentir que estás empeorando o desarrollas un nuevo problema. Pero muchas veces estos síntomas son un proceso de retracción de las etapas a través de las cuales se manifestó la enfermedad. Para muchos médicos, estos síntomas de retracción son un indicador positivo de que el cuerpo está sanando y volviendo a su funcionamiento normal.

Las viejas heridas pueden "encenderse" o arder de nuevo y luego simplemente desaparecer. Con los estados emocionales pasa lo mismo: se encienden, recorren su curso y luego simplemente desparecen. Los síntomas de retracción se pueden relacionar con eliminar sustancias tóxicas, infecciones crónicas que están sanando, sanar viejos traumas emocionales, desequilibrios de energía o simples cambios metabólicos que se dan conforme el cuerpo sana y aumenta la vitalidad. Los síntomas de retracción pueden durar días o semanas, aunque normalmente no es más que eso.

Es muy difícil identificar la retracción, pero he descubierto algunos indicadores:

¿Te empezabas a sentir mejor antes de "desplomarte"? Cuando el cuerpo tiene más energía, es más probable que inicie un proceso de retracción.

¿Los síntomas de retracción se presentaron en el pasado y no volvieron por mucho tiempo, pero ahora resurgen? Estos "síntomas sorpresa" suelen regresar por una última ronda de sanación profunda.

¿Tu protocolo reequilibra la energía o la química del cuerpo a nivel holístico? Conforme mejora el equilibrio del cuerpo, los recuerdos viejos y la toxicidad suelen aparecer para ser liberados.

Mucho antes de mi diagnóstico de Lyme fui con un neurólogo que descubrió que mis capas de mielina, la cubierta exterior de los nervios, se estaban degenerando a paso rápido. Me dieron una terapia llamada IVIG, que significa inmunoglobulina intravenosa. La IVIG es una solución de anticuerpos concentrados extraídos de donadores sanos que se pasan a los receptores vía infusión para tratar desórdenes del sistema inmune o para mejorar la respuesta inmune. A lo largo del tratamiento, el dolor nervioso, casi intolerable que sentía, incrementó severamente. Mi neurólogo me aseguro que a veces la regeneración puede ser tan o más dolorosa que la degeneración. Me explicó que a pesar de que los nervios se estaban reparando, se estaban estimulando y agitando tanto como en el proceso de degeneración. Con el tiempo, definitivamente sentí que el IVIG ayudó, a pesar de sentir que en ese momento estaban empeorando las cosas.

A lo largo de mis aventuras de sanación de mis problemas menstruales, reconocí el mismo patrón. Creo que mi cuerpo, que finalmente tuvo varios meses buenos, estaba lo suficientemente fuerte para regresar y resolver algunos viejos desequilibrios profundos.

La retracción es una parte común de la sanación, pero también debes asegurarte de que no se está desarrollando algo nuevo. Solamente un profesional médico puede determinar esto. Siempre consulta con tu médico cuando surja un nuevo síntoma.

Patrón C: Pasos de bebé

Éste es el patrón de la constancia "pasito a pasito". Es el patrón con el que una persona lentamente mejora con el tiempo, siempre avanzando hacia la salud. No batalla con recaídas constantes; simplemente se mueve lentamente en la dirección correcta.

Definitivamente éste no fue mi patrón de sanación a lo largo de la mayor parte de mi travesía, aunque sí suele aparecer en el "último jalón". Tenía suerte si a lo largo de un día o dos no me sentía confundida por cinco diferentes posibles escenarios o explicaciones para mi caos corporal. Pero hay personas con más suerte que yo.

Por ejemplo, empecé a trabajar con Alice después de que pasó lo peor de su experiencia con la enfermedad de Lyme, pero todavía le faltaba mucho para sentirse bien o funcionar como deseaba. Tomaba varias siestas al día, no podía trabajar por más de unas cuantas horas seguidas y no podía salir de vacaciones con su familia, aunque lo deseaba con desesperación. En nuestra sesión inicial despejamos tres creencias dañinas, un proceso sobre el cual aprendiste en el capítulo 8. A partir de ese día, Alice avanzó paso a pasito hasta conseguir su bienestar. Siguió mejorando de forma lenta pero constante, con muy pocos desplomes o recaídas. Después de un mes, dejó de tomar siestas. Tras unos meses más, pudo trabajar un día entero en el trabajo que le encantaba. Y el primer verano después de empezar a trabajar juntas, fue con su familia a un viaje de senderismo ¡y caminó más que varios atletas ávidos! Simplemente necesitaba un empujón, y liberar esos bloqueos de energía iniciales; definitivamente era lo que necesitaba.

Alivia la incomodidad a lo largo del proceso

Durante y después del trabajo de energía, recuerda que estás cambiando y reequilibrándote. Quizá recuerdes que, como dije antes, este periodo es el de procesar. Tu cuerpo y su "campo" de energía, que se extiende mucho más allá de tu ser físico, simplemente están pasando por un proceso de ajuste. No todos sienten que estos cambios les causan incomodidad. Sin embargo, si a ti sí te la causa, éstas son algunas cosas que te ayudarán a calmar el proceso:

BEBE MÁS AGUA, PUES estar deshidratado hace difícil que las energías del cuerpo se ajusten.

Descansa un día o más luego de realizar trabajo de desobstrucción, hasta que tu cuerpo se regule.

Utiliza la Técnica de Liberación Emocional o el golpeteo de chakras junto con el siguiente escrito:

Golpe de karate: aunque ahora me siento peor, elijo dejar que esta energía fluya a través de mí.

Aunque siento (explica cómo te sientes), puedo dejar que mi cuerpo se reequilibre ahora.

Aunque no me siento bien, puedo estar bien.

Luego, en el resto de los puntos, sea que utilices la Técnica de Liberación Emocional o el golpeteo de chakras, trabájalo y desahógate sobre cómo te sientes. Cuando estés listo para cerrar, haz una ronda final de todos los puntos, enfocándote en algunas frases positivas, tales como Puedo estar bien, Todo está bien ahora, u otras frases que te reconforten.

Haz algo de conexión con la tierra (del capítulo 4).

Estas prácticas deben ayudarte a superar esos momentos difíciles y seguir adelante.

Recordatorios útiles

Recuerdo cuando la gente me decía: "Simplemente no sé cómo lo haces, Amy". Siempre les expliqué: "Despierto todos los días y ahí está para que lo haga". Y así es. Simplemente sigues haciéndolo. Sigues despertando. Aprendes más y, finalmente, con cada amanecer, encuentras la manera de que no te dé tanto miedo hacerlo.

Con el tiempo quizá te des cuenta de que has estado haciendo y sobreviviendo por mucho tiempo, más allá del que pensaste que podrías. El hecho de que sigues despertando, y encontrando nuevos días para probar nuevas maneras de vivir, dice que eres muy bueno en ello. Cuando empieces a verlo, te sentirás mejor y mejor. Empezarás a alejarte lentamente de la batalla hasta que un día despiertes y, sin siquiera intentarlo, ya no te costará tanto trabajo. No estarás haciéndolo. ¡Ya lo habrás hecho!

Dado que sé cómo es experimentar que la posibilidad de sentirte bien parece a años luz, te ofrezco algunas claves para sentirte más cómodo conforme avances en el proceso. Estás estableciendo un nuevo y más saludable patrón, que le sigue diciendo a tu cuerpo, a través del re direccionamiento de energía: "Este camino es mejor". Así que practica las técnicas que aprendiste en este libro, despierta cada mañana, hazlo y repítelo. Con suerte, estos consejos finales te darán un empujón extra para el camino.

Aprende a confiar

No te aferres a cómo "debería ser" tu sanación, ni juzgues el proceso. Nuestros "debiera ser" crean un estrés más emocional y físico, que el suceso que debemos considerar. Estás donde estás y eso es todo. Está sucediendo como está sucediendo y eso es todo. Intenta relajarte ante la manera en que todo se está desarrollando y te juro que mucho más rápido estarás donde deseas.

Cada cosa que experimentes, en cada minuto, hora y día, sea que aparente funcionar a tu favor o en contra tuya, es parte de algo mayor. Todo es necesario. Velo como eso. Deja de evaluar cuánto vale y simplemente confía en que de alguna manera es necesario para tu camino, simplemente porque está sucediendo, incluso si son muchos los altibajos que hacen parecer tu meta perdida.

Hay una razón para todo lo que sucede en tu vida: te está llevando a algo bueno, te está alejando de algo no tan bueno o está pasando porque necesita tu atención. Confía en que el universo te está hablando y está intentando llevarte adonde necesitas estar. Todo es parte del juego.

En el viaje que hice a India en 2009, dos años después de mi primer viaje para el tratamiento con células madre, sucedió algo que fue superior a cualquier cosa que pudiera haber planeado. La noche antes de tomar el avión de vuelta a casa, me intoxiqué terriblemente (lo llaman la "pancita Delhi"). Espera, ¡no he llegado a la parte increíble! Estaba vomitando en una bolsa de plástico, desesperada por tener la comodidad de mi casa, pero sabía que por nada del mundo podía subirme a ese avión. Desesperada, llamé a la aerolínea y aceptaron reprogramar mi vuelo sin cobrarme comisión.

Días después, mientras me recuperaba en el hospital, una chica llamada Charlotte fue a visitar a su madre, quien también estaba hospitalizada. Mis ojos se cruzaron con los de Charlotte al otro lado de la sala de terapia física y, dando un giro total a la trama, nos enamoramos.

Años después de eso, cuando mis síntomas empezaron a resurgir en mi viaje a Londres, tuve que pasar por el doloroso proceso de sanación, creyendo que la enfermedad había quedado atrás. Pero esta vez, ya no tenía médicos de los cuales depender. Dependía de mí misma. Y al hacerlo, me encontré y encontré este hermoso trabajo que puedo compartir con tantas personas todos los días. Me siento más feliz y saludable que nunca.

En 2007 cuando tomé la difícil decisión de ir a India para el tratamiento con células madre, nunca imaginé que ese país resultaría ser algo tan importante en mi historia completa: que conocería a mi ahora esposa y miraría hacia dentro para sanar por completo. Ahora veo, en incontables ocasiones, que las cosas a veces se desploman para reconstruirse, pero de mejor manera; es como una mejora universal.

Mantente abierto a que cambie tu historia

Esto es tan importante que quiero gritártelo. Es fácil seguir contándonos la misma vieja historia: No me siento bien. Aún siento mucho miedo. Me la paso llorando. Me duele el cuerpo. Pero notar tus mejoras de sanación requiere tener ojos que las estén buscando. Asegúrate de que tus ojos estén abiertos.

Sanar puede ocurrir de manera sutil y puede notarse como en uno de estos ejemplos:

Tuviste un colapso físico o emocional, pero te recuperarse al menos un poco más, o más rápido que la última vez.

Después de salir a hacer algo divertido no te sentiste devastado por dos días, sino solamente uno.

Normalmente te aferras al enojo por mucho tiempo cuando alguien te lastima. Esta vez te lastimaron, te enojaste como siempre, pero lo dejaste ir más rápido de lo usual.

Te cansas con mucha facilidad, pero ahora caminas con más energía antes de agotarte del todo.

Te agotas como antes, pero no te mortificas tanto por ello como antes.

Simplemente te detuviste y descansaste. (Una gran señal de sanación emocional es ser menos duro contigo mismo, lo cual te ayuda a liberar energía para sanar físicamente.)

Date permiso de descubrir qué te funciona

Un apunte de diario, de dos días antes de mi viaje a India en 2007, decía: "Juro sanar en toda forma posible a lo largo de este viaje. Extenderé mis límites de sanación e intentaré todo lo que se me atraviese. Incluso las cosas raras".

Mi punto de arranque llegó cuando la doctora Shroff anunció que había contratado a un yogui para que diera clases en la sala de terapia física del hospital. A todos los que conocía y practicaron yoga les encantó. La clase se daba tres veces a la semana, de manera gratuita para pacientes y familiares.

Nuestro profesor, Rohit, fue fácil de leer de manera instantánea. Lo que le importaba era la práctica, y no la diversión. Semana tras semana, nos dirigió para hacer nuestro primer movimiento imposible y no esperó menos de mí, que al menos lo "¡intentara!", cuando insistí en voz alta que yo no tenía esa flexibilidad. "Sigue trabajando en tu respiración. La respiración hace milagros", dijo repetidamente.

Deseaba estar enamorada del yoga. Desesperadamente quería ser uno de esos estudiantes que se sentían transformados en el tapete, que no se perdían ni una clase y quería que mi maestro se sintiera orgulloso de mí. Estaba determinada a darme la oportunidad de renunciar sólo hasta descubrí la felicidad que los demás parecían sentir por esta práctica. Un día, cuando Rohit finalmente dejó de recordarme la técnica e insistir en mi respiración, me di cuenta de que lo había logrado. Al final de cada sesión, él exclamaba: "¡Ahora eres ligera y libre!" Y sorprendentemente, después de escucharlo por una hora entera en su fuerte acento indio, me sentía justamente así. Pero en la siguiente clase, de nuevo me encontré soñando con pasear por la ciudad y contar las gotitas de sudor que caían de mi frente. Fue entonces que decidí que era el momento de abandonar el yoga con elegancia.

La vida, como el yoga, depende de estar bien exactamente en el lugar en que estás.

Basándome en esos parámetros, decidí que había dominado la práctica lo suficiente. Me escabullí al acabar la clase, orgullosa y en calma, pero me sentí aliviada porque el resto del viaje pude respirar como se me diera la gana. El yoga es increíble, lo sé. Rohit era dedicado, seguramente podía haberme ayudado a ser una persona más flexible y disciplinada. Pero el yoga no es para mí. Y cuando estuve de acuerdo con ello, me moví a cosas que me catapultaron más hacia la salud.

Caí en una trampa de presión interna similar cuando empecé a estudiar la terapia de energía; leí un número absurdo de libros sobre terapia de energía, trauma emocional y sanación mente-cuerpo-espíritu. Estudié cada programa y consumí toda la información que pude sobre el tema. De lo que me di cuenta, al estar agotada por llevar a cabo ese enfoque, fue que no siempre necesitamos más: más conocimiento, más entrenamiento, más investigación. Simplemente necesitamos encontrar qué se siente bien para nosotros y enfocarnos en ello.

Si resuenas profundamente con tres técnicas de las que se presentan en este libro, es suficiente para trabajar. Si resuenas solamente con una, tienes suficiente. Encontrarás la manera de usarla para todo y tener éxito en ello. No se trata de cantidad, sino de conexión.

Nunca sigas un camino, no te aferres a un plan o te convenzas de estar de acuerdo con algo, a menos que tu alma te lo esté indicando de manera afirmativa. Tu camino de sanación será único, así que mientras buscas, ábrete a todo, pero sólo dedica tu energía a algo que resuene; y debes saber que hay una razón más profunda por la que te llama la atención. O no.

Mantén un enfoque equilibrado

Con el tiempo alcanzarás un equilibrio aprendido, entre hacer que tu sanación sea importante y convertirla en tu único enfoque.

El hecho de saber una nueva técnica o metodología y haber descubierto tu propio poder no quiere decir que debe convertirse en tu vida (aunque entiendo completamente la tentación de hacerlo). El concepto de "demasiado de lo bueno" es cierto por un par de razones.

Primera, con el trabajo de energía, como mencionamos antes, hay una parte de procesamiento que sucede conforme la energía sale de nuestro campo. Hasta que eso suceda, quizá no sintamos un cambio o mejora total. Esto es similar a cuando comer no te hace sentir satisfecho de inmediato. Si simplemente sigues comiendo sin ver cómo te sienta la comida, harás más daño que bien. Quiero enfatizar la importancia de dar a tu cuerpo tiempo y espacio para que el proceso de sanación suceda. Recuerda, estás intentando crear una solución, no más problemas, que es precisamente lo que harás si te exiges demasiado.

Segunda, concentrarte demasiado en algo que no quieres no te ayuda, tal como aprendimos en el capítulo 4 en relación con la ley de la atracción. Aunque ser activo en tu proceso de sanación es benéfico, hacer que tu vida gire en torno a tu sanación definitivamente no lo es. Tu mundo (actividades, entretenimiento y personas) debe consistir en más que esta única meta o enfoque.

Todos tendrán una manera distinta de cambiar su enfoque para lograr este equilibrio. De manera personal, lo logré de maneras distintas. A veces bebía vino, aunque sabía que el jugo verde definitivamente era más saludable. Veía maratones de la serie Golden Girls y películas clasificación B durante horas, cuando podía estar meditando. Y comía fettuccine Alfredo de vez en cuando, aunque sabía que los lácteos podían incrementar la inflamación en mi cuerpo. Hacía cosas por el placer de hacerlas o por diversión, porque sabía que el placer y la diversión son curativos. Lo que quiero decir es esto: no limites tu lista de lectura a libros sobre sanar; conserva también las novelas que lees por placer. No temas a un poco de azúcar. No te restrinjas de la realidad de la vida y no te claves en un mundo del cual estás intentando separarte. Porque en un sentido más amplio, no te ayuda. En un sentido más amplio, darte más "no" por respuesta solamente provoca una cosa: hace que te enfoques en lo que no tienes. Y definitivamente, ningún tipo de sanación se da a partir de eso.

Ahí tienes, te di permiso de no negarte todo. Integra estas prácticas que aprendiste en tu vida. Abrázalas en su totalidad, pero no te obsesiones y te agotes. Encuentra un equilibrio.

Busca ayuda

A veces la travesía puede generar soledad. A veces simplemente queremos que alguien entienda, llore con nosotros o nos haga salir de un estado de desgano. A veces simplemente necesitamos ayuda para dar el siguiente paso. Hay una buena razón para pedir ayuda, sea de un amigo o un profesional, y no porque la auto sanación no funcione. Quizá sea cierto que sí puedes sanarte, pero todo es más fácil cuando una pequeña tribu nos ayuda. Sí necesitas ser responsable de tu propia travesía, pero no tienes que hacerlo solo.

Si no estás trabajando con un profesional de forma regular, analiza si crees que podría beneficiarte hacerlo, al menos de vez en cuando. Ésta es la razón. Un profesional ha visto cientos y cientos de clientes, y tú solamente has tenido experiencia... bueno, contigo. La gente que hace esto todo el día ha visto diferentes patrones y situaciones, lo cual les da una ventaja: muchas veces pueden ver lo que tú no puedes. No sólo eso, sino que es una manera increíble de aprender cómo y qué aplicar para ti. Podrás ver cómo un profesional desenmaraña un problema y qué hace cuando se atora en algo. Quizá incluso escuches una historia de su propia travesía que te proporcione ideas para sanar.

Con frecuencia tengo clientes que se "gradúan" de trabajar conmigo en sesiones individuales constantes y luego me contactan para hacer una cita de seguimiento de vez en cuando. Me cuentan lo que ha estado pasando y comparten cualquier bloqueo con el que hayan tropezado. A partir de ahí, siempre logro darles nuevas ideas o indicaciones que pueden aplicar por cuenta propia para sanar y desobstruir más. Esto les da un gran punto de partida y un poco de confianza cuando necesitan confirmación de que hacen lo correcto. Rendir tu poder y pedir apoyo son dos cosas completamente distintas. Buscar más información, consejo, ideas y motivación te permitirá llevar tu sanación al siguiente nivel.

Si no puedes trabajar con un profesional o no te sientes cómodo haciéndolo, encuentra a alguien que te ayude a elevar tu vibración y a enfocarte en soluciones para sentirte mejor justo ahora. No pidas ayuda de quienes están luchando mucho por salir adelante y probablemente tengan una "energía de pánico contagiosa". Si no tienes a la tribu que deseas, quizá necesites ser creativo. Encuentra a personas que te animen. Si no tienes un sistema de apoyo fuerte entre tu familia y amigos, busca en otra parte. No implica estar horas al teléfono; a veces un conocido y la sonrisa de un vecino o de un vendedor puede hacer la diferencia.

También, piensa siempre que tienes el apoyo de los ángeles, de familiares finados, y más. Simplemente necesitas pedir su ayuda. Muchas veces yo lo hacía, y aún ahora pido ayuda de mi tribu invisible. Tal vez te rías si esta idea es nueva para ti, pero siempre brindan su apoyo.

Tu sistema de apoyo es cualquier persona o cualquier cosa que te haga sentir más fuerte y rodeado de apoyo. Hay oportunidades en todas partes. Tu nueva labor es buscarlas.

Mi nota final para ti

No soy buena para los finales, ni las despedidas. Nunca me gusta escribir la última oración de un libro. Suelo sentirme triste al separarme de todo y, cuando llega el momento, siempre me pregunto: ¿qué otra cosa importante puedo decir que no haya dicho ya? Pero aún queda algo aquí: palabras que quiero que recuerdes en cada parte de tu ser.

Éste es el principio.

Éste es tu momento. A través de este trabajo podrás experimentar quién eres en realidad y podrás desterrarte de quien pensabas que debías ser.

Podrás, quizá por primera vez, notar quién eres una vez que te alejes del miedo, de este reto, de esta enfermedad. Podrás descubrir tu verdadero propósito, que no es el que creías que era. Cuando estaba en mi peor estado de salud en India, la doctora Shroff me dijo: "Necesitas encontrar un propósito. Sanarás cuando encuentres un propósito. Sanarás cuando sigas a tu corazón". Aunque no lo entendí en ese momento y estaba convencida de que mi corazón no tenía ni idea de en qué dirección guiarme, posteriormente descubrí exactamente a qué se refería. Quería que tuviera algo tan importante para mí que fuera más allá de lo que me mantenía "viviendo en corto". No era necesariamente la pasión o el propósito lo que importaba, sino la distracción de preocuparme por no ser suficientemente buena. Tenía trabajo que hacer. Tenía lugares a los que debía ir. Tenía que conocer personas. Tenía mi luz para brillar. La doctora Shroff quería que me conectara conmigo misma en un nivel más profundo, y tener un propósito te da eso. En mi estado tan delicado, no obstante haber amasado tal cantidad de presión interna contra mí misma, añadí un propósito a mi lista de quehaceres: encontrar un propósito.

Quisiera que alguien me hubiera dicho esto en ese momento.

Cuando finalmente te das cuenta de que tu propósito, y tu derecho natural al nacer, es simplemente ser feliz con quien realmente eres —un sanador o un comediante o alguien que sonría a las personas que no conoce—, disparas un proceso dentro de ti que es infinitamente más grande que cualquier cosa que se atraviesa en tu camino en ese momento. La felicidad es tu propósito. Y verás, al final de tu exhaustiva búsqueda, que tu propósito nunca ha sido externo. No ha sido asegurarte de que otros estén contentos contigo. No ha sido ser perfecto. Ha sido, desde el primer día aquí, el simple hecho de permitirte expresarte sin dudarlo y sin impedimentos. No importa dónde empieces, porque desde ese lugar de la persona que seas en tu interior naturalmente te expandirás hacia fuera hacia cualquier otra misión secundaria que tengas en esta vida. Todo está canalizado a través de ese primer propósito fundamental, que es encontrarte a ti mismo y quedarte ahí. Es la chispa, el ímpetu que pone todo lo demás en movimiento.

Aunque hemos cubierto un gran campo en este libro, todo lo que has aprendido puede resumirse en unas cuantas cosas que representan la fórmula para sanar de verdad.

Debes...

-Convertirte en quien realmente eres.

-Aprender a no ser duro contigo mismo, y a amarte.

-Confiar en que puedes estar bien, sin importar lo que pase.

Quizá parezca demasiado simplificado, pero estas cosas harán por ti lo que nadie más puede. Son cosas que te ayudarán a sanar en los rincones más profundos de tu ser.

Ya sea que hayas leído este libro y creas que tienes el poder de sanar, o que lo hayas leído y aún no estés tan seguro, no pasa nada. Sanar requiere de valor y actitud y un giro en dirección opuesta a mucho de lo que sabes. Pero también implica bastantes lágrimas y dudas. A lo largo de estos días, piensa que estás haciendo parte de tu trabajo más importante. Estás haciendo lo que debiste hacer todo el tiempo. Estás haciéndote a ti. Estás actuando desde tu verdadera autenticidad, libre de filtros o de agobios que aprendiste en algún punto de tu vida. En su libro, Kafka en la orilla, Haruki Murakami escribió: "Y una vez que pase la tormenta, no recordarás cómo lograste superarla, cómo conseguiste sobrevivir. De hecho, ni siquiera estarás seguro de si la tormenta verdaderamente ya pasó. Pero una cosa es cierta. Cuando salgas de la tormenta, no serás la misma persona que entró. De eso se trata la tormenta".

Así como se requiere de un gran esfuerzo para criar a un niño, se requiere de mucho amor para sanar. Pero la verdad es que el único amor que verdaderamente necesitas es el tuyo. Sanar a veces es difícil y da miedo, pero recuerda, naciste valiente. Estás listo.

Preguntas para el círculo de lectura

1. ¿Cuáles son tus mayores miedos en torno a sanar?

2. Si pudieras definir tu travesía de sanación como un libro, ¿cuál sería el título?

3. ¿Cuál fue tu momento de descubrimiento en el libro? ¿Por qué?

4. ¿Hay algo con lo que no estés de acuerdo o con lo que no resuenes en el libro?

¿Por qué?

5. ¿Qué citas o líneas del libro quieres conservar en tu escritorio o junto a tu cama?

6. ¿El libro te motivó a cambiar tu perspectiva sobre tu sanación o simplemente confirmó lo que ya creías o sabías?

7. ¿En torno a qué partes del libro has pensado más?

8. ¿Qué técnicas te ayudan a sentirte más empoderado? ¿Por qué?

9. ¿Qué técnicas será menos probable que uses? ¿Por qué?

10. ¿Cuál es tu mayor aprendizaje del libro?

11. ¿Quién desearías que leyera este libro, pero sabes que no lo hará?

12. ¿Por qué crees que no lo haría y por qué crees que debiera hacerlo?

13. ¿Cómo describirías el libro a un amigo si solamente tuvieras un minuto para hacerlo (el tiempo que te tomara un viaje en elevador)?

14. ¿Qué partes o técnicas es más probable que compartas o enseñes a un ser querido?

¿Con quién quieres compartirlas y por qué?

15. ¿Cómo cambiará este libro tu manera futura de pensar/sanar/crecer? ¿Qué no volverás a ver de la misma manera?

16. ¿Qué parte de tu propia travesía de sanación te resulta más confusa o frustrante?

¿Hay alguna técnica en el libro que podrías usar para ayudarte a superarla? ¿Qué consejo darías a un amigo para ayudarlo a avanzar en su propia travesía de sanación?

17. ¿Qué patrón emocional dañino, descrito en el libro, sientes que es en el que más deberías trabajar? ¿Es algo que sabías antes de leer el libro?

18. Si pudieras hacerle una pregunta a Amy, ¿cuál sería?

19. Si hubieras leído antes este libro, ¿crees que hubiera cambiado tu camino?

¿Por qué algunas personas sanan sus síntomas físicos y heridas emocionales mientras que otras no?

¿Por qué cuando nos enfermamos o nos sentimos mal resulta difícil curarnos?

Este libro se basa en el conocimiento y manejo de nuestras emociones y energía para sanarnos de manera integral. Es una guía de tres pasos que conducen al tratamiento de nuestros malestares por medio de la sanación de eventos, patrones, creencias y bloqueos energéticos que nos impiden fluir de forma adecuada.

La autora nos enseña que es importante encontrar en dónde se encuentra el daño o bloqueo e identificarlo con claridad. Descubrir que nuestro cuerpo se comunica con nosotros a través de síntomas es vital para el proceso de limpieza y ajuste que necesitamos realizar.

La información y prácticas de este libro cambiarán tu percepción de la enfermedad y de ti mismo, demostrando que podemos recuperarnos de aquello que nos aqueja y recobrar nuestro poder personal de forma definitiva.

Fin.

.

www.ingramcontent.com/pod-product-compliance
Lightning Source LLC
LaVergne TN
LVHW050641051026
849532LV00002B/470
9798215199862